புதுமைப்பித்தம்:
வாசகத் தொகைநூல்

தொகுப்பும் – பதிப்பும்:

வே.மு. பொதியவெற்பன்

பரிசல்

புதுமைப்பித்தம்: வாசகத் தொகைநூல் ♦ வே.மு. பொதியவெற்பன் ♦ வே.மு. பொதியவெற்பன்© ♦ பரிசல் முதல் பதிப்பு: 2023 ♦ பக்கங்கள்: 276 ♦ வெளியீடு: பரிசல் புத்தக நிலையம், 235, P. பிளாக் MGR முதல் தெரு, MMDA காலனி, அரும்பாக்கம், சென்னை 600 106. பேச: 9382853646, 8825767500 மின்னஞ்சல்: parisalbooks2021@gmail.com ♦ அச்சாக்கம்: கம்ப்யூ பிரிண்டர்ஸ், சென்னை 600 086.

Pudhumaipitham: Vasaga Thogai Nool ♦ V.M. Pothiyaverpan ♦ Parisal First Edition: 2023 ♦ Pages: 276 ♦ Published by Parisal Putthaga Nilayam, No. 235, 'P' Block MGR First Street, MMDA Colony, Arumbakkam, Chennai - 600 106. Mobile: 93828 53646, 8825767500 Email: parisalbooks2021@gmail.com ♦ Printed at: Compu Printers, Chennai - 86.

Rs. 300

ISBN: 978-81-19919-67-3

புதுமைப்பித்தன் குடும்பத்தார்:

★ அம்மை கமலா புதுமைப்பித்தன்
★ தமக்கை தினகரி சொக்கலிங்கம்
★ மாப்பிள்ளை சொக்கலிங்கம்

மூவர்க்கும் பித்தகுமாரனின் இத் தொகைநூல்

தொகுப்புரை

'காலந்தோறும் புதுமைப்பித்தன் புதிது புதிதாக வாசிக்கப்படுவார்'

புதுமைப்பித்தன் என்கிற மகத்தான கலைஆளுமையின் ஒருதனி வீறான மேதைமை என்பது வெவ்வேறு மரபுமீறல்களின் சங்கமமாகும். இத்தகு சங்குமுகத்திலிருந்து தான் வெவ்வேறு ஆளுமைகள், வெவ்வேறு வகைமையிலான படைப்புக்கிளர்ச்சியை (Creative impulse) மேலதிகமாகப் பெற்றனர்: தொமுசி, கு.அழகிரிசாமி,ஜி. நாகராசன், ஜெயகாந்தன்,பிரமிள், சுந்தர ராமசாமி, பொதியவெற்பன், பிரேம்:ரமேஷ் எனவாங்கு நீளும் இப்பட்டியல். இவர்களுக்கூடேயுங் கூட அவரவர் 'வீறு'களும் தனித்தனிச் சிறப்பினவே "பாரதிமரபு, பாரதிதாசன்மரபு, என்ற இரண்டையும் மீறிய புதுமைப்பித்தன் மரபிலிருந்தே நவீன எழுத்துச்சூழல் உருவாகிப் பின்நவீன எழுத்துச் சூழலைக் கட்டமைக்கிறது. சிறுபத்திரிகைச் சிந்தனைவெளியில் இயங்கும் நமக்கெல்லாம் ஆசானாகப் புதுமைப்பித்தனைத் தான் சொல்லவேண்டும். அரசியல்வாதிகளின் கைக்கு அவன் அகப்படமாட்டான்."– ரமேஷ்பிரேதன்

ஒரு குறிப்பிட்ட எழுத்தாளர் அல்லது பொருண்மை குறித்த தொகை நூல்கள் Reader எனப்பட்டன. அவற்றை வாசகத் தொகைநூல்கள் எனலாம். பொதுப்பதிப்பாசிரியராக வீ.அரசு இருக்க வெவ்வேறு நூல்களை வெவ்வேறு பொறுப்பாளர் தொகுப்பும் பதிப்பும் செய்ய – அவ்வாறு 'மாற்று' வரிசை, 'கங்கு' பல்துறை அரசியல் குறுநூல் வரிசை

நூல்களும் வெளியாகின. இவற்றின் வெளியீட்டாளரும் 'பரிசல்' செந்தில்நாதனே.

இவற்றையும் இரண்டாக வகைமைப்படுத்தலாம். ஒன்று குறிப்பிட்ட எழுத்தாளரின் குறிப்பிட்ட படைப்புகளை மட்டும் தொகுத்தளிப்பது, இதனை வாசகக் கடவுநூல் (Key Book) எனலாம். மற்றொன்று ஓர் எழுத்தாளர் குறித்த பலர் எழுத்துக்களைத் தொகுத்தளிப்பது, இதனை வாசகத் தொகைநூல் எனலாம். எனக்கு எட்டிய மட்டில், இந்த இருவகைகளும் ஒருசேர வாய்க்கப்பெற்றதாக வெளிவந்த ஒரேநூல் 'பேராசிரியர் எஸ்.ஆல்பர்ட்' மட்டுமே. மலைகள் வெளியீடாக எஸ்.அற்புதராஜ் தொகுத்தளித்த நூலே அதுவாகும்.

பாரதி குறித்து 1360 பக்க அளவிலே 'யாமறிந்த புலவன்' எனுமொரு பெருந்தொகை நூலை கடற்கரய் மத்தவிலாச அங்கதம் வெளிக்கொணர்ந்தார்.

'பாரதி களஞ்சியம்' என்ற பெயரில் கிருங்கை சேதுபதி 5000 பக்க அளவில் ஒரு நூலை வெளிகொணர உள்ளார். பாரதிதாசனுக்கும், புதுமைப்பித்தனுக்கும் இவ்வாறு பெருந்தொகை நூல்கள் வெளிக்கொணரப்பட வேண்டும் அல்லவா?

இப்படி ஒரு நூலை 160 பக்க அளவில் தொகுத்து அளிக்குமாறு முன்னமேயே வலியுறுத்தி வந்தார் தோழர் செந்தில்நாதன். மேலும் பல்வேறு கோணங்களில் எதிரும் புதிருமாக தொகுப்பு அமையட்டும் என்றும் தெரி வித்தார். கோவை புக் பேருக்கு முன்னமேயே தொகுத்துக் கொடுத்தால் அதிலேயே வெளிக்கொணர்ந்து விடலாம் எனவும் குறிப்பிட்டார்.

என் பவளவிழா நிகழ்வு, அதை ஒட்டி வெளிக்கொணரத் திட்டமிட்ட நூல்களை அணியமாக்கல் என அது தள்ளிப் போ யிற்று. அதிலும் வெவ்வேறு இதழ்கள் நூல்கள் இவற்றிலிருந்து வழமையான இலக்கியத்தடம் நூல் வரிசை போலாது இந்நூல் தொகுப்பின் தெரிவுக்கு நான் புதுமைப்பித்தனின் பன்முகப் பரிமாணங்களும் துலங்குமாறு வெளிக்கொணரத்

திட்டமிட்டேன். எனவே அவர் குறிப்பிட்ட பக்க அளவு போதாதென 250 பக்க அளவில் வெளிக்கொணரலாம் என்றேன், இசைந்தார்.

புதுமைப்பித்தனுடைய சமாந்தர எழுத்தாளர்கள் முதலாக இன்றைய முகநூல் இளைஞர் வரையிலுமாக; கலைமுதன்மையர்,மார்க்சியர், தலித்தியர் என பல்வேறு ரசனைப்பள்ளி, சிந்தனைப்பள்ளியர் பங்களிப்பாக; பிள்ளைமார் இலக்கியம் ,மள்ளமார் குறித்து எழுதொணா விலகல் மனோபாவம் , தலித்திய விரோதம்; தழுவல் இலக்கியம், சமகால விடுதலைப் போரை எழுதவில்லை எனும் குற்றச்சாட்டுகள்;பாடநீக்கம் இவை யாவும் குறித்த விவாதக் களம் எனப் பல்வேறு தரப்புக் கட்டுரைகளையும் தொகுக்கலானேன்.

இன்னொரு வகையில் அவர் மொழியாக்கச் சிறப்பு; இதழியலாளரான வகிபாகம்;பின்னை நவீனத்துவத்தின் பல்வகை ஜானர் பங்களிப்பு குறித்த பின்னை நவீனத்துவ வாசிப்புகள்; பிராய்டிய லெக்கானிய மன அலசலாய்வுகள் எனவும் என் தெரிவில் ஊடாடிய வண்ணமே இதனைத் தொகுத்திடலானேன். சற்றொப்ப 500 பக்கங்கள் தொகுத்தாயிற்று.இயன்ற அளவில் இதனை இவ்வாறு வெளிக்கொணர்ந்தாயிற்று.எனவே இத்தொடர்பில் இந்நூலை முதல் பாகம் எனக் கொள்க.

என் தெரிவில் ஒரு விமர்சகராகப் புதுமைப்பித்தனைச் சரிவர அளக்கொணாமற் தோற்பார் தம் அலகீடுகளும் உண்டு. சிக்கெனப் பிடித்தேன் என இனங்கண்டே எடுத்துரைக்கும் மதிப்பீடுகளும் உண்டு.

புதுமைப்பித்தனின் மொழிபெயர்ப்புத் தெரிவு ;ஆரம்பக் கதைகள்; யதார்த்தவாத,பின்னை நவீனத்துவக் கையாள்கை; சாதிய, தழுவல் குற்றச்சாட்டுகள்; பல்கலைப் பாடநீக்க விவகாரம்; பதிப்பரசியல் பித்தனின் அரசியல் அழகியல் ,இதழியல், மொழியாக்கம் எனப் பன்முகப் பரிமாண வெளிப்பாடாகவும்; எதிரும் புதிருமான விவாதக்களமாகவும்; ஒருவர் தரப்பை மற்றவர் அறியாமல் காலகதியில் வெவ்வேறாக

இனங் காணப்பட்டனவாகவும் இத்தொகைநூல்கள் அமைந்தியலும்.

காட்டாக ஒரு பருக்கைப் பதம் மட்டும்: "அவர் மொழிபெயர்த்த மேல்நாட்டுக் கதைகள் பல. அவற்றில் ஒரு சிலவற்றைத் தவிர பிற யாவும் சாதாரணமானவையே. ஆனால், இதைப் புதுமைப்பித்தன் ஒப்புக்கொள்ள மறுத்துவிட்டார்! தாம் மொழிபெயர்த்த கதைகள் யாவும் சிறந்தவையே என்று சாதித்தார்." – கு.அழகிரிசாமி

"அமைப்பு லாவண்யங்களிலும்,கையாளப்படும், அசாதரண, வார்த்தைக்கு மீறிய அதீத விஷயங்களிலும் சிகரங்கள் எனச் சொல்லப்படும் கதைகளையும் தமிழ்நாட்டு வாசகர்களின் விருப்பு வெறுப்புகளை மதித்துக் கூடுமானவரை ஓரளவு கதைச்சத்து இருக்கக்கூடிய, ஆனால் அமைப்பு விசேஷங்களுடன் பொருந்திய கதைகளைத் தேர்ந்தெடுத்துத் தருவதே என் நோக்கம்"

– புதுமைப்பித்தன் ('உலகத்துச் சிறுகதைகள்' முன்னுரை) இதனைச் சுட்டிக்காட்டியே ஜி.குப்புசாமி குறிப்பிடுவது இத்தொடர்பில் கவனங்கொள்ள வேண்டிய முகாமையான கணிப்பேயாகும்:

"புதுமைப்பித்தன் தேர்ந்தெடுத்த கதைகளைப் பார்க்கும் போது அவரது பரந்த வாசிப்பும் அவர் வரித்துக் கொண்டிருந்த புனைபெயருக்குத் தகுந்தாற்போலப் புதுவிதமான கதைகளை அறிகப்படுத்தும் ஆர்வமும் வெளிப்படுகின்றன. அத்தகைய புதுவிதமான கதைகளிலும் அன்றைய நவீன இலக்கிய உலகை உதாரணப்படுத்தும் நுட்பமான கலையம்சங்கள் கொண்ட கதைகளைத்தான் அவர் பொறுக்கியெடுத்திருக்கிறார்." – ஜிகுப்புசாமி

இவ்வாறு எதிரும் புதிருமான பல எதிர்கோடல்கள் இத்தொகுப்பூடே காணக்கிடப்பனவே.

"அவர் சமூகத்தின் மீது நம்பிக்கை வைத்த மனிதர். ஓடித் தளர்ந்த சிந்னைகளை எல்லாம் ஈட்டி குத்தும் மாதிரி கதைகளைச் சிருஷ்டித்தன. இதுதான் புதுமைப்பித்தன்

நிலைப்பாடு என்று கருதலாம். இந்தப் புதுமைப்பித்தன் காலந்தோறும் புதிது புதிதாக வாசிக்கப்படுவார். அதற்கான மொழியும் பொருண்மையும் அவருடைய ஆக்கங்களில் உண்டு." – வீ.அரசு

தேரிக்காட்டு நாடார்களைப் பற்றிப் புதுமைப்பித்தன் எழுதவில்லை என்று குறைபட்டுக் கொண்டிருப்பதில் அர்த்தமில்லை என்னும் தொ. பரமசிவன் அவர்களே; தேவேந்திர குலத்தார் எனப்படும் மக்கள் திரளின் வாழ்க்கையை அவர் சொன்னதில்லை எனக் குறைபட்டுக் கொள்வது முரண்நகை தானே? இந்தப் பஞ்சாயத்துக்கான விடை விரிவாக அடுத்துவரும் நூலில்...

சலபதி கட்டுரையில் 'வியாசம்', 'கட்டுரை' என இரண்டும் விதந்தோதப்படும் விதத்தோடு அறவே மாறுபட்டது Article Essay என விதந்தோதும் பிரமிள் தரப்பு. இத்தொடர்பிலும் அடுத்துவரும் நூலிற் காண்போமாக.

அடுத்துவரும் நூலில் மேலும் பலர் கட்டுரைகளும்; இதிற் காணும் சிலரின் மேலும் சில கட்டுரைகளும் இடம்பெறும்:

இதற்கான நகலச்சு, படியெடுப்பு, தூதஞ்சல் அனுப்ப எனக்கு ஓடும்பிள்ளையாகத் தம் பைக்கில் உடனழைத்தேகி உதவ ஆய்வுமாணவத் தோழர் பழனிச்சாமியையும் செந்திலே ஆற்றுப்படுத்திவிட்டார்.

இந்நூலை முந்தார்வத்துடன் வெளியிட முன்வந்த 'பரிசல்' செந்தில் நாதன்; தட்டச்சுக்கலைஞர் தனலெட்சுமி, வடிவமைப்பாளர், முகப்போவியர் ஓடும்பிள்ளை ஆய்வு மாணவர் பழனிச்சாமி ஆகியோருக்கும் என் மனங்கனிந்த நன்றி

வே.மு.பொதியவெற்பன்

22–09–2023

உள்ளே...

1.	புதுமைப்பித்தன் கதைகள் கார்த்திகேசு சிவத்தம்பி	11
2.	பித்தனும் புதுமையும் ந. சிதம்பர சுப்ரமண்யன்	21
3.	புதுமைப்பித்தன் கதைக்கரு சி.சு. செல்லப்பா	27
4.	வெற்றியின் ரகசியம் க. கைலாசபதி, பி.ஏ. ஹானர்ஸ்	38
5.	புதுமைப்பித்தன் ராவ்சாகிப் எஸ். வையாபுரிப்பிள்ளை	43
6.	புதுமைப்பித்தன் காஞ்சனை க.நா.சுப்ரமணியம்	47
7.	'ஆலய ஜோதி' புதுமைப்பித்தன் கு. அழகிரிசாமி	54
8.	காலமும் நியாயமும் தொ. பரமசிவன்	81
9.	புதுமைப்பித்தன் கதைகளுக்குள் ஒரு பயணம் வீ. அரசு	89
10.	ஆண்டாளும் ஆண்டானும்: புதுமைப்பித்தன் பதிப்பித்த 'தினமணி மலர்கள்' ஆ. இரா. வேங்கடாசலபதி	105
11.	இங்குருசிப் படிப்பும் இலக்கியப் பித்தனின் துடிப்பும் எழிலமுதன்	119
12.	புதுமைப்பித்தன் கதைகளில் காலத்தின் கலை வண்ணம் சுந்தர ராமசாமி	136

13. ஜாலயதார்த்தம்
    புதுமைப்பித்தனின் 'மேஜிக்கல் ரியலிஸம்'   *146*
    பிரேமிள்

14. புதுமைப்பித்தனின் வாடாமல்லி   *162*
    க. செல்லப்பாண்டியன்

15. புதுமைப்பித்தன் சோதனைகளும்
    மேதைமை வீறும்   *172*
    வே.மு. பொதியவெற்பன்

16. சிக்காத கடவுளே உனைச் சிக்கெனப் பிடித்தேன்! *194*
    வே..மு. பொதியவெற்பன

17. புதுமைப்பித்தன் சிறுகதைகளில் தொன்மங்களும்
    பரிசோதனைகளும்   *212*
    மு. செல்வக்குமார்

18. நவீனத் தமிழ் மொழிபெயர்ப்பியலுக்கும்
    புதுமைப்பித்தன் தான் முன்னோடி   *224*
    ஜி. குப்புசாமி

19. பெண்கள் பேய்கள் தெய்வங்கள் 'காஞ்சனை'
    உரையாடும் கதையாடல்   *232*
    ஜமாலன்

20. புதுமைப்பித்தன் படைப்புகள்
    – ஒரு மீள்பார்வை   *240*
    பாலா கருப்பசாமி

21. புதுமைப்பித்தன் மீது புழுதிவாரித்
    தூற்ற முயன்ற நோக்கும், போக்கும்   *258*
    தொ.மு.சி. ரகுநாதன்

22. சம்சார பந்தத்தில் கமலா புதுமைப்பித்தன்   *263*

புதுமைப்பித்தன் கதைகள்

கார்த்திகேசு சிவத்தம்பி

தமிழ் இலக்கிய வரலாற்றில் புதுமைப்பித்தனுக்கு நிரந்தரமான ஓர் இடமுண்டு. புனைகதைத் துறையில் அவர் ஈட்டிய வெற்றியே அவருக்கு அந்நிலையை அளிக்கின்றது. கற்பனை நீக்கிய காப்பிய வரலாறு எத்தகைய கருத்தற்றதோ அத்தகைய கருத்தற்றது புதுமைப்பித்தனை நீக்கிய சிறுகதை வரலாறு.

தமிழ்ச் சிறுகதை வளர்ச்சியினை ஆராயும்பொழுது புதுமைப்பித்தன் முக்கியமானவராகத் தோன்றுவதற்கான முதற் காரணம் அவர் தம் இலக்கிய ஆக்கங்களைப் புனைகதைத் துறையளவில் வரையறுத்துக் கொண்டமையே, புதுமைப்பித்தன் காலம் வரை தோன்றிய புனைகதை எழுத்தாளர்கள், அத்துறையையே தமது விசேட இலக்கியத் துறையாகக் கொள்ளவில்லை. வ.வே.சு.ஐயர் முதல் கல்கி வரை நாம் இவ்வுண்மையைக் காணக் கூடியதாக விருக்கின்றது. புனை கதை மூலம்–சிறப்பாகச் சிறுகதை மூலம் தமிழிலக்கியம் வளர்க்க முனைந்தவர்களுள் முதல்வர் புதுமைப்பித்தன். அத் துறையே தமது திறமைகளுக்கான வாயில் என்பதை உணர்ந்து உழைத்தவர் புதுமைப்பித்தன். புதுமைப்பித்தன் கவிதைகளையும் எழுதியுள்ளாரெனினும் அவர் சிறந்து விளங்குவது சிறுகதைத் துறையிலேயே. இவரைப்போன்று புனைகதைத் துறையையே தமது சிறப்புத் துறையாகக் கொண்டவர்கள் யாவரும் இவருக்குப் பின்னரே இலக்கிய வாழ்வை ஆரம்பித்தனர்.

புதுமைப்பித்தனைப் பற்றிய இலக்கிய ஆராய்ச்சி மும் முனைப் பட்டதாக இருத்தல் அவசியம். புதுமைப்பித்தன் சிறுகதைக் காற்றிய தொண்டு, அவர் உரைநடைக் காற்றிய தொண்டு, அவரும் அவர் சிறுகதைகளும் என்பன அப்பிரிவு களாம்.

இலக்கிய வரலாறு எழுதுவோர் பலர், இன்று புதுமைப்பித்தனது உரைநடைச் சிறப்பிற்கே முக்கியத்துவம் கொடுக்கின்றனர். உரைநடை வரலாற்றில் புதுமைப்பித் தனுக்கு முக்கியமான ஓர் இடமுண்டு. இலக்கியத்திற்கேற்ற வசனத்தை எழுதியவர் என்ற பெருமை அவருடையதே. ஆனால் அது சிறுகதைத் துறை மூலமே வந்தது. அவருடைய உரைநடையைப் பற்றித்தானும் பூரணமாக அறிவதற்கு அவரது சிறுகதைகளை அறிதல் வேண்டும்.

புதுமைப்பித்தனது இலக்கியப் பண்புகளையும், அவர் மற்றையோரிலிருந்து மாறுபடும் அம்சங்களையும் காண் பதற்கு முன்னர், புதுமைப்பித்தன் எழுதத் தொடங்கிய காலத்திலிருந்த முக்கிய பண்பொன்றினை அறிதல் அவசியம்.

1930க்குப் பின்னரே இந்திய சுதந்திர இயக்கம் பேருக் கத்துடன் பரந்தது. நாடுமுழுவதும் இவ்வியக்கத்தினை ஆத ரிக்கவேண்டுமென்ற இலட்சியத்துடனேயே பத்திரிகைகள் பிரசாரம் செய்தன. இவ்வியக்கம் அரசியல், சமுகம் ஆகிய இரு துறைகளிலுமே காணப்பட்டது. அரசியலில் ஆங்கில எதிர்ப்பாகவும், சமூகநிலையில் சாதி ஒழிப்புச் சமூகப் புனருத்தாரண இயக்கமாகவும் அது அமைந்தது. அக் காலத்துத் தோன்றிய இலக்கியங்கள், இவ்வியக்கத்தினை இவ்வியக்கத்தினை வளர்க்க வேண்டுமென்ற ஒரே நோக்குடன் தோன்றின. அரசியற் றுறையில் ஒருமைப்பட்ட வேகம் காணப்பட்டதுண்மையே. ஆனால் சமுகத் துறையில் ஒருமைப்பாடு காணப்படவில்லை, சாதி ஒழிப்பு, சமுகச் சீர்திருத்தம் போன்ற பிரச்சினைகள் இயக்க உத்வேகத்தின் காரணமாக உடனடியாக ஏற்படக் கூடியனவல்ல. பல்லாண்டு காலத் தாக்குதலின் பின்னரே மாறுந்தன்மையன. இயக்க வளர்ச்சியின் தேவை

காரணமாகச் சமூகத்துறையில் இயக்கத்தின் தாக்கத்தைப்பற்றி எழுதினரெனினும், சமுதாயத்தில் நிலவிய அடிப்படைப் பொருளியலமைப்பு மாற்றப்படாததால், சாதியொழிப்பினைச் சாதிக்கமுடியாது போயிற்று. எனவே இயக்கத்திற்கும் செயலுக்கும் வேறுபாடு இருந்தது. இந்த உண்மை நிலையைத் தமது இலக்கியப் பொருளாக அக்காலத்து இலக்கிய ஆசிரியர் எவரும் கொள்ளவில்லை. சாதி ஒழிப்பையும் சமூகப் புனருத்தாரணத்தையும் தூண்டும் வகையில் இலக்கியம் ஆக்கினரேயன்றி, சொல்லுக்கும் செயலுக்கும் உள்ள வேறுபாட்டையோ, அடிப்படையமைப்பில் நிலவிய முரண்பாட்டையோ கூறவில்லை. புதுமைப்பித்தன் அக் காலத்து நிலவிய அந்த முரண்பட்ட நிலைமையை எடுத்துக் காட்டினார். அரசியற்றுறையில் காணப்படும் ஒருமையும் உத்வேகமும் சமுக வாழ்வில் இல்லாதிருந்தமையை அவர் கண்டார். அரசியற்றுறையிலிருந்த போலிவேடத்தைக்கூட அவர் கண்டார். இவற்றினை எடுத்துக்காட்டும் பொழுது விரக்தி மனப்பான்மையுடனேயே அந்நிலையை எடுத்துக் காட்டினார். சமுதாயத்தில் காணப்பட்ட முரண்பாட்டு நிலைமை காரணமாக மனிதனுக்கு ஏற்படும் இன்னலை எடுத் துக் காட்டினார். பெருகிப் பாய்ந்து சென்ற அரசியற், சமுக இயக்க நதியின் அடித்தளத்திலிருந்த சுழிகளையும், வெள்ளத் துடன் வெள்ளமாய்ப் பாய்ந்த குப்பைகளையும், பிரித்தறிய முடியாதபடி வெள்ளத்துடன் கலந்து பாய்ந்த மண்ணையும் பாய்ச்சல் நேரத்திலேயே பார்த்துக் கண்டுபிடித்தவர் புதுமைப்பித்தன்.

அவரது சொந்த வாழ்க்கை அந்தப் பண்பை அவரிடத்து உண்டாக்கிற்று. 1906 ஆம் ஆண்டு ஏப்ரல் மாதம் திருப்பாதிரிப்புலியூரில், சொக்கலிங்கம்பிள்ளையின் புத்திரனாகப் பிறந்த விருத்தாசலம், எட்டாவது வயதில் தாயை இழந்தார். தகப்பனின் அன்பைப் பெற்றிராத விருத்தாசலம் சிற்றன்னைக் கொடுமைக்கும் ஆளானார். திருமணத்தின் பின்னர் வீட்டில் நிலைமை மேலும் மோசமாகிவிடவே மனைவியுடன் வீட்டைவிட்டு வெளியேறிய அவர் தமது இலட்சியத்தையும், வாழ்க்கை வசதிகளையும் என்றும் இணைக்க முடியாதவராகவே வாழ்ந்து இறந்தார்.

அவர் வாழ்வின் இலட்சியத்திற்கும் யதார்த்த நிலைக்கு மிருந்த இணைக்கமுடியா இடைவெளி காரணமாகவும், அதனால் தோன்றிய இன்னல் காரணமாகவும், அவர் சமுதாய வாழ்விற் காணப்பட்ட யதார்த்த நிலையையும் மனித இன்னல்களையும் காணமுடிந்தது. சொந்த வாழ்வில் ஏற்பட்ட தோல்வி அவரிடத்து நம்பிக்கை வறட்சியை ஏற்படுத்திற்று. அந்த நம்பிக்கை வறட்சியே எதையும் கிண்டல் நோக்குடன் பார்க்கும் அங்கதப் பண்பிற்குக் காலாக அமைந்தது. காலஞ் செல்லச் செல்ல இவ்விரக்தியுணர்வு மேலும் வளரத் தொடங்கியமையால், அவரது யதார்த்தக் கண்ணோட்டத்திற்கும் ஊறு விளைந்தது (நான் கண்ட எழுத்தாளர்கள், கு.அழகிரிசாமி – பக்.89–90, புதுமைப்பித்தன் வரலாறு–ரகுநாதன் – அத் 13,14).

அவர் சிறுகதைகள்

புதுமைப்பித்தனால் சிறுகதைகள் தமிழ் இலக்கியச் செல்வங்களாகின. திருத்தக்க தேவர் தொடங்கிய வட மொழிக் காவியமரபு எவ்வாறு கம்பனிடத்தில் தமிழாகித் தமிழின் சிகரமாகி, அகில உலகையும் அளந்து நிற்கின்றதோ அவ்வாறே வ.வே.சு. ஐயரால் தொடங்கப்பெற்றசிறுகதை மரபு, புதுமைப்பித்தனிடத்துத் தமிழாகி, தமிழ் உரை நடையின் சிகரமாகி, அகில உலகிற்கும் தமிழின் பெரு மையை எடுத்துக் காட்டி நிற்கின்றது.

புதுமைப்பித்தன் காலம்வரை, சிறுகதை தமிழில் எழு தப்பட்டு வந்ததெனினும், அது தமிழ் இலக்கியப் பரப்பில் வரும் கதைப் பொருட்களையோ, இலக்கிய மரபுகளையோ உள்ளடக்காது, அவற்றிற்குப் புறம்பாகவே வளர்ந்து வந்தது. புதுமைப்பித்தன் சிறுகதையை தமிழ் இலக்கிய மரபுடன் இணைத்தார். கதைப் பொருளாலும் கதையைக் கூறும் முறையாலும் அச்சாதனையைச் செய்து முடித்தார். தமிழ் இலக்கிய மரபில் வரும் சம்பவங்களைத் தலைசிறந்த சிறுகதைகளாக்கினார். அன்று இரவு, சாபவிமோசனம், அகல்யை, சிற்பியின் நரகம், கபாடபுரம் முதலிய கதைகளில் தமிழ் இலக்கிய வரலாற்றுச் சம்பவங்களுக்கு அமரத்துவம்

கொடுத்தார். அன்று இரவு, சாபவிமோசனம், கபாடபுரம் ஆகியன புதுமைப்பித்தனின் தமிழ் இலக்கிய அறிவினையும் உணர்வினையும் நன்கு விளக்குவன.

இலக்கியப் பொருளில் மாத்திரமல்லாது நடையிலும் இலக்கியச் செம்மையைக் காணக்கூடியதாக விருக்கின்றது. மேலே குறிப்பிட்ட சிறுகதைகளில்வரும் உரைநடை, தமிழ்ச் செய்யுள் மரபின் இனித்த சாறாகவே இருக்கின்றது.

தமிழ் இலக்கியத்தின் காம்பீர்யத்துடன் பெருமையையும் உணர்த்துவதாக அமைகின்ற இப்பண்பு ஒருபுறமிருக்க, தமிழ் மரபில் வரும் விக்கிரமாதித்தன் கதை போன்றவற்றில் வரும் பொருள் மரபையும் நடைமரபையும் பிரதிபலிக்கின்ற கதைகளையும் அவர் எழுதியுள்ளார். அங்கதச் சுவையுடன் எழுதப்பட்ட நாரத ராமாயணம், எப்போதும் முடிவிலே இன்பம், திருக்குறள் குமரேசம் பிள்ளை, புதிய கந்தபுராணம், கட்டிலை விட்டிறங்காக் கதை முதலியன இதற்கு உதாரணம். புதுமையையும் பழைமையையும் இணைத்துக் காட்டும் கடவுளும் கந்தசாமிப்பிள்ளையும் புதுமைப்பித்தனின் அற்புத சிருஷ்டிகளில் ஒன்று.

தமிழ் இலக்கியத்துச் சம்பவங்களையும் புதிய கண்ணோட்டத்தில் பார்த்தார். வாதவூரர் மனப்போராட்டத்தைச் சித்திரிக்கும் அன்று இரவு, அகலிகை, சீதை, கௌதமர் ஆகியோரின் மனப்போராட்டத்தைச் சித்திரிக்கும் சாப விமோசனம் ஆகியவை, பழைய சம்பவங்களுக்குப் புதிய விளக்கம் கொடுப்பனவாய் அமைந்துள்ளன.

புதுமைப்பித்தனை அக்காலத்து ஆசிரியரிடமிருந்து பிரித்துக்காட்டியது அவர் கதைகளில் காணப்பட்ட யதார்த்தப் பண்பே. முன்னர் கூறப்பட்டதுபோன்று. யதார்த்தம் பொது இலக்கியப் பண்பாக இருக்காத அக்காலத்தில் சமுதாய நெறிக்கும் தனிமனித வாழ்க்கைக்குமிடையே காணப்பட்ட அடிப்படை முரண்பாட்டை எடுத்துக்காட்ட இந்த யதார்த்த நெறி உதவிற்று. வளரும் சமுதாயத்தின் இலக்கிய உருவமாகச் சிறுகதை அமைவதற்கு இந்த யதார்த்தப்

பண்பு உதவிற்று. வாழ்க்கைக்கும் உணர்வுக்கு. முள்ள உண்மையான தொடர்பு மறக்கப்பட்டிருக்கும் பொழுது அதனை உணர்த்துவது யதார்த்தம் என்ற இலக்கிய நெறி. சங்க காலத்தில், மன்னர் பெருமைக்கு அத்தியா வசியமெனக் கருதப்பெற்று, நடத்தப்பட்ட போர்களால் மக்கள் வாழ்வு பாதிக்கப்படுவதைக் கண்ட புலவர்கள் உண்மையை எடுத்துக் காட்டிப் பாடினர். அதே போன்று இவர் தனது காலத்திலும், தமிழ்ப் பெருமை, இலக்கியச் செவ்வி என்பவனவற்றின் காரணமாகக் கருப்பொருள் மறைக்கப்பட்ட பொழுது உண்மை நோக்கின் அவசியத்தை இந்நெறி மூலம் உணர்த்தினார். வசன இலக்கியங்களில் முதன் முதலில் யதார்த்த நெறியைப் புகுத்தியவர் புதுமைப்பித்தனே.

வாழ்வின் யதார்த்த நிலையை உணர்த்தவும், கதைப் பொருளைச் சுவைபடக் கூறவும் புதுமைப்பித்தன் பேச்சுத் தமிழையே கையாண்டார். அரசியல், சமூக இயக்க ஒருமையைக் காட்ட முனைந்த கதைகள் பொதுப்படையாக எழுதப்பட்டன. பொழுதுபோக்கிற்கென எழுதப்பட்டவையும் அவ்வழியே சென்றன. ஆனால், மக்கள் வாழ்வில் தோன்றும் இன்னல் நிலைகளை எடுத்துக்காட்டப் புகுந்த புதுமைப்பித்தன், தமது கதைகளை, குறிப்பிட்ட அம்மக்களது வாழ்வின் பின்னணியிலேயே வைத்துக் கூறினார். இதற்குப் பேச்சுத் தமிழ் உதவிற்று. புதுமைப்பித்தன் கையாண்ட பேச்சுத் தமிழ் திருநெல்வேலிவேளாளருடைய பேச்சுத் தமிழாகும். தமிழ்ச் சிறுகதை பிரதேச வாசனை பெற்று வளர்வதற்கு, இப் பேச்சுத் தமிழ்ப் பிரயோகம் மூலம் வித்திட்டவர் புதுமைப்பித்தன். புதுமைப்பித்தன் ஆரம்பித்து வைத்த முறைமையினை அடியொற்றி நின்று, தி.ஜானகிராமன் தஞ்சாவூர்ப் பிராமணர் வாழ்க்கையையும், சுந்தர ராமசாமி, கன்னியா குமரி மாவட்டத் தமிழர் வாழ்க்கையையும், ஜெயகாந்தன் சென்னை நகர வாழ்க்கையையும், ஈழத்துச் சிறுகதை எழுத்தாளர் யாழ்ப்பாண மட்டக்களப்பு கொழும்பு வாழ்க்கைத் தன்மைகளையும் எடுத்துக் காட்டுகின்றனர்.

நினைவோட்ட உத்தியைக் கையாண்டு சிறுகதை எழுதத் தொடங்கியவரும் புதுமைப்பித்தனே. குறிப்பிட்ட ஒரு உணர்வு வயப்பட்டு நிற்கும் நிலையுள், வாழ்க்கை

முழுவதையும் அடக்கிவிடுவது இவ்வுத்தியின் பண்பாகும். ஆங்கில இலக்கியத்தில் இவ்வுத்தியை மிகச் சிறந்த முறையிற் கையாண்டு சர்வதேசப் புகழ் பெற்றவர் ஜேம்ஸ் ஜொய்ஸ். இவ்வுத்தியை புதுமைப்பித்தன் முதன் முதலில் அவர் கயிற்றரவு எனும் கதையிற் கையாண்டார். செல்லம்மாள் சுப்பையாபிள்ளையின் காதல்கள் என்பன பிற கதைகள். கயிற்றரவை எழுதும் பொழுது, ஜொய்ஸ் பற்றிய உணர்வில்லாமலே எழுதினார் என்பது குறிப்பிடத்தக்கது. (காஞ்சனை, கலைமகள் காரியாலயம்) இது அவர் இலக்கிய மேதா விலாசத்தினைப் புலப்படுத்துகின்றது. இவ்வுத்தி பின்னர் சிறுகதை இலக்கிய வளர்ச்சிக்குப் பெரிதும் உதவிற்று.

புதுமைப்பித்தன் சிறுகதை யுருவத்தில் பலவித பரிசோதனைகளைச் செய்துள்ளார். வாசகரை நேரடியாக விளித்துக் கூறும் முறைமை முதல் நாடகம் போன்று காட்சிகள் தாமாகவே விரிந்து செல்லும் முறைமை வரை பலவித உத்திகளைக் கையாண்டுள்ளார். பொன்னகரம், பூசணிக்காய் அம்பி போன்ற கதைகளில் வாசகரை முன்னி றுத்திக் கூறுகின்றார். ஆனால் கல்கி வாசகரை விளிக்கும் முறைமைக்கும் இம் முறைமைக்கும் வித்தியாசம் உண்டு. அது வாசகருக்கு எடுத்துச் சொல்வது; இது வாசகனோடு கலந்துரையாடிக் கொள்வது.

புதுமைப்பித்தனின் சிறந்த சிறுகதைகளை ஆராயும் பொழுது அவரின் திறமை, தக்கதொரு களத்தை அமைத்து விட்டு அந்தப் பின்னணியில் பாத்திரங்களின் இயக்கத்தைக் காட்டுவதிலேயே தங்கியுள்ளது என்பது புலனாகின்றது. இந்த உத்தியை அவர் கையாளுவதனால் அவருடைய சிறுகதைகளில் நாடகப் பண்பும், கதை கூறும் முறைமையும் ஒருங்கு காணப்படுகின்றன. அவர் கதைகளில் சிறந்தவையென்று எல்லோராலும் ஒத்துக்கொள்ளப்படும் அன்று இரவு, சாபவிமோசனம், கடவுளும் கந்தசாமிப்பிள்ளையும். மனக்குகை ஓவியங்கள், அகல்யை, சாமியாரும் குழந்தையும் சீடையும், சித்தி, காஞ்சனை, மகாமசானம், இது மிஷின் யுகம், துன்பக் கேணி முதலிய கதைகளில் இப்பண்பு ஒளிர்கின்றது.

களத்தை அமைத்து அதன் பின்னணியில் பாத்திர இயக்கத்தைக் காட்டுவது திரைப்பட உத்தியாகும். பொதுப் படையாக பின்னணிக் களத்தைக் காட்டும்பொழுது குறிப்பிட்ட உணர்வு நிலை தோன்றுவதற்கு உதவுகின்றவற்றை விரிவாகவும் செம்மையாகவும் காட்டலாம். உணர்ச்சி முனைப்பைக் காட்டும் சின்னங்களை அழகாகக் காட்டுவதற்கு இது ஒன்றே சிறந்த வழியென்றும் கூறுவர். புதுமைப்பித்தனும் இவ்வுத்தியையே கையாண்டார்.

அன்று இரவு எனும் கதையை வாசிக்கும் பொழுது, அது திரைப்படத்துக்கான படப்பிடிப்புப் பிரதியின் மூலமாக அமைந்துள்ளதை அவதானிக்கலாம். அகல்யை, பொன்னகரம், கடவுளும் கந்தசாமிப்பிள்ளையும் ஆகிய ஒவ்வொரு கதையிலும் இவ்வுத்தியை நாம் காணலாம்.

புதுமைப்பித்தன் கதைகளைக் காலவரையறைப்படுத்திப் பார்க்கும்பொழுது உருவ அமைதியிலும், பொருளைக் கையாளும் முறையிலும் வளர்ச்சியைக் காணக்கூடியதாகவே யிருக்கின்றது.

உரை நடைப் பண்பு

சிறுகதை உலகில் அவர் ஏற்படுத்திய கருத்துப் புரட்சியை நன்கு நிறைவேற்றுவதற்குக் கருவியாக அமைந்தது அவர் கையாண்ட உரைநடையே. "கருத்தின் வேகத்தையே பிரதானமாகக்கொண்டு வார்த்தைகளை வெறும் தொடர்பு சாதனமாக மட்டும் கொண்டு தாவிச்செல்லும் நடை ஒன்றை நான் அமைத்தேன். அது தமிழ்ப்பண்பிற்கு முற்றிலும் புதிது" (ஆண்மை-முன்னுரை) என்று புதுமைப்பித்தனே தமது நடைப்பண்பு பற்றிக் குறிப்பிட்டுள்ளார். உரைநடை, கருத்துக்கு வாகனமே என்பதற்குப் புதுமைப்பித்தன் கதைகளின் வெற்றி சான்று பகருகின்றது. புதுமைப்பித்தன், வார்த்தைப் பிரயோகத் திறமையினால் தாம் விரும்பும் உணர்வு நிலையைச் சுலபமாக வாசகர் மனதில் தோற்றுவித்தார். இலக்கிய நயம் பொருந்திய தொடர்களையும், பேச்சுத் தமிழ்த் தொடர்களையும் கையாளுவதன் மூலமே இதனை அவர் சாதிக்க முடிந்தது.

புதுமைப்பித்தன் தனது கதைத் தொகுதிகளுக்கு எழுதியுள்ள முன்னுரைகளிலும் (காஞ்சனை, ஆண்மை) கலைமகளில் எழுதிய கட்டுரையிலும் (எனது கதைகளும் நானும்–கலை மகள் 47) சிறுகதை பற்றியும் தனது இலக்கிய நோக்குப்பற்றியும் கூறியுள்ளார். அவற்றை வாசிக்கும்பொழுது, இலக்கியம் பற்றிப் பூரணப்பட்ட ஓர் ஆக்கப்பூர்வமான கோட்பாட்டினை அவர் கொண்டிருக்கவில்லையென்பது தெரிகின்றது. இலக்கியத்தின் தன்மை பற்றிய கருத்துத் தெளிவிருந்தது. அத் தெளிவு ஒரு கோட்பாடாக வளரவில்லையென்பதுதான் உண்மை. அவரிடத்துக் காணப்பட்ட தனி மனித சுபாவமும், நம்பிக்கை வறட்சியும் அத்தகைய கருத்துப் பூரணத்துவத்திற்கு இடமளிக்கவில்லை. ஆனால், இலக்கியத்தின் நெறி யதார்த்தமாகத்தான் இருக்கவேண்டுமென் பதில் அவருக்கு ஐயப்பாடு இருக்கவில்லை. "பொதுவாக என்னுடைய கதைகள் உலகத்துக்கு உபதேசம் பண்ணி உய்விக்க ஏற்பாடு செய்யும் ஸ்தாபனம் அல்ல; பிற்கால நல்வாழ்வுக்குச் சௌகரியம் பண்ணிவைக்கும் இன்ஷ்யூரன்ஸ் ஏற்பாடும் அல்ல. எனக்குப் பிடிக்கிறவர்களையும் பிடிக்காத வர்களையும் கிண்டல் செய்து கொண்டிருக்கின்றேன்" (காஞ்சனை: முன்னுரை).

"பலர் இலக்கியத்தில் இன்னதுதான் சொல்லவேண்டும் இன்னது சொல்லக்கூடாது என்று ஒரு தத்துவம் இருப்பதாகவும், அதை ஆதரித்துப் பேசுவதாகவும் மனப்பால் குடித்துக் கொண்டிருக்கலாம். உண்மை அதுவல்ல. சுமார் இருநூறு வருடங்களாக ஒரு விதமான சீலைப்பேன் வாழ்வு நடத்தி விட்டோம். சில விஷயங்களை நேர்நோக்கிப் பார்க்கவும் கூசுகிறோம். அதனால்தான் இப்படிச் சக்கரவட்டமாகச் சுற்றி வளைத்துச் சப்பைக்கட்டு கட்டுகிறோம்... நடைமுறை விவகாரங்களைப் பற்றி எழுதுவதில் கௌரவக் குறைச்சல் இல்லை.

"என் கதைகளில் ஒவ்வொன்றும் ஒரு விவகாரத்தைப் பற்றியதாக இருக்கும். ஆனால் என் கதைகளின் பொதுத் தன்மை – நம்பிக்கை வறட்சி" (எனது கதைகளும் நானும்).

தமிழ் இலக்கிய வரலாற்றில் புதுமைப்பித்தனுக்குரிய இடத்தைப் பற்றிக் குறிப்பிடும்பொழுது பேராசிரியர் வையாபுரிப்பிள்ளை அவர்கள், "புதுமைப்பித்தன் அவர்கள் மிகச் சிறந்த எழுத்தாளர்களில் ஒருவர். நமது நாட்டை நலிந்து வருத்தி வரும் பலவகைக் கேடுகளையும் சிறுகதைகளின் மூலமாகச் சித்திரித்துக் காட்டுவதில் இவர் சிறந்து விளங்கினார்" என்று கூறியுள்ளார்.

புதுமைப்பித்தனின் சிறுகதைகள் தமிழ்ச் சிறுகதைகளைத் தமிழுக்கேயுரிய கலை வடிவங்களாக்கின. சிறுகதை தோன்றிய காலத்திருந்து வந்த வளர்ச்சியின் முனைப்பாகவும் அடுத்து வரவிருக்கும் விருத்தியின் ஊற்றாகவும் அமைகின்றன அவர் கதைகள். புதுமைப்பித்தனின் சிறப்பைப் பேராசிரியர் தெ.பொ. மீனாட்சிசுந்தரனார் கூறுவது புதுமைப்பித்தன் சிறுகதை வளர்ச்சிக்காற்றிய தொண்டை எடுத்துக் காட்டுகின்றது. "புதுமைப்பித்தனின் சிறுகதைகள் கவிதையுடன் போட்டி யிடுகின்றன. அவர் சிறுகதைகளிற் காணப்படும் சொல் நயமும், ஓசை நயமும், குறிப்பாலுணர்த்தும் கவர்ச்சியுடையனவாகக் காணப்படுகின்றன."

உலகச் சிறுகதைகளை ஆராய்ந்த பிராங்க் ஓ' கொனர் என்பார் 'சிறுகதை அமுக்கப்பட்ட மனிதனின் அல்லது, மக்களின் குரல்' என்றார். புதுமைப்பித்தன் சிறுகதைகள் வேறெவரையுமே கதைக் கருவாகக் கொள்ளவில்லை.

'தமிழில் சிறுகதையின் தோற்றமும் வளர்ச்சியும்'

பித்தனும் புதுமையும்

ந. சிதம்பர சுப்ரமண்யன்

1940ஆம் வருவும் காரைக்குடியில் இருந்தேன். சில நண்பர்களுடன் பத்திரிகைகளையும் எழுத்தாளர்களையும் பற்றிப் பேச்சு நடந்துகொண்டிருந்தது. உடனிருந்த நண்பர்கள் மறுமலர்ச்சி எழுத்தாளர்களிடம் அவ்வளவாக அக்கறை காட்டாதவர்கள். பெரும்பாலும் நகைச்சுவையிலும் கதைச் சுவையிலும் மனத்தைக் கொடுப்பவர்கள்.

ஒரு நண்பர் சொன்னார் "ஐயா! நீங்கள் புதுமைப்பித்தனைப் பற்றி மிகவும் சிலாகிக்கிறீர்களே? அவர் என்ன சொல்ல நினைக்கிறார் என்பது வாசகர்களுக்குப் புரிகிறதா" என்றார்.

நான் சொன்னேன். "நீங்கள் சொல்வது வேடிக்கையாக இருக்கிறது. புதுமைப்பித்தனின் புகழ்பாடுபவர்கள் அவர் கதைகளின் உட்கருத்துக்களைப் புரிந்துகொள்ளாமல் பேசுகிறார்கள் என்றுதான் நீங்கள் நினைக்கிறீர்கள் போலும், நீங்கள் நினைப்பதுபோன்ற புகழ்ச்சியினால் ஆசிரியருக்கோ வாசகர்களுக்கோ ஒருவித பயனுமில்லை. ஆனால், இலக்கியத்தின் ருசியை அனுபவிப்பதற்கு ரசனைவேண்டும். இலக்கிய ரசனையை வைத்துத்தான் எழுத்தை எடைபோடவேண்டும்.

'அப்படியானால் எங்களுக்கு இலக்கிய ரசனை இல்லையா? நாங்கள் மற்ற கட்டுரை கதைகளைப்படித்து

புரிந்துகொள்ளவில்லையா? அனுபவிக்கவில்லையா? இவர் எழுதுவது மட்டும் ஏன் புரியாமல் போகவேண்டும்? இவரும் தமிழில்தானே எழுதுகிறார்!"

'ஐயா! வார்த்தைகளைப் புரிந்துகொண்டு விட்டால் பொருளையும் புரிந்துகொண்டுவிடலாம் என்று நினைக்கிறீர்கள். அப்படியில்லை.

"தத்துவம் அவர்" "அது நீதான்" என்பதில் புரியாத வார்த்தை இல்லை. ஆனால், அதன் உட்பொருளை உணர்ந்தவன் மெய்ஞ்ஞானியாகிறான். ஆகவே எந்தக் கலையை அனுபவிப்பதற்கும் அதில் சிறிது பழக்கமும், பயிற்சியும் வேண்டும். இவையில்லாவிட்டால் பலதரப் பட்ட நூல்களை நாம் அனுபவிக்கமுடியாது" என்றேன். நண்பர் பதில் சொல்லவில்லை. ஆனாலும் நான் சொன்னதை ஒப்புக்கொண்டதாகவும் தெரியவில்லை.

இந்த நண்பர்களைப் போலவே அன்று அனேகம் பெயர்கள் புதுமைப்பித்தனின் இலக்கியப் படைப்புக்களை அனுபவிக்கத் தெரியாமல் பரிகசித்தனர். புதுமைப்பித்தனே ஒரு கட்டுரையில் சொல்லியிருக்கிறார் 'ஒரு பரம ரசிகர் இந்த மனிதன் கதை எழுதுவதை எப்பொழுது நிறுத்திக்கொள்வார்" என்று ஆவலுடன் கேட்டார். இந்தப் பரம ரசிகருக்குத்தான் எனது அடுத்த புத்தகத்தை சமர்ப்பிக்கப்போகிறேன்" என்று சொல்லியிருக்கிறார்.

ஆனால் இன்று எல்லோரும் புதுமைப்பித்தன் எழுத்தின் வலிமையை மிகவும் கொண்டாடுகிறார்கள். புதுமைப்பித்தன் கதைகளைப் புகழ்வதுகூட எழுத்தாளர்களுக்கிடையே ஒரு நாகரிகமாகிவிட்டது. நான் ஏன் இதைப் பற்றிக் குறிப்பிடுகிறேன் என்றால், எந்த தேசத்திலும் எந்தக் காலத் திலும், இரண்டுவித இலக்கியங்கள் உண்டு. பழைய நூல்களில் நாம் கேள்விப்பட்டிருக்கிறோம். ஆற்றில்விடப்பட்ட ஏட்டுச் சுவடிகளில் பெரும்பாலும் ஆற்றோடு போய்விட்டன. ஒன்றுதான் ஆற்றை எதிர்த்துச் சென்றது என்று. அதைப் போலவே அந்த அந்தக் கால தேவைகளையொட்டி, "காலத்திற்கேற்ப எழுதப்படும் இலக்கியங்கள் ஒருவகை. இது பெரும்பாலும் மக்களால் விரும்பப்படுபவை. ஆனால்

வேறு சிலர் காலமற்ற காலத்தில் நிலைத்து நிற்கும் இலக்கியங்களை சிருஷ்டிக்கிறார்கள். நாள் ஆக ஆக இந்த நூல்களின் மதிப்பு ஏறிக்கொண்டே போகும். ஆனால் முன் சொன்ன நூல்களின் மதிப்போ குறைந்து கொண்டே போகும். ஏனென்றால் அந்தக் காலப் பிரச்சினைகள் மாறிவிட்டிருக்கும். அதைப் போலவே, நூலின் செல்வாக்கும் மாறிவிடும். சிறந்த நூல்களோ, பெரும்பாலும் நூலாசிரியரின் வாழ்நாட்களில் புறக்கணிக்கப்பட்டிருந்தாலும் பின் நாட்களில் சிரஞ்சீவியாய் ஒளி விட்டுக்கொண்டிருக்கும். உயர்ந்த இலக்கியங்களைப் படைத்த பெரும்பாலான கவிகளின் வாழ்க்கையில் கண்ட உண்மைகள் தாம் இவை. புதுமைப்பித்தனின் வாழ்க்கையிலும் கூட இதைத்தான் கண்டிருக்கிறோம். இதில் ஆச்சரியப்படுவதற்கு ஒன்றுமில்லை.

நான் முதன் முதலாக அவரைச் சந்திப்பதற்கு முன்பே, அவரின் கதைகளைப் படித்திருந்தேன். அவருடைய முகம் தெரியாமலிருந்தாலும், அகத்தை மட்டும் அறிந்திருந் தேன். அவரது எழுத்திலிருந்த வேகமும், புதுமையும் என்னைக் கவர்ந்திருந்தது. மணிக்கொடி காலத்தில் புதுவித இலக்கியங்கள் படைக்கப்பட்டுவந்தன. ஆனாலும் இந்தப் புதுமை இலக்கியங்களுக்குள்ளேயும் ஒரு புதுமையை உண்டுபண்ணிக்கொண்டிருந்தவர் புதுமைப்பித்தன்.

என்ன புதுமை அவர் எழுத்தில் இருந்தது? நடையில் புதுமை! சில வார்த்தைகள் சில வரிகள் அர்த்த புஷ்டியுள்ளதாய் இருக்கும். அனேக பக்கங்களில் சொல்லவேண்டிய கருத்தை ஒரு வார்த்தை தாங்கி நிற்கும். சில கதைகளின் அமைப்பைப் பார்த்தால் வசன கவிதையைப் போல் இருக்கும். கருத்தில் புதுமை கடவுளைப் படைத்த சிற்பி, தன் சிருஷ்டியின் அழகை அனுபவிக்கத் தெரியாத 'ஜனங்கள் அதன் காலில் விழுந்து வணங்குவதைக் கண்டு நரக வேதனைப்படுகிறான் என்பது;

அகலிகையின் தவறை மன்னித்து அவளுக்குப் புத்து யிரளித்த இராமன். தவறு செய்யாத சீதையை அவமதித்து அக்கினியில் பிரவேசிக்கச் செய்தார் என்பதைக் கேட்டு, அகலிகை மறுபடியும் கல்லானாள் என்பது;

பொதுப்பணத்தைக் கையாடிய மாணிக்க வாசகப் பெருமான், சொன்ன பொய்யை மெய்யாக்க சிவபெருமான் நரியைப் பரியாக்கி ஒரு பித்தலாட்டம் செய்ததற்கு பாண்டியனிடம் அடிவாங்கினார் என்பது;

இவை போன்ற புரட்சிகரமான பார்வையோடு பழமையையும் பார்த்து,அவற்றிலுள்ள கோளாறுகளைப் பரிசீலனை செய்து உள்ளக் கருத்துக்களை வெளி யிடுவதென்பது அவ்வளவு சுலபமானதல்ல. பழமையைக் காட்டி புதுக்கண்ணோடு பார்த்தார் புதுமைப்பித்தன். நெற்றிக் கண்ணைத் திறந்தாலும் குற்றம் குற்றமே என்று சொன்ன நக்கீரர் பரம்பரையில் வந்த புதுமைப்பித்தன், கடவுளாயிருந்தாலும் குற்றம் செய்தவரைத் தண்டிக்கத் தயங்கியதில்லை. அதனால் இராமனையும் சீதையையுங் கூட இலேசில் விட்டுவிடவில்லை. பழமை என்பதால். எல்லாம் உயர்ந்ததாகிவிடாது” என்று காளிதாசன் சொல்லியது போல். பழமை எல்லாவற்றையும் அப்படியே வைத்துக்கொள்ள புதுமைப்பித்தன் மறுத்தார்.

கருத்திலும் புதுமை, அவருடைய உவமைகளும் உதாரணங்களும் பெரும்பாலும் உபயோகப்படுத்தப்பட்டு நைந்து போனவைகளாய் இராது. "எங்கெங்கோ வாரியிறைத்த பிரம்மதேவனின் சிதறுண்ட நம்பிக்கைகள் நட்சத்திரங்கள்” என்று அவர் சொல்கிறார். மனித நம்பிக்கைகள் சிதறுண்டு போவது சகஜம். ஆனால் புதுமைப்பித்தன் எழுத்தில், பிரம்மதேவன். நம்பிக்கையே சிதறுண்டு போகிறது!

‘ஊர் ஆசை கட்குடி மாதிரி ஒரு போதை வஸ்து’ “அடிமை நாட்டினர் மாதிரி அடங்கி ஒடுங்கி வளர்ந்திருக்கும் மரங்கள்” இப்படி உவமைகள் புது மாதிரியாக இருக்கும். நடையிலும் புதுமை. ஹாஸ்யத்திலும் புதுமை. அவருடைய சிரிப்பு கேலிச் சிரிப்பு அல்ல. பிறரைப் புண்படுத்தும் சிரிப்பும் அல்ல. தான் புண்பட்டு, அந்தச் சோகத்திலிருந்துவரும் ஒரு வேதனைச் சிரிப்பு. ஹாஸ்யத்தைவிட சோகத்தைத் தாங்கி வரும் ஒரு சிரிப்புக்கு ஒரு உதாரணம்:

அந்த திவ்ய பிரதேசத்தைத் தரிசிக்க வேண்டுமானால் சிறு தூறலாக மழை சிணு சிணுத்துக்கொண்டிருக்கும்

பொழுது சென்றால்தான் கண்கொள்ளாக் காட்சியாக இருக்கும். வழிநெடுக சேற்றுக் குழம்பு. சாலை ஓரமாக முனிசிபல் கங்கை அல்ல யமுனை தானே கறுப்பாக இருக்கும் – அதுதான் பிறகு இரும்பு வேலி. அதற்குச் சற்று உயரத்தள்ளி அந்த ரயில்வே தண்டவாளம். மறுபக்கம் வரிசையாக மனிதக் கூடுகள். ஆமாம். வசிப்பதற்குத்தான்....

மற்றொரு இடத்தில் சொல்கிறார். “நல்லார் அவர் பொருட்டு எல்லார்க்கும் பெய்யும் மழை ஒரு தத்துவப்பிரமை. இதற்கு எதிர் மறையாக “தீயார் அவர் பொருட்டு சிலரை வலுவாகச் சிறை செய்யவேண்டியது” என்பது சமூக உண்மை.

இப்படியே அவர் சொல்லும் உண்மைகள் சொல்லும் முறை, கையாளும் கற்பனைகள் இவைகள் எல்லாவற்றிலும் ஒரு புதுமையும் வேகமும் உணர்ச்சியின் ஆழமும் இருந்தன. எந்த விஷயத்தையும் கூசாமல், பயப்படாமல் சொல்லுவார். ஏனெனில், கலைரசனைக்கு நல்ல விஷயம் என்பது கிடையாது. விஷயத்தைச் சுவைபடச் சொல்வதே கலைஞனின் வேலை. என்னும் அடிப்படையில் அவர் எழுதுவார்.

இதனால்தான் ஒரு நண்பர் கேட்டார் “ஐயா! உங்கள் புதுமைப்பித்தன் வேதாளம், பிரும்ம ராட்சஸ், பிரேத மனிதன் பைத்தியம், பிசாசு, இப்படிப்பட்ட விஷயங்களையே கையாளப் பிரியப்படுகிறாரே” என்று, மனித சிருஷ்டிகளையே உயர்ந்தவைகளாக இலக்கிய கர்த்தர் செய்ய முடிகிறதில்லை. இப்படிப்பட்ட பயங்கர மனிதத் தன்மையுமுள்ள உயிர்ப்பொருளாக ஒரு ஆசிரியன் செய்துவிட முடியுமானால் அதுவே இலக்கிய வெற்றிக்குப் போதுமானது.

புதுமைப்பித்தன் புதுமையில் உள்ள பிரியத்தினால் பழமையை இடித்துத் தள்ளவோ. அல்லது புறக்கணிக்கவோ விரும்பவில்லை. அடிப்படைத் தத்துவங்களில் அவர் பழமையிலிருந்து நழுவியதில்லை. மனித வளர்ச்சிக்கும், கலை வளர்ச்சிக்கும் பழமையின் அஸ்திவாரம் மிகவும் அவசியம் என்று அவர் நினைத்தார். ஒருதரம் அவரிடம்

பேசிக் கொண்டிருக்கும் பொழுது அவர் வாயைக் கிளறுவதற்காக "பழங்கதைகள் பேசிப்பேசித் தான் இந்த நாடு குட்டிச்சுவராகிவிட்டதே என்றேன். அவர் சொன்னார் "நீங்கள் நினைப்பது தவறு, பழமை என்பதுதான் நம் அஸ்திவாரம் "ஐதீகம்" என்பது கலையின் செவிலித் தாய். இங்கிலாந்தையும் அமெரிக்காவையும் பாருங்கள். அமெரிக்கா கலையில் ஐதீகம் இல்லாமல் எப்படித் தவிக்கிறது" என்று.

பண்டித மனப்பான்மையையும், ரசனையற்ற படிப்பையும் புதுமைப்பித்தன் வெறுத்தார் என்றாலும் பண்டைய இலக்கியங்களில் ஈடுபாடு கொண்டவர். கம்பராமாயணத்தில் மனத்தைப் பறிகொடுத்தவர். கம்பராமாயணத்தை எடுத்துக்கொண்டால் நேரம் இடம் எல்லாவற்றையும் மறந்துவிடுவார். பாடல்களை எடுத்துக்கொண்டு மிகவும் ரசமாக எடுத்துச் சொல்வார்.

ஆனாலும், பழமை என்பதற்காக எல்லா இலக்கியங்களையும் அப்படியே நம்பிவிடமாட்டார். அந்தாதி என்ற ஒரு செய்யுள் வகையைப் பற்றி அவர் விளையாட்டாகச் சொன்னார். "இது ஒரு சிறுபிள்ளைகள், கையை காலுக்குள் விட்டுக்கொண்டு ரயில்வண்டி விளையாட்டு விளையாடுவார்களே அதைப் போன்றதொரு விளையாட்டு" என்றார்.

அறிவின் கூர்மையாலும், இதயத்தின் மென்மையாலும், எல்லாவற்றையும் கிரகிக்கும் தன்மையாலும் புதுமைப்பித்தன் தனக்கென ஒரு இடம்பிடித்துக்கொண்டு நிகரற்று விளங்குகிறார். அவர் கற்பனையின் ஆழத்தையும், கருத்தின் ஆழத்தையும் எழுத்தின் ஆழத்தையும் நன்றாகப் படித்து, சுவைத்து அனுபவிப்பதுதான் அவருக்கு நாம் செலுத்தும் நன்றியாகும்.

'மலாயாவில் புதுமைப்பித்தன் நினைவு மலர்'

புதுமைப்பித்தன் கதைக்கரு

சி.சு. செல்லப்பா

'வாழையடி வாழையாகப் பிறக்கும் வாசகளில் எவனோ ஒருவனுக்கு நான் எழுதிக்கொண்டிருப்பதாகவே மதிக்கிறேன்' என்று 1943இல் புதுமைப்பித்தன் எழுதினார், இந்தத் துணிச்சல் வாக்கியத்தின் உட்கருத்து புரியாமல் பல குரல்கள் வெகுண்டன. 'நான் கேட்டது, கண்டது, கனவு கண்டது, காண விரும்பியது, காண விரும்பாதது ஆகிய சம்பவக் கோவைகள் தான் இவை' என்று தன் கதைகளைப் பற்றி அவரே கூறியிருப்பது போல், Art for my sake' என்று பிரிட்டிஷ் நாவலாசிரியர் டி.எச். லாரன்ஸ் கூறி இருப்பது போல தனக்காகத் தான் எழுதியதைத் தானே மீண்டும் வந்து படிக்கப் படிக்கப் போவதைத்தான் அவர் குறிப்பிட்டிருக்கிறார் என்று சமத்காரமாக அவர்களுக்குப் பதில் கூறியிருக்க முடியும். மற்றொன்று அந்த வாழையடி வாழை வாசகராக ஒவ்வொருவரும் இருக்க வேண்டும் என்பது விருப்பம் என்றும் விளக்க முடியும்.

புதுமைப்பித்தனின் இந்த நிமிர்க்கையும் துணிச்சலும் அவரது இலக்கிய அபிப்பிராயங்களில் மட்டுமல்ல, படைப்புகள் அத்தனையிலுமே இழையோடுகிறது. பேரளவு துன்பத்தின் சாயைபடியாது, வெறும் உயிர்ப்பிண்டமாக வாழ்ந்த ஒரு வாலிபன், திடீர் என்று உலகத்தின் இயல்பாக இருந்துவரும் கொடுமைகளையும், அநீதிகளையும், சமூகத்தின்

வக்ர விசித்திரங்களையும் கண்டு ஆவேசமாக, கண்டதைத் தனது மன இருட்டில் தோய்த்துச் சொல்லிய பேய்க் கனவுகளாகும். எனது கதைகளின், அதாவது பூர்வ கதைகளின் 'கரு அதுதான்' என்று 1947இல் அவர் தன் கதைகளைப் பற்றிக் கூறியுள்ளார். அவர் மொத்தம் எழுதியுள்ள நூறு கதைகளிலும் பேய்க்கனவுகளைச் சொல்லும் துணிச்சல் வரிகள் தான் ஒன்பின் ஒன்றாகத் தொடர்கின்றன.

இன்னும், 'சுமார் இரு நூறு வருஷங்களாக ஒருவிதமான சீலைப்பேன் வாழ்வு நடத்தி விட்டோம். சில விஷயங்களை நேர்நோக்கிப் பார்க்கவும் கூசுகின்றோம். அதனால் இப்படிச் சக்கரவட்டமாகச் சுற்றி வளைத்து சப்பைக் கட்டு காட்டுகிறோம். குரூரமே அவதாரமான ராவணனையும் ரத்தக் களரியையும் குரூபங்களையும் விகற்பங்களையும் உண்டாக்க இடமிருக்குமே யானால், விபசாரியின் ஜீவனோபாயத்தை வர்ணிப்பதாலோ சமூகத்தின் தெம்பு இற்றுப் போகப் போகிறது? இற்றுப் போனது எப்படிப் பாதுகாத்தாலும் நிற்கப் போகிறதா? மேலும் இலக்கியம் என்பது எழுச்சி அவசத்தின் தானே?... நடைமுறை விவகாரங்களைப்பற்றி எழுதுவதில் கௌரவக் குறைச்சல் எதுவும் இல்லை' என்ற அவரது இலக்கிய சித்தாந்தத்தின் ரூபங்களாக உருவானவைகள்.

'இவையாவும் கலை உத்தாரணத்திற்கென்று கங்கணம் கட்டிக்கொண்டு செய்த சேவையல்ல... கலைக்கு எரு விட்டுச் செழிக்கச் செய்யும் நோக்கம், எனக்கோ என் கதைகளுக்கோ கிடையாது... பொதுவாக நான் கதை எழுதுவதன் நோக்கம் கலை வளர்ச்சிக்குத் தொண்டு செய்யும் நினைப்பில் பிறந்ததல்ல. அதனால்தான் என்னுடைய கதைகளில் இந்தக் கலை விவகாரத்தை எதிர்பார்க்க வேண்டாம் என்று தன் நோக்கத்தை அழுத்தமாகக் கூறியவரது சிந்தனைச் சித்திரங்கள்.

மேலே பொறுக்கியெடுத்து காட்டப்பட்ட மேற்கோள்களின் முக்கியத்துவம் புதுமைப்பித்தனையும் அவர் கதைகளையும் நாம் அணுகும் விதம், அறியும் வழி, செய்யும் மதிப்பீடு இவைகளுக்கு ஒரு எச்சரிக்கையாக இருக்கின்றன

என்பது தான். இலக்கிய கர்த்தா "சிங்காரவேலுவைப் பற்றிய கதையில் (கடிதம்) 'முக்கால்வாசிப் பெயருக்கு அழகு என்பது என்ன என்று தெரியாது. சிலருக்கு அழகாய் இருக்கிறது என்று முதலில் சொல்வதற்குத் தைரியம் இல்லை' என்று அவர் கூறத்தக்க ஒரு சமூகம் தான் புதுமைப்பித்தன் முன் இருந்த சமூகம். அழகு எது என்று தெரியாத சமூகத்துக்கு கலையையும் தெரியாது. இலக்கியத்தையும் தெரியாது. இந்த அறியாமையுடன் புதுமைப்பித்தன் கதைகளைக் கையில் எடுத்தால் 'நூற்றில் இன்னொருவராக' அவரை மதிப்பதோடு வாசகம் உள்ளம் நின்று விடும். புதுமைப்பித்தன் நூற்றில் ஒருவர். இன்றைக்கும், அவர் காலமாகிப் பனிரெண்டு வருஷங்கள் ஆன பிறகும் அவர் சாக்கிட்டுக் குத்திக் காட்டிய சமூகம் ரசனையில் அப்படிக்கொன்றும் முன் எட்டுப் போட்டதாகச் சொல்வதற்கில்லை. இந்தக் கட்டுரையில் புதுமைப்பித்தன் கதைகளின் விஷயத்தைப் பற்றி மட்டும் சற்று ஆராய்ந்து பார்ப்பது தான் நோக்கமாகும்.

அவ்வப்போது தனித் தனியேயும் தனித்தொகுதிகளாகவும் படித்த புதுமைப்பித்தன் சிறுகதைகளை, இன்று மொத்தமாக ஒரே மூச்சில் உட்கார்ந்து திரும்பப் படிக்கிறபோது, ஒன்று தூக்கி நின்று தெளிவாகத் தெரிகிறது. ஆரம்ப கால முதற்கதையான 1934ஆம் வருஷத்திய 'புதிய ஒளி' என்பதிலிருந்து அவர் காலமான பின் வெளியான கடைசிக் கதையான 'கயிற்றரவு' கதை வரை இந்தத் தொண்ணூற்றெட்டு கதைகளிலும் புதுமைப்பித்தனது "பேசும் குரல்" தான் காதிலே ஒலித்துக் கொண்டிருக்கின்றன. நான் மேலே காட்டிய மேற்கோள்களை ஒட்டியும், விவரித்தும், விளக்கியும், உருவகப்படுத்தியும் ஆன வார்த்தைகள் தான் சுவரில் அறையப்படும் ஆணி மேல் விழும் சுத்தியலடி, மேல் அடியாக விழுந்தவாறாக நம் ஞாபகத்தில் நிலைத்துக் கொண்டிருக்கின்றன. அந்தப் பேசும் குரல் என்ன சொல்கிறது?

சிக்கறுக்க வந்தோர் – சேதி புரியாமல் – வக்கரித்த புத்தி வழிமாறிப் போன மனம் கொக்கரிக்க, கூடி கூனல் மனிசரெல்லாம் பொக்கை முழம் போடும். புன்மை

இயல் பம்மா? வையம் சமைக்க வந்தோர் 'வளமை புரியாமல் பொய்யில் குளித்து – விஷ, புகை மண்டும் கேலியம்பு–நொய்யல் மனிசர்விட– நூறாய் குமையுதம்மா!

உலகில் வாழவந்த மனிதன் எந்தக் கேட்டுக்குப் போய் விட்டான் என்ற குமுறல் வரிகள் தான் சோ.வி. யின் ஒவ்வொரு கதைக்குப் பின்னும் வியாபித்து நிற்கிறது. இதை அடிப்படையாகக் கொண்டு அவலங் கெட்ட மனித வாழ்க்கையை, குளிர்ந்துபோன ஆத்மாவின் வாழ்க்கையை பல கோணங்களிலிருந்து பார்த்து விஷயங்களைத் தேர்ந்தெடுத்து ஒரு வடிவத்திற்குள் அடக்கிய விஷய சாரமாக ஆக்கி, சிறுகதை உருவகங்களாக வார்ப்பானவைகள் அவரது கதைகள்.

புதுமைப்பித்தன் கதைகள் முழுக்க முழுக்க முரணாண வாழ்வு வாழும் கதாநாயகர்களையும், செய்கைகளையும் கொண்டனவாக இருக்குமென்று கட்டிவிட முடியாது. நடு இரவில் வந்து தன் காலை பிடித்துகொண்ட உமையொரு பாகன் பிள்ளைக்குத் தன் பணம், கடன் வாங்குதல், தன் நிலம் உள்பட விற்று ஏழாயிரம் கொடுத்து உதவி, அந்த மனிதன் வைரத்தைப் பொடித்துத் தின்று மாண்டுவிட, தன் மீதிச் சொத்தை முழுவதும் விற்று வாக்குதான் சொத்து, தம்பி, பணவிஷயம், என்று கடன்காரர்களுக்குத் தீர்த்துவிட்டு, ஏழு மாதக் கர்ப்பினியான மனைவியுடன் ஊரே கண்ணீர் வடிக்க மருதூரை விட்டுப் புறப்பட்ட அரிச்சந்திர பரம்பரை சுப்பையாபிள்ளையையும் அவர் கதைகளில் காணலாம். (சொன்ன சொல்) வழி நடையில், தான் பயந்த கொள்ளைக்காரனிடமே தன்னிடம் நகை இருப்பதாகப் பேதைமையால் காட்டிக்கொண்ட கிழவிக்கு இதை வச்சுக்க. முதல் பேரனுக்கு என் பேரிடு... சங்குத் தேவர்னு' என்று கூறிக்கையில் பணப்பையைப்போட்டுவிட்டு இதுவும் வேடிக்கைதான்' என்று அங்கிருந்த கல்லில் உட்கார்ந்த சங்குத்தேவனும் நடமாடுகிறான். (சங்குத் தேவன் தர்மம்) தூக்குத் தண்டனை சில தினங்களில் அனுபவிக்க இருந்த புரட்சிக்காரனிடமிருந்து, தன் சிநேகிதி, தன்னைப்பார்க்க வரப்போகும் அந்தப் பெண்ணுக்காக

அவன் எழுதிய அந்த காகித கத்தையை பறிமுதல் செய்து ரிப்போர்ட் தயாரிக்க அதைப் படித்து பார்க்க, குற்றம் காண முடியாத இதை அழிப்பதில் என்ன இருக்கிறது என்று மனம் கொந்தளிக்க, புரட்சிக்காரனை சந்திக்க இருட்டில் துணிந்து வந்த அந்த சல்லடம் தரித்த பெண்ணின் பையில் அந்தக் கடிதக் கத்தையைத் திணித்து விட்டுப் போகச் சொல்லிக் காப்பாற்றிவிட்டு, 'பறி முதல் செய்யப்பட்ட சிறு காகிதக் குப்பை... உளறல்களாக இருந்ததால் அழிக்கப்பட்டது' என்று ரிபோர்ட் எழுதிய ஜெயில் சூபரிண்டு பரமேஸ்வரமும் இல்லாமலில்லை. (பறிமுதல்)

அடுத்தபடியாக, புதுமைப்பித்தனின் அடையாளமான கதாபாத்திரம் 'இது' என்று சொல்வதானால், 'இல்லாமையில் நிறைந்து வாழ்பவனை எடுத்துக் காட்டலாம். அதே போல, அடையாளமான கதை சந்தர்ப்பம், சம்பவநிலை என்று கூட்டுவதானால், அந்த இல்லாமையின் விளைவுகளைக் குறிப்பிடலாம். 'ஒரு நாள் கழிந்தது' என்ற கதையில் வரும், நடு மத்தியில் இரண்டாகக் கிழிந்து ஒரு கோடியில் மட்டிலும் ஒட்டிக் கொண்டிருந்த கோரைப்பாயை சேர்த்துப் பொருத்தி, அதில் உட்கார்ந்து அன்று பிரம்மப் பிரயத்தனத்திற்கும் மேலான முயற்சியால் கிடைத்த ஒரு எட்டணாவை புரட்டிப் பார்த்துக் கொண்டிருந்த 'சாகா வரம் பெற்ற கதைகளும் எழுதும் முருக, தாஸர் முதல், 'பொன்னகரம்' என்ற கதையில் வரும், விடத்தில் அடிபட்டுக்கிடக்கும் கணவனுக்குக் கஞ்சி வார்க்க இருளில் மறைந்து முக்கால் ரூபாய் சம்பாதித்து விட்ட அம்மாளு வரையில் இந்த இல்லாமை உலகத்து சிருஷ்டிகள். ஏன் பஞ்சடைத்த கண்ணோடு தகரப் பீப்பாயை பிடித்துக் கொண்டு செத்துக்கொண்டிருக்கும் கிழவனைப் பார்த்துக்கொண்டே 'அன்னதான சமாஜம்கட்டி பசிப்பிணியைப் போக்கிவிட முயலும் சமூகம் தன்பாட்டுக்கு அவசர நடைபோட்டு போய்கொண்டு தான் இருக்கிறது. (மகாமசானம்) இன்னும் 'நிசமும் நினைப்பும்' கதையில் வரும் பிறவி எழுத்தாளர் மிஸ்டர் வி.பி., 'தியாகமூர்த்தி' என்ற கதையில் வரும் இராமசாமி பத்தர் மாதிரி வறுமை உளைச்சலில் உழன்று தத்தம் நிலை தடுமாறி அவரவர் தெம்புக்கு ஏற்றவாறு சமாளித்தோ அழுந்தியோ

போன கதாபாத்திரங்களையும் அவர்களுக்கு ஏற்பட்ட சந்தர்ப்பங்களையும் புதுமைப்பித்தன் சிறுகதைகளினூடே செய்யும் பிரயாணத்தில் நிறைய உணர்ந்து அனுபவிக்கலாம்.

தமிழில் பயங்கர ரசத்தை புதுமைப்பித்தன் ஒருவர்தான் கையாண்டிருக்கிறார். 'கபாட புரம்', 'பிரம்ம ராக்ஷஸ்', 'வேதாளம் சொன்ன கதை', 'காஞ்சனை', 'காளிகோயில்', 'பயம்', 'கொலைகாரன் கை', 'செவ்வாய் தோஷம்', 'ஞானக்குகை', ஆகிய கதைகள் பல நோக்கிலிருந்து பிறந்தவை. அந்தந்தக் காலத்துக்கான சுற்றுணர்ச்சி எழும்புவதில் மட்டுமின்றி பயங்கரத்தை விவரிக்கும் வார்த்தைச் சேர்க்கைகள், மாயங்கள் விளைவித்திருக்கின்றன. படிக்கும்போது தான் உணர முடியும்.

புதுமைப்பித்தன் ஒரு இடத்தில் கூறி இருக்கிறார். 'புதியவை என்று ஒன்றும் கிடையாது' ஏனென்றால், பழையவை என்று பிரித்து வைக்க வேண்டியவையே கிடையாது. பெயர் மாற்றமும் உபயோகமாறுதலும் சந்தர்ப்பங்களுக்குக் கட்டுப்பட்டிருப்பதால், வேறு வேறு ரூபத்தில் வேறு வேறு கோணத்திலிருந்து பார்க்கப்படும் ஒரே தன்மை தான் இருந்து வருகிறது. இந்த நிலையில் புது சேது, பழசேது' இந்தக் கருத்துடன், 'பழைய கதைகளை எடுத்துக்கொண்டு இஷ்டமான கோணங்களிலெல்லாம் நின்றுகொண்டு பார்க்க எங்களுக்கு உரிமையுண்டு" என்ற அவரது கருத்தையும் சேர்த்துப் பார்த்தோமானால், 'அகல்யை', 'சாப விமோசனம்', 'அன்றிரவு' ஆகிய கதைகள் அவர் கையில் புதுமை பழமை இரண்டுக்கும் பொதுவான ஒரு நிலையின் விளக்கமாகப் பிறந்தவை என்பது புரியும். பழைய அகல்யை கதையில் கௌதமன் நடந்து கொண்டது எப்படி வேண்டுமானாலும் சரி, புதுமைப்பித்தன் கௌதமன், தன் குற்றத்தின் பாரமே உருவாக நிற்கும் இந்திரனைப் பார்த்து, 'அப்பா, இந்திரா, உலகத்துப் பெண்களை... 'போய் வா' என்கிற போதும் 'கண்ணே அகல்யா, அந்த சமயத்தில் உனது உடலுமா உணர்ச்சியற்ற கல்லாய் சமைந்துவிட்டது? என்று அவள் தலையை தடவிக் கொடுக்கிற போதும், ஞானி கௌதமனுக்கு ஏற்ற வார்த்தைகள் இவைதான், அவன்

வாயிலிருந்து வேறு வார்த்தைகள் வந்திருக்க முடியாது என்று துணிந்து சொல்ல நமக்கு வருகிறது.

புதுமைப்பித்தன் கடவுளைப்பற்றி கூறியிருக்கிறார். ஒரு கூட்டத்தின் பாதுகாப்புக்கு அது அவசியமானால் ஒரு பொய்யைச் சொல்லித்தான் கடவுள் என்ற பிரமையை சிருஷ்டித்தால் என்ன? இந்தக் கடவுள் விஷயம் ரொம்ப சுவாரஸ்யமானது. அது தனி மனிதனுக்கு ஒரு தைரியத்தைக் கொடுக்கிறது. சமூகத்திற்கு ஒரு சக்தியைக் கொடுப்பது போல. நாஸ்திகம் தர்க்கத்தில் நிஜமாக இருக்கலாம். அது சுவாரஸ்யமற்றது. வாழ்க்கையில் ஒரு பிடிப்பை ஏற்ற முடியாதது அது தனி மனிதனுக்கு அதாவது விதிவிலக்கான தனி மனிதனுக்கு சாந்தியை அளிக்கலாம். ஆனால் ரஸனை அற்றது. சுவையற்றது. அதனால்தான் ஜைனம் நாஸ்திகக் கொள்கையால் அழிந்தது. புத்தமதம் நாசமுறாதிருக்க புத்தனைக் கடவுளாக்கித் தப்பித்தது. வாழ்க்கையில் ஒரு வெறி ஏற்பட்டால் தான் பிடிப்புடன் முன்னேற முடியும். அதை சமயம் கொடுக்கிறது; அது. சொல்லுகிற மோட்சத்தைக் கொடுக்காவிட்டாரிலும் இது போதும்.

அந்த மோட்சத்தைவிட இது மேலானது. தெய்வத்தைப் படைப்பது கவிஞன். தெய்வத்தை அறிபவன் “ஸயன்டிஸ்ட்” தெய்வம் என்றால் என்ன? இலக்ஷியம். அது எந்த வடிவத்தை எடுத்தால் என்ன? மனித வர்க்கத்தை ஒருபடி உயரச் செய்தால், அது தெய்வத்தின் சக்தி படைத்தது, அதுதான் தெய்வம் என்று ஏன் சொல்லக்கூடாது?

இதே மாதிரி கேள்விகளைத்தான் ‘மனக்குகை ஓவிய’த்தில் வரும் கதாபாத்திரங்கள் தங்கள் முன்தோன்றிய தெய்வங்களைக் கேட்கின்றன. ‘உமக்கு எல்லாவற்றையும் அழிக்க முடியும். உம்மை அழித்துக்கொள்ள முடியுமா? நீர் மட்டும் மிஞ்சுவதுதான் சூன்யம் என்று அர்த்தமா? உம்மையும் அழித்துக்கொள்ளும்படி நீர் தொழிலை நன்றாகக் கற்று வந்த பின், நெஞ்சைத் தட்டிப் பார்த்துக்கொள்ளும் என்று சொல்லிக் கொண்டே, கைலையங்கிரி ஈசன் பார்வைக்கு முன் கருகி நசிக்கும் குழந்தை, ‘அதோ கிடக்கிறது பார். நான் போட்டுவிட்டு வந்த உடல். அதில்

போய் உட்கார்ந்துகொள். அப்புறம் உன் கிங்கரர்களை ஏவி அழைத்து வரும்படி செய். அப்போது தெரியும் உனக்கு! பயம் என்ன என்பது. என்று தர்மராஜனைப் சொல்லிச் சிரிக்கும் மனித உயிர்! மகா விஷ்ணுவைப் பார்த்தும் கூட, 'செப்பிடுவித்தைக்காரனா, பகல் வேஷக்காரனா? என்னை ஏமாத்த முடியாது. நேரமாகிறது, தபஸ் பண்ணப் போகிறேன் என்று காட்டிற்குள் ஓடிய உத்தானபாதனது குழந்தை, 'என்னை சிருஷ்டிக்க நீர் உபயோகித்த புழுதியைவிட்டு நான் எப்படி விலக முடியும்?

நான் நிமிர்ந்து நேராக நிற்பதற்கே இந்தப் புழுதிதானே ஆதாரம்? புழுதியைக்கண்டு அஞ்சும் உமக்கு, அதன் மீது நிற்கும் என்னை அறிந்து கொள்ள சக்தி உண்டா? நீர் அந்த சக்தி பெற்று கீழே வரும் வரை, நான் இந்தப் புழுதியில் கண்டெடுத்த, அதில் என்னோடு பிறந்த இந்த இரும்புத் துண்டை வைத்து என்னைப் பாதுகாத்துக்கொள்கிறேன்' என்று கர்த்தரைப் பார்த்துக்கூறிய மனிதன். இவர்கள் யாவரும் கடவுளும் மனிதனும் நெருங்கி வரச் செய்யக்கேட்கும் கேள்விகள்.

அந்த மனித உயிர் விரும்பியபடி கடவுள் இந்த உலகத்துக்கு இறங்கி வந்து மே.க. ரா. கந்தசாமிப் பிள்ளை வீட்டுக்கே வந்து விடுகிறார். "இரண்டு கப்கள் காபி என்று தமிழ் சரியாகச் சொல்ல வேண்டும் என்று பிள்ளையிடம் முறியடிக்கப்பட்டு, கடவுள், கோவில் என்று அவர் பேசும் போதெல்லாம் நடுங்கி, இவ்வுலக சுகாதார பாடமும் கற்றுக்கொள்வது மட்டுமில்லை சிக்கிரிப் பவுடர் என்ன என்றும் அறிந்து கொள்கிறார். போலிரூபாய் நோட்டைக் கொடுத்துத் தன்னை ஏமாற்றிய கடைக்காரனை ஏமாற்ற அந்த நோட்டை மட்டும் பொறுக்கி எடுத்துக் கிழித்தெறிந்து, தான் கடவுளானாலும் கடவுள் என்று. பெயர் வெளிக்காட்டிக் கொள்ளாமல், 'மனுஷ அத்துக்குக் கட்டுப்பட்டு என்னுடன் பழகும்' என்ற கந்தசாமிப் பிள்ளையின் ஆக்ஞைப்படி பழைய பரமசிவமாகப் பெயர் கொண்டு வீட்டில் பழகுகிறார். கந்தசாமிப் பிள்ளையின் உபதேசத்தால் தொழில் செய்யவிரும்பி தேவியையும் அழைத்துக்கொண்டு கலாமன்ற

பிரசிடெண்ட் முன் கூத்தனார் – பார்வதி என்ற பெயரில் நிஜ சுவரூபத்தில் கூத்து ஆடி, தன்னை மறந்து வெறிக் கூத்து ஆடப்போகும் சமயம், கந்தசாமிப் பிள்ளையால் எச்சரிக்கப்பட்டு, ரசிகரால், 'சட். வெறும் தெருக்கூத்தாக இருக்கு. என்னங்காணும் போர்னியோ காட்டுமிராண்டி வேஷம்!' என்று அதட்டப் பெற்று, ஆடிய பாதத்தை அப்படியே நிறுத்தி சூலத்தில் சாய்ந்து நிற்கிறார்.

'ஓய்! கலைன்னா என்னான்னு தெரியுமாங்காணும்? புலித்தோலைத்தான் கட்டிக் கொண்டீரே. பாம்புன்னா பாம்பையா புடிச்சுக்கொண்டு வருவா? பாம்பு மாதிரி ஆபரணம் போட்டுக்கொள்ள வேண்டும். புலித்தோல் மாதிரி கட்டிக்கொள்ள வேணும், கலைக்கு முதல் அம்சம் கண்ணுக்கு அழகுங் காணும்? வாஸ்தவமாக பார்வதி பரமேஸ்வராளே இப்படி ஆடினாலும், இது நாட்டிய சாஸ்திரத்துக்கு ஒத்து வராது. அதுலே இப்படிச் சொல்லலல்லே. பாம்புகளையெல்லாம் பத்திரமாகப் புடிச்சுக் கூடையிலே போட்டு வச்சுப்புட்டு, வேஷத்தைக் கலையும். இது சிறிசுகள் நடமாடுகிற இடம்' என்று எச்சரிக்கப்பட்டு அனுப்பப்படுகிறார்.

'தெரிந்த தொழிலைக் கொண்டு லோகத்தில் பிழைக்க முடியாது போலிருக்கே' என்று கவலையுடன் சொன்ன கடவுளுக்கு, 'நான் சொன்னது உங்களுக்குப் பிடிக்கவில்லை. உங்களுக்குப் பிடித்தது லோகத்திற்குப் பிடிக்கவில்லை என்ற பதில் கந்தசாமிப் பிள்ளையிடமிருந்து கிடைக்கிறது. உலகம் இதற்குள் புளித்துவிட. 'உங்களிடமெல்லாம் எட்டி நின்று வரம் கொடுக்கலாம்; உடன் இருந்து வாழ முடியாது என்று கூறிவிட்டு உங்கள் வர்க்கமே அதற்குத் தான் லாயக்கு என்று பதில் அடியும் பெற்றுக்கொண்டு இவ்வுலக அனுபவம் பெற்று கந்தசாமிப் பிள்ளையின் சித்தவைத்திய தீபிகைக்கு ஜீவிய சந்தாவாக இருபத்தைந்து ரூபாயை வைத்து விட்டு மறைந்துவிடுகிறார் கைலாசபுரம் பழைய பரமசிவம் பிள்ளை. ஜீவிய சந்தா வரவு ரூபாய் இருபத்தைந்து என்று கணக்கில் பதிந்தார் கந்தசாமிப்பிள்ளை. (கடவுளும் பிள்ளையும்). மனிதனுக்கு மட்டுமல்ல, அவனைப்படைத்த கடவுளுக்குமே

அனுபவம் வேண்டியிருக்கிறது. அது அவன் கண்ணைத் திறக்கிறது. இந்த அனுபவம் இருவருக்கும் ஏற்பட்ட நிலையில் தான் கடவுள் மனித உறவு நிலைக்க முடியும் என்பதை தெய்வத்தைப் படைக்கும் கலைஞன்' கண்கொண்டு பார்த்த விளைவுதான் மேலே பிரஸ்தாபிக்கப்பட்ட சிறுகதைகள்.

தற்கால மனித வாழ்க்கைச் சூழ்நிலையில் மனிதனுக்கு விரக்தி எத்தகைய சந்தர்ப்பங்களில் ஏற்படும் என்பதை வரையறுத்துச் சொல்ல முடியாது. அப்படி ஏற்பட்ட விரக்தி என்ன பக்குவத்தைத் தரும். எந்த அஸ்திவாரத்தில் அமைந்த பக்குவம் எந்த அளவுக்கு நிலைக்கும் என்பதும் முடிவாகச் சொல்ல முடிகிறதில்லை. விஷங்களையும், கண்ணாடித் துண்டுகளையும் தின்று சாகாத ஹடயோகி சித்தாந்தசாமி, குடல் பகுதி அழுகிய நிலையில் ஆஸ்பத்திரியிலிருந்து மாயமாக மறைந்தபோது, நாஸ்தீகத்தில் அபார சக்தியுள்ள டாக்டர் விஸ்வநாதன் காஷாயம் வாங்கிக் கொண்டு கைலாஸ பர்வத சிகரத்தில் அவரது சகாவெள்ளையர்கள் பார்த்துப் புரியாமல் திகைக்க, உறைபனிக்குள் பத்மாசனமிட்டு நிஷ்டையில் உட்கார்ந்திருக்கிறார். (உபதேசம்) இசக்கி முத்துக்கு விரக்தி கிறிஸ்தவபாதிரியின் விபரீதப்போக்கில் ஆரம்பித்து தப்பிதம் செய்துவிட்ட மனைவியின் செயலில் இருந்து எழுந்த விளைவு (அநுதாபம்) ஆனால். எந்தவிதமான மனசுக் கசப்புக்கும் இடம் ஏற்படாத நிலைமையில் தொட்டதெல்லாம் பொன்னான நிலையிலும், திடீர் வைராக்யம் பெற்ற செண்பகராமன் பிள்ளை, சாந்தலிங்கச் சாமியாகி பத்து வருஷம் வாழ்ந்து மீண்டும் செண்பகராமன் பிள்ளையாகி 'சாந்தலிங்கச்சாமி ஒடுங்கி நாலு மணி நேரம் ஆச்சு' என்கிற போது. அப்பா செண்பக ராமா!' என்ற பலமுறை குரல் கேட்டு அடிக்கடி திடுக்கிட்டுத் திரும்பும்போதெல்லாம் இந்த ஜென்மத்தில் நான் சாந்தலிங்கமாக ஆக மாட்டேன் போலும் என்று கூறிக்கொண்டே, தன் நிற்சாத சதையாட்டத்தின் விளைவாக மடிந்த ஒரு வைராக்யம் என்பதைக் காட்டுகிறது (சித்தி).

கடைசியாக 'கயிற்றரவு' பாம்பு கடித்து விஷம் தலைக்கேறி மூச்சு அடங்குவதற்குள் கடிப்பதற்கு முன், தான் இருந்திராத ஒருகாலத்தை கற்பனை பண்ணி தான் வளர்ந்த காலத்தையும்

சிந்தித்து, 'தயிர்க்காரி கோடு போடுகிற மாதிரி நாமாகக் கற்பனை பண்ணிச் சொல்லிக் கொள்ளும்... இளமைகள் எல்லாம் அடிப்படையில் ஒன்றுதானே... சிலந்திப் பூச்சி தனது வயிற்றிலிருந்து விடும் இழைபோல நீண்டுகொண்டே வருகிறது என்று காலம் என்ற ஜீவநதியின் ஓட்டப்போக்கை ஓடவிட்டு. கடித்த பின் காலத்தில் தான் கரைவதையும் உணர்ந்தவாறே கண்மூடிய பரமசிவம் பிள்ளையின் கயிற்றரவு நிலை அதாவது கயிற்றில் தோன்றும் பாம்புணர்வு நிலையை சித்திரிப்பதில் காலமே வெறும் கயிற்றரவு என்பதை உணர்த்துவது.

ஆக, இந்த அத்தனை கதைகளிலும் புதுமைப்பித்தனின் மனோதர்ம வீச்சு, ஒரு சிருஷ்டிகர்த்தா தான் உயிர் கொடுத்து சிருஷ்டிப்பதற்கு உபயோகிக்க முடிந்த, தன் அனுபவ அம்சங்கள், எத்தனை சந்தர்ப்பங்களில், எத்தனை விதங்களில் படர்ந்து இருக்கின்றன என்பதைக்காண முடிகிறது. 'கதையுலகத்தின் நியதி அது' என்று அவர் பிரித்துக் கூறிய மாதிரி வாழ்க்கையின் நியதியிலிருந்து எழுந்ததானாலும்கூட வெறுமனே கண்ணால் பார்த்ததோடு நின்று விடாமல், கண்பார்த்து மூளைக்குள் செலுத்தி, தான் அறிந்து அதில் ஈடுபடுமுன்னரே கணிசமான வேற்றுருவம் பெற்றுத் தனக்கென ஒரு கலா நியதியைப் பெற்றுவிட்ட அழகு அனுபவங்களாகும் அவர் கதைகள்.

'மலாயாவில் புதுமைப்பித்தன் நினைவு மலர்'

வெற்றியின் ரகசியம்

க. கைலாசபதி, பி.ஏ. ஹானர்ஸ்
(பிரதம ஆசிரியர் தினகரன், கொபம்பு)

"ஒவ்வொரு தேசத்திற்கும், ஒவ்வொரு சமுதாயத்திற்கும் தனிப்பட்ட கலாபாவம் உண்டு. கலையின் தத்துவம் ஒன்றுதான். அதன் அடிப்படையான விதி ஒன்றுதான். ஆனால் அது சமுதாயத்தின் வாழ்க்கைக் கண்ணாடி; வாழ்க்கை கற்ற ஒரு கலையின் மேதையை அந்தச் சமுதாயம் தான் பூரணமாக அறிய முடியும்."

– புதுமைப்பித்தன் (கட்டுரைகள்)

தமிழ்ச் சிறுகதையிலே ஒப்பாரும் மிக்காருமற்று விளங்கும் புதுமைப்பித்தனை – அவர் இலக்கிய மேதைத் தன்மையை–தமிழ்ச் சமுதாயம் இப்பொழுது மனப்பூர்வமாக ஏற்றுக் கொண்டிருக்கிறது. நவயுகத்தைக் கூவி நாவார அழைத்த புதுமைக்கவி பாரதியாரைப் போலப், புதுமைப்பித்தனும் இலக்கியத்தில் புதுமையையும், புரட்சியையும் புகுத்தியவராகக் கருதப்படுகிறார். புதுமையின் பெயரால் புதுமைப்பித்தன் இன்று சிலரால் கண்மூடித் தனமாகக் கூடப் போற்றப்பட்டாலும், தமிழிலக்கிய வரலாற்றிலே–தொன்று தொட்டு நிலவி வரும் தமிழ் இலக்கியப் பாரம்பரியத்திலே புதுமைப்பித்தன் அழியாத இடம் பெறுவதற்கு புதுமைப்பித்தனது 'புதுமைப்பித்து'

மட்டும் காரணமாகி விடவில்லை. புதுமைப்பித்தனுக்கு இலக்கிய உலகில் அமரத்துவம் அளிக்கும் பண்பு–ஜீவசத்து– எது என்பதனை ஒரு சிறிது தொட்டுக் காட்டுவதே இக்கட்டுரையின் நோக்கமாகும்.

சிறுகதை : என்னும் இலக்கிய வடிவம் தமிழுக்குப் புதியது என்பது உண்மை. ஆனால் புதிய இலக்கிய வடிவங்களைக் கையாள்வதினால் மட்டும் ஓர் இலக்கிய கர்த்தா மேதையாகி விடுவதில்லை. புதிய இலக்கிய வடிவங்கள் பிறப்பதும் அவற்றைப் படைப்பதும், இலக்கியத்துக்கோ, இலக்கிய சிருஷ்டி கர்த்தாக்களுக்கோ புதுமையான விஷயங்களுமல்ல. தொடர்நிலைச் செய்யுளைப்பாடிய சிலப்பதிகார ஆசிரியர் இளங்கோவும், விருத்தப்பாவில் காவியம் பாடிய சிந்தாமணி திருத்தக்க தேவரும், பரணிபாடிய ஜெயங்கொண்டாரும், பள்ளுப் பிரபந்தத்தைப் பாடிய வரும், குறவஞ்சியை உருவாக்கிய வரும் முதன் முதலில் புதிய இலக்கிய வடிவங்களையே கையாண்டிருக்கின்றனர். வட மொழி யிலிருந்து எடுத்தார்கள் பண்டைய புலவர்கள்; ஆங்கிலம் பிரெஞ்சு, ஜெர்மன் முதலிய மொழிகளிலெல்லாமிருந்து புதியபுதிய இலக்கிய வடிவங்களையும் சாயைகளையும் பெற்றுக் கொள்கிறார்கள் இற்றைய இலக்கிய ஆசிரியர்கள். எனவே புதிய இலக்கிய வடிவமான சிறுகதை உருவமைப்பை வெற்றியுடன் கையாண்டதனால் மட்டும் புதுமைப்பித்தன் பெரும் புலவனாகி விடவில்லை என்பதை நாம் முதலில் நினைவு கொள்ளலாம்.

அவ்வாறாயின் புதுமைப்பித்தனது வெற்றியின் இரகசியம் யாது?

புதுமைப்பித்தன் என்னும் புனைபெயரைத் தாங்கித் திரிந்திருந்தாலும் புதுமைப்பித்தன் தமிழிலக்கிய மரபில் –பழமையில் ஊறித்திளைத்தவராக இருந்தார். கம்பன், இளங்கோ, வள்ளுவர், நாயன்மார், ஆழ்வார் பெரும் புலவர்களைக் கற்று நன்குணர்ந்து, இடைக்காலப் புலவர்களை விரும்பிச் சுவைத்து, கோபாலகிருஷ்ண பாரதி இராமலிங்க சுவாமிகள் முதலிய இசைக் கவிஞர்களைத் தன்னுளத்திற் கொண்டதன் காரணமாகவே மகாகவி பாரதியார் புதிய

புதிய புதுமைகளைப் புகுத்தும் வல்லமை பெற்றிருந்தார். புரட்சி பற்றிப் பாடும் போதும் மாகாளியின் கடைக் கண் வீச்சைக் கூறும் திறத்தை இழக்கவில்லை பாரதியார். 'வாழையடி வாழையாக வந்த திருக்கூட்ட மரபினில் யான் ஒருவனன்றோ என்று பாரதியும் கூற முடிந்தது.

கற்பு, காதல், நட்பு, வீரம், மானம், பக்தி முதலிய பற்பல துறைகளிலும் நிலவி வந்த நடைமுறைப் பழக்கங்களையும், நம்பிக்கைகளையும் புதுமைப்பித்தன் தாக்கினார்– சாடினார் கேலிசெய்தார் என்பது உண்மையே. ஆனால் அதே சமயத்தில் அவற்றைத் தமிழ்க் கண்கொண்டே அணுகினார். மேனாட்டு இலக்கியங்களை நன்கு கற்றார் புதுமைப்பித்தன். ஆனால், அவரது கதைகளிலென்ன, கட்டுரைகளிலென்ன பரிசீலனைக் கவிதைகளிலென்ன, சொல்லும், பொருளும் தமிழ் மண்ணில் பிறந்தவையாகவே இருந்தன.

உவமை, உருவகம், குறிப்புப் பொருள், சொற் சேர்க்கை முதலிய நுணுக்கங்களிலேயே ஓர் இலக்கிய மேதையினது அசாதாரண ஆற்றல் வெளிப்படுகிறது. மரபு வழி நின்று இந்த நுணுக்கங்களைக் கையாளும் போதுதான் அவற்றின் பூரணத்துவம் புலப்படுகிறது.

இந்த இடத்தில் மரபு என்றால் என்ன எனச் சிறிது கூற வேண்டும் என எண்ணுகிறேன். ஒரு சமுதாயத்தினரின், பழக்க வழக்கங்கள், நம்பிக்கைகள், சமுதாய நடைமுறை விதிகள், சமயச் சடங்குகள், தனி மனித–சமூக உறவு முறைகள் ஆகிய யாவும் சேர்ந்தே மரபு ஆகின்றது. சுருங்கக் கூறின் மரபு என்பது இன்னது இன்னது ஆகாதன என வரையறுக்கும் வழிவழி வரும் ஒரு சக்தியாகும். உதாரணமாக தெருவில் போகும் ஒருவருக்குக் கைகூப்பி வணக்கம் கூறுவதும், பகிரங்கமாகப் பெண்களை முத்தமிடாததும், வெள்ளிக்கிழமைகளில், கோயிலுக்குப் போவதும் நமது தமிழ், இந்து சமுதாய மரபின் பாற்படுபனவே. இவற்றையெல்லாம் அனு சரித்தே ஒரு சமுதாயத்தினரின் கலை, இலக்கியம் முதலானவை உருப்பெறுகின்றன. இதனை மனத்திற் கொண்டே புதுமைப்பித்தனும்,

“ஒவ்வொரு தேசத்திற்கும், ஒவ்வொரு சமுதாயத்திற்கும் தனிப்பட்ட கலா பாவம் உண்டு” எனக் கூறியுள்ளார்.

புதுமைப்பித்தனது, கதை, கட்டுரை, கவிதை, பிற உதிரி எழுத்துக்கள் ஆகிய சகலவற்றையுங் கொண்டே நாம் அவரை மதிப்பிட வேண்டும் அல்லவா? அப்படிப் பார்த்தால் புதுமைப்பித்தனது மரபுணர்ச்சியை மூன்று வகையாக அறிந்து கொள்ளலாம்.

(1) தமிழ் இலக்கியம், வரலாறு. கர்ண பரம்பரைச் செய்திகள் ஆகியவற்றைத் தமது எழுத்துக்களுக்குப் பொருளாகக் கொண்டிருக்கிறார்.

(2) தமிழ் இலக்கிய வளத்தைக் காட்டும் சொல்லாட்சி; உவமை, உருவக ஆட்சி முதலியனவற்றை அவரது வசனத்திலும் கவிதையிலும் காணலாம்.

(3) தமிழ் நாட்டு வாழ்க்கை முறையை உள்ளும் புறமும் தெரிந்து கொண்டார் அவர்.

பொன்னகரம், கவந்தனும் காமனும், விபரீத ஆசை, முதலிய கதைகளில் சம்பிரதாயமாகக் கொள்ளப்பட்ட ஒழுக்கக் கருத்துக்களைக் கிண்டல் செய்து ‘உள்ளதை உள்ளபடி காட்டினார் புதுமைப்பித்தன். நாசகாரக்கும்பல், துன்பக் கேணி, மனித யந்திரம். மகாமசானம், உபதேசம் முதலிய கதைகளில் அன்றாடப் பிரச்சினைகளை அலசினார்; எனினும் இவையாவும் தமிழ் மண்ணின் மணங்கமழ வெளி வந்தன.

‘ஸ்டோர் மானேஜர் கண்ணப்ப நாயனார் ரகத்தைச் சேர்ந்த பேர் வழி. தனது இஷ்ட தெய்வத்திற்கு தான் ருசித்துப் பார்த்துத்தான் சமர்ப்பிப்பார்” (–துன்பக் கேணி)

“பக்தி மார்க்கத்தில் ஏகாக்கிரக சிந்தையைப் பற்றிப் பிரமாதமாக வர்ணிக்கிறார்கள்; மனம் ஒரே விஷயத்தில் லயித்து விட்டால் போதுமாம்; பிள்ளையவர்களைப் பொறுத்தவரை அவர் இந்தப் ‘பணம்’ என்ற மூன்றெழுத்து மந்திரத்தில் தீவிர சிந்தை செலுத்துபவர்.

(–ஒருநாள் கழிந்தது)

"வீட்டு வரவு செலவு கணக்கு மட்டும் அவருடைய இந்திர ஜாலவித்தைகளுக்கெல்லாம் மீறி, உலகளந்த பெருமாளாகச் சென்ற நாற்பத்தைந்து வருஷங்களாகப் பரந்து கிடக்கிறது; பரந்து கொண்டு வருகிறது"

(– மனித யந்திரம்)

சமூகக் கதைகளில் புதுமைப்பித்தன் கையாண்ட நடை இது.

அன்று இரவு, சிற்பியின் நரகம், பிரம்மராக்ஷஸ், கனவுப் பெண், அகல்யை, கொன்ற சிரிப்பு, மனக்குகை ஓவியங்கள் சாபவிமோசனம், ஆகிய கதைகள் பழைய பொருள்களை, புதிய நோக்கில் பார்க்கும் முயற்சிகள் அபரா வெற்றிப் படைப்புகள், நாரத ராமாயணம் இத்துறையில் தனிச் சிறப்பு வாய்ந்ததாகும். ஆலன் போ, பிரிட்சேட் டி.எச். லாரன்ஸ் முதலிய மேனாட்டு ஆசிரியர்களுக்கீடாக எல்லாம் தமிழ் இலக்கியம் படைக்க வேண்டும் எனத் துடித்து ஓரளவு வெற்றியுங்கண்டு தமிழுக்குப் புகழும், தனக்கு அமரத்துவமும் தேடிக் கொண்ட புதுமைப்பித்தன் தமிழ் மரபு தவறாது. படைத்தார் இலக்கியம் என்பதை நாம் மறத்தலாகாது. திரு சிதம்பர ரகுநாதன் கூறியிருப்பது போல, புதுமைப்பித்தன் கதைகள் தமிழுக்குத் தனி வழி, மரபு: தனிப்பாதைகாட்டின; எனினும் அவர் தவறவில்லை.

'மலாயாவில் புதுமைப்பித்தன் நினைவு மலர்'

'புதுமைப்பித்தன் மனபாரமே அவரைக் கொன்றது'

ராவ்சாகிப் எஸ். வையாபுரிப்பிள்ளை

இப்பெயர் எனது நண்பர் சொ. விருத்தாசலம் அவர்கள் புனைந்து கொண்டது. இவர்களைப் பற்றிய வரலாற்று நூலொன்று திரு. ரகுநாதன் அவர்களால் சமீபத்தில் வெளியிடப்பட்டது. அதில் புதுமைப்பித்தன் கைப்பட எழுதிய இரண்டு வெண்பாக்கள் கையெழுத்து மாதிரிக்காகத் தரப்பட்டுள்ளன. அவை வருமாறு:-

அல்வா எனச்சொல்லி
   அங்கோடி விட்டாலும்
செல்வா நீ தப்ப
   முடியாதே - அல்வா
விருது நகர்கெடியில்
   உன்னுடனே கட்டாயம்
வருது என காத்திருப்பேன்
   நான்.
சென்னைக்குப் பதினேழில்
   சீட்டுக் கொடுத்து விட்டு
உன்னைப் பிறகங்கே
   சந்தித்து-பின்னை
ஊருக்குப் போவேன்
   உறுதியாய் வா அங்கே
நேருக்கு மற்றவையப்
   பா.

இந்தச் செய்யுட்களைப் பார்த்த அளவில் இவை பண்டைச் செய்யுள் இலக்கணத்திற்கு மாறாக உள்ளன என்பது எளிதிற் புலப்படும். சீர், தளை, மோனை முதலியன இலக்கணங்களிற் கூறியபடி அமையவில்லை. சொ.வி. வேண்டுமென்றே இலக்கணத்தைக் கை விட்டு நூதன முறையைப் பின்பற்றியிருக்கிறார். இவ்வாறு பின்பற்றியவர்களிலே ஆழ்வாராதியர்கள்கூட உட்பட்டிருக்கின்றனர். உதாரணமாக நான்முகன் திருவந்தாதியில்,

இது விலங்கை யீடழியக் கட்டிய சேது
இது விலங்கு வாலியை வீழ்த்ததுவும்- இது விலங்கை
தானொடுங்க வில்நுடங்க தண்தாரி ராவணனை
ஊனொடுங்க வெய்தா னுகப்பு'

என்ற செய்யுளைக் காட்டலாம். ஆனால் ரிஷிகள் முதலியோரால் செய்யப்பட்ட கவிதையைப் பிழையென்று சொல்லலாமா? 'ஆர்ஷம்' என்று அதைக் கூறி விடுதல் முற்காலத்தில் மரபு இன்னும் ஆயிரம் ஆண்டுகள் கழித்து சொ.வி.யை ஒரு ரிஷியாகத் தமிழுலகம் போற்று மானால் அவரது கவிதையையும் ஆர்ஷம் என்றுதான் அக்காலத்து அறிஞர்கள் கூறுவார்கள்.

இவ்வாறாக, பழமையைத் துறந்து புதுமையிலே ஈடுபட்டு மனத்தை இழந்து விட்ட ஒரு புலவர் ஆவார் நமது சொ.வி. இதை நாம் நன்றாய் மனத்திற்கொள்ள வேண்டியது. கம்பனும் "புதியன கண்ட போது விடுவரோ புதுமை பார்ப்பார்" (பூக்கொய்.9) என்று புதுமையில் மக்களுக்கு இயல்பாக உள்ள பைத்தியத்தை உணர்த்தியிருக்கிறான்.

பழமை எப்பொழுதும் பின்னோக்கிச் செல்வது; அல்லது முன்னேறிச் செல்வதை ஏற்றுக்கொள்ளாதது. இந்தப் பழமை புதுமை என்ற இரண்டின் போராட்டத்தினால் தான் மக்கள் வாழ்வு அபிவிருத்தியடைந்து கொண்டிருக்கிறது. இவ் விரண்டினுள் ஒன்று இல்லாது போனாலும் வாழ்வு பூர்த்தியாக மாட்டாது. இதை நன்குணர்ந்தவர் நமது சொ.வி. ஆனால் அவர் புதுமையிலே அதிகப்பற்றும் பழமையிலே மிகக் குறைந்த பற்றும் உடையவர். இப்படி

யிருப்பதுதானே நியாயம். எதிர்கால வாழ்வைத்தானே நாம் நெறிப்படுத்த முடியும். இந்த இயல்பை அவர் எழுதியுள்ள செய்யுட்கள், கடிதங்கள், வசன நூல்கள், கதைகள், விமர்சனங்கள் முதலிய எல்லாவற்றிலும் காணலாம்.

புதுமை என்றவுடன் தற்காலத்தார் அறியாத புதுமை என்று நினைத்தல் கூடாது. தற்காலத்தார் வழங்கும் சொற்களையும் நடையையுமே சொ.வி. கையாளுகிறார். சில இடங்களில் கீழ்மக்கள் என்று சிலர் கருதும் இனத்தவர்கள் பேசும் சொற்களையும் உபயோகப்படுத்துகிறார். தற்காலத்தார் அடிக்கடி வழங்கும் ஸ்டுடியோ, ஹோட்டல் முதலிய ஆங்கிலச் சொற்களையும் வழங்குகிறார். சிலர் தற்காலத்தில் வாழ்பவர்களாயிருந்தும், கிறிஸ்துவப்பத்திற்கு முன்னிருந்தவர்கள் போலத் தம்மைக் கருதிக்கொண்டு எழுதி-வருகிறார்கள். இந்த இனத்தை இவர் சார்ந்தவரேயல்ல. முழுக்க முழுக்க தற்காலத்தைச் சேர்ந்தவரே நமது சொ.வி.

நமது நாட்டில் வெகு காலமாகச் சொற்களும் கருத்துக்களும் அடக்குமுறைச் சட்டத்திற்கும் உட்பட்டு உயிர்த்தத்துவத்தை இழந்து வருகின்றன. அவற்றிற்கு விடுதலை கொடுத்துச் சுயேச்சையாய் வெளியில் உலவிவரும்படி செய்தவர்களுள் ஒருவர் நமது சொ.வி.மக்கள் பொதுப்படப் பிறர் கண்ணிற்படாதபடி மறைவிற் செய்யும் காதல் கலவி முதலிய விஷயங்களையும் வெளிப்பட இவர் கூறி யுள்ளார். ஒளிவு மறைவு என்பது இலக்கியத்திற் கூடாது என்பதுதான் இவர் கொள்கை. இதனால் இவரைக் கட்டுப்பாட்டிற்கு அடங்காதவர் அல்லது சமுதாய ஒழுங்கிற்குப் புறம்பானவர் என்று சிலர் நினைப்பார்கள். மறைவும் சோகமும் நிரம்பி இருள் மயமாயிருக்கும் மனத்திலே அகவிருளைப் போக்கவேண்டுவது அவசிய மல்லவா? அன்றியும் மேல் நாட்டில் எழுத்தாளர்கள் எழுதிவரும் போக்கை நாம் கவனித்தால் இது ஒரு குற்றம் என்று சொல்லவே முடியாது. இவரது தந்தை யாராகிய சொக்கலிங்கம்பிள்ளை இவரது குணத்தைக் குறித்து "என்னமோ அவன் பிறந்த ராசி அப்படி; அடங்காப்பிறவி" என்று ஒரு முறை கூறினாராம். இயற்கையிலேயே இந்த அடங்காக்குணம் வாய்ந்த சொ. வி.

முற்கூறியபடி எழுதினார் என்றால் அது தவிர்க்கமுடியாத ஓர் இயல்பினால் ஏற்பட்டதென்றுதான் நாம் கருதல் வேண்டும். உலகம் இதனால் கெட்டுப் போய்விடாது.

இவ்வாறு புதுமைப்பித்தனாய் அமைந்துவிட்ட சொ.வி. மிகுந்த ஆத்ம சக்தியுடையவர். தேக வலிமைதான் அவர்க்கில்லை. தாம் கருதியவற்றை எவ்வாறாயினும் முடித்துவிடத் தீவிரமாக முயல்வார். தமது சக்தியைத் தமிழுலகம் அறிந்து போற்றவில்லையே என்ற பெருங் குறை இவர் மனத்துக்குச் பெரும் பாரமாக இருந்தது. இத்தகைய பாரம் தமிழுலகில் பலரையும் அழுத்தி வந்ததென்பதை நாம் அறிவோம். டாக்டர் சாமிநாதையர் அவர்கள் தம்மைத் தமிழுலகம் தக்கபடி போற்றவில்லையென்று இறுதிவரை கூறிவந்தார்கள். தமிழ் எழுத்தாளர்கள் ஒவ்வொருவரும் நமது நாட்டில் இவ்வாறு குறைகூறிக் கொள்வது வழக்கம். ஆனால் புதுமைப்பித்தன் விஷயத்தில் இப்பாரம் அவரைக் கொன்றேவிட்டது என்று நாம் சொல்லலாம். அவரது முயற்சிகளுக்கெல்லாம் பெருந்தடையாக அவரது வறுமைப் பிணி இருந்தது. வேண்டாத இடங்களில் செல்லும்படி செய்தது. வேண்டாத முயற்சிகளில் தலையிடும்படிச் செய்தது. இறுதியில் இவரது உயிருக்கே உலை வைத்துவிட்டது. அவரது மரணம் தமிழ் நாட்டு இளைஞர்களுக்கும் அவரோடு அனுதாபமுள்ள பிறர்க்கும் பெருந்துன்பத்தை விளைத்தது. ஆத்ம சக்திக்குத் தகுந்தபடி தேகவலிமையும் நீண்ட ஆயுளும் இறைவன் அவருக்கு அளித்திருப் பானானால், அவர் எத்தனையோ அரிய நூல்களை இயற்றித் தம் புகழை நிலை நாட்டியிருப்பார் என்பதில் ஐயமேயில்லை.

(நன்றி: திரு நா.சு. ராமசாமி (சுந்தர ராமசாமி) பதிப்பாசிரியராக இருக்க வெளிவந்த 'புதுமைப்பித்தன் நினைவு மலரிலிருந்து... இதனை வையாபுரியார் நினைவுமன்றச்சார்பில் எமக்கு வழங்கி உதவியவர்கள்: திரு.எஸ்.எஸ். இராமசாமி பி.எஸ்ஸி, பிஎல், அவர்கள்)

மலாயாவில் புதுமைப்பித்தன் மலர்

புதுமைப்பித்தன் காஞ்சனை

க.நா.சுப்ரமணியம்

இரண்டொரு வருஷங்களுக்குமுன் அயல்நாட்டு இலக்கியாசிரியர் ஒருவர் இந்தியாவுக்கு வந்திருந்தார். இந்திய பாஷை இலக்கியங்களைப் பற்றி அறிந்து கொண்டு போக அவருக்கு ஆசை. இப்படி இங்கு வந்து சேருகிற மற்றவர்களைப் போல இல்லாமல் அவர், அவசரப்படாமல், நிதானமாக, நின்று, ஆர்வத்துடன் பல விஷயங்களை விசாரித்து அறிந்து கொள்ள முயன்றார். வசதியும், தகுதியுமுள்ளவராக இருந்தார் அவர்.

பல பேச்சுக்கிடையில் அவர் என்னை ஒரு கேள்வி கேட்டார். "பொதுவாக இந்தியா பூராவிலுமே, சிறப்பாகத் தமிழில், பழமை என்று ஒன்று தப்ப முடியாத ஆட்சி செலுத்துகிறது என்பது தெளிவாகத் தெரிகிறது. எங்கள் இலக்கியங்களில் எங்கள் அனுபவம் என்னவென்றால், பழமையின்பிடி மென்னியைப் பிடிப்பதாகவும் இருக்கக் கூடாது; நழுவிவிடக் கூடியதாகவும் இருக்கக் கூடாது. இன்றைய இலக்கியத்தில் பழமையின் சாயை இருக்கத்தான் வேண்டும். ஆனால், அதுவே புதுமைக்கு அனுசரணையாகவும் இருக்க வேண்டும். பழமையே புரட்சிகரமானதாக இருக்கலாம். அந்த மாதிரி எழுத்து ஏதாவது உங்களிடையே உண்டா?"

"உண்டு" என்று சொல்லிவிட்டுச் சிறிது தயங்கினேன் நான். பிறகு சொன்னேன்: "ராமாயணக் கதை உங்களுக்குக் கூட ஓரளவு தெரிந்திருக்கும். விசுவாமித்திரருடன் அயோத்தியை

விட்டுக் கிளம்பிய ராமன், மிதிலை போகும் வழியிலே ஒரு கல்லை மிதிக்கிறான். அக்கல், கௌதமனின் சாபம் பெற்ற அகல்யை. ராமன் பாத தூளியினால் அகல்யை சாப விமோசனம் அடைகிறாள். ராமனுக்குக் கல்யாணமாகிறது. அயோத்தியின் பட்டாபிஷேக ஏற்பாடுகளுக்கு மத்தியிலே, ராமனும் சீதையும் லக்ஷ்மணனும் காட்டுக்குப் போகிறார்கள். ராவணன் சீதையைத் தூக்கிக் கொண்டு போனான். போர் புரிந்து ராவணனைக் கொன்று சீதையை அக்கினிப் பிரவேசம் செய்யச் சொல்கிறான். பிறகு அயோத்தி திரும்பி முடிசூட்டிக் கொண்டான். ஒரு நாள் ராமனும், சீதையும் கௌதமரின் ஆசிரமத்துக்குக் கிளம்பினார்கள். அங்கே கல்லாயிலிருந்து பெண்ணான அகல்யை, சீதையின் வாயைக் கிண்டுகிறாள். வனவாச அனுபவம், லங்கா வாசம் முதலியன பற்றிக் கேட்டறிந்து கொள்கிறாள் அகல்யை. கடைசியாகத் தன்னை ராமன் அக்கினிப் பரீக்ஷை செய்ததையும் சொன்னாள் சீதை. 'உன்னையா? ராமனா?' என்று கேட்ட அகல்யை மீண்டும் கல்லானாள் என்று எங்களுடைய இன்றையக் கதாசிரியர்களில் ஒருவர் கதை எழுதியிருக்கிறார். நீங்கள் கேட்ட கேள்விக்குப் பதில் இதில் இருக்கிறது" என்றேன்.

கதையை மனசில் வாங்கித் தெரிந்து கொள்ள அந்நிய நாட்டு இலக்கியாசிரியருக்குச் சிறிது நேரம் பிடித்தது. பிறகு அவர் சொன்னார். "இந்தப் பிரச்சினையை மஹாகவி வால்மீகியே நியாயப்படித் தீர்த்து வைத்திருக்க வேண்டும். தன் மனைவிக்கு ஒரு நீதி, பிறன் பெண்டுக்கு ஒரு நீதி என்று லக்ஷிய புருஷனாகிய ராமனே நினைத்ததாக முடிவு ஏற்படும்படி அவர் விட்டது தவறுதான்." பிறகு கேட்டார்: "அந்தக் கதையின் ஆசிரியர் பெயர் என்ன?" என்று.

"புதுமைப்பித்தன் என்று புனைபெயர் வைத்துக் கொண்ட ஒருவர். அவர் இயற்பெயர் விருத்தாசலம்" என்றேன் நான். தொடர்ந்து சொன்னேன்: "இவ்வளவு தெளிவாக உங்களுக்குத் தெரிந்துவிட்ட விஷயம் எங்கள் பெரியவர்களுக்கு அவ்வளவு சுலபத்தில் விளங்கி விடுவதில்லை. ஆதி கவி அப்படி எழுதவில்லை. இந்தப் புதுமைப்பித்தன் யார், சுண்டைக்காய் என்று சண்டைக்கே வந்து விடுகிறார்கள். ஆனால்,

அது என்னவானாலும் இன்றுள்ள சிருஷ்டிகர்த்தாக்கள் பழமைபற்றிக் கொண்டுள்ள நோக்கம் உங்களுக்கு விளங்கியிருக்கும் என்றே உண்ணுகிறேன்."

புதுமைப்பித்தனின் கதைத் தொகுதிகளில் ஒன்றான காஞ்னை என்கிற தொகுதியில் உள்ள கதைகளில் ஒன்று மேலே கூறிய 'சாப விமோசனம்', அற்புதமான கதை; அற்புதமான உருவத்தில் விழுந்திருக்கிறது. இந்தத் தலைமுறையின் சிறந்த சிறுகதைகளில் அது ஒன்று என்பது என் அபிப்பிராயம். அது வெளிவந்ததிலிருந்து இன்று வரை அந்தக் கதையை மட்டும் நான் இருபது தடவையாவது படித்திருப்பேன். படிக்குந்தோறும் படிக்குந்தோறும் புதிது புதிதாக இன்பம் தரும் கதை அது, இப்படித் திரும்பத் திரும்பப் படிக்கக் கூடிய கதைகளும் நூல்களுமே நல்ல கதைகளும் நூல்களுமாகும் என்று சொல்வதில் தவறு என்ன?

புதுமைப்பித்தன் தமிழில் இருநூறுக்கும் அதிகமாகவே கதைகள் எழுதியிருக்கிறார். எல்லாக் கதைகளுமே ஒரே தரத்தவை என்று சொல்ல முடியாது. எனினும் ஒரு முப்பதுக்குமேல் நல்ல கதைகள் எழுதியிருக்கிறார். அவற்றில் ஒரு பத்தாவது காலத்தால் சாகாது என்று நிச்சயமாகச் சொல்லலாம்.

காஞ்சனை என்கிற இந்தத் தொகுதியிலேயே இன்னொரு கதையைப் பார்க்கலாம். இது வேறு ஒரு தினுசான கதை.

"வீரபாண்டியன் பட்டணத்துச் சுப்பையா பிள்ளை, ஜீவனோபாயத்துக்காகச் சென்னையை முற்றுகை யிட்ட போது சென்னைக்கு மின்சார ரயிலோ, அல்லது மீனம்பாக்கம் விமான நிலையமோ ஏற்படவில்லை. மாம்பலம் என்ற செமண்டு கட்டிட நாகரிகம் அந்தக் காலத்திலெல்லாம் சதுப்பு நிலமான ஏரியாக இருந்தது. "தாம்பரம் ஒரு தூரப் பிரதேசம்" என்று தொடங்குகிறது கதை. "பவழக்காரத் தெருவில், திருநெல்வேலிவாசிகளின் சுயஜாதி அபிமானத்தைக் கொண்டு வளர்ந்த தனலட்சுமி புரொவிஷன் ஸ்டோர்ஸ், பிற்காலத்தில் தனலட்சுமி ஸ்டோர்ஸ் ஜவுளிக் கடையாக மாறியது. தேசவிழிப்பின்

முதல் அலையான ஒத்துழையாமை இயக்கமும், பின்னர் அதன் பேரலையான உப்பு சத்தியாக்கிரஹமும், சுப்பையாப் பிள்ளையின் வாழ்க்கையிலோ மனப்போக்கிலோ மாறுதல் எதுவும் ஏற்படுத்தவில்லை. வீரபாண்டியன் பட்டணத்தின் ஒரு சிறு பகுதியாகவே அவர் சென்னையில் நடமாடினார். ஜீவனோபாயம், பிறகு சௌகரியப்பட்டால் பிறருக்கு உதவி, சமூகத்தொடர்புகளுக்குப் பயந்து பணிதல் எல்லாம் சேர்ந்த உருவம் சுப்பையா பிள்ளை. மின்சார ரயில் அவர் வாழ்வில் ஒரு மாறுதலை ஏற்படுத்தியது. அவர் தாம்பரத்தில் குடியேறினார். தினம் மின்சார ரயில் பயணம் அவசியமாயிற்று... விடியற்காலம் கிணற்றுத் தண்ணீர் ஸ்நானம், பழையது, கையில் பழையது மூட்டை, பாஸ், வெள்ளி விபூதிச் சம்புடத்தில் உள்ள இரண்டணாச் சில்லரை" இவற்றுடன் பவழக்காரத் தெருவுக்குக் கிளம்புவார். "இரவு கடைசி வண்டியில் காலித் தூக்குச் சட்டி, பாஸ், வெள்ளி விபூதிச் சம்புடத்தில் உள்ள இரண்டணாச் சில்லரை, பசி, கவலை – இவற்றுடன் தாம்பரத்துக்குத் திரும்புவார்."

சுப்பையா பிள்ளையின் நிறைந்த இந்த வாழ்வில் இன்னொரு நிறைவு அனுபவமும் புகக் காத்திருந்தது. மாம்பலம் கூட்டத்தில் நெருக்கியடித்துக் கொண்டு மின்சார ரயிலில் ஏறினாள் ஒரு பெண்மணி. சுப்பையா பிள்ளை உட்கார்ந்திருந்த ஆசனத்துக்கு எதிர் ஆசனத்தில் உட்கார்ந்து கொண்டாள் மாணவி. வைத்தியத்துக்குப் படிப்பவள். கழுத்தில் லாங் செயினுடன் ஒரு ஸ்டெதாஸ்கோப்பும் அலங்காரத்துக்காகத் தொங்கிற்று. இன்னவர்ணம் என்று நிச்சயமாகக் கூறமுடியாத பகல் வேஷ வர்ணங்களுடன் கூடிய ஒரு புடவை. அதற்கு அமைவான ஜாக்கெட். செயற்கைச் சுருளுடன் கூடிய தலைமயிரைக் காதை மறைத்துக் கொண்டையிட்டிருந்தாள். நெற்றி உச்சியை உள்ளங்கையால் தேய்த்துத் தினவு தீர்த்துக் கொண்டார் சுப்பையா பிள்ளை. கண்களைக் கசக்கிக் கொண்டு, ஒரு வாரமாகக் கத்தி படாத முகவாய்க் கட்டையைத் தடவிக் கொடுத்துக் கொண்டு, ஜன்னல் வழியாக எதிர்ப்பக்கத்தில் தெரியும் வீடுகளைப் பார்த்தார். பார்வை மறுபடியும் அந்தப் பெஞ்சுக்குத் திரும்பியது... 'பெத்துப் போட்டால் போதுமா?'

என்று தன் பெண்ணைப் பற்றி நினைத்தார்... ஷாக் அடித்தது போலப் பிள்ளையவர்கள் காலைப் பின்னுக்கு இழுத்தார். அவளது செருப்புக் காலின் நுனி அவரது பெருவிரல் நுனியைத் தொட்டது. பிள்ளையவர்கள் கால், உடல், சகலத்தையும் உள்ளுக்கிழுத்துக் கொண்டார்... அவர் மனம் எப்பவோ நடந்த கல்யாண விஷயத்தில் இறங்கியது. வீரபாண்டியன் பட்டணத்துக்காரருக்கு மாப்பிள்ளை... மேளதாளக் குரவைகளுடன் வீட்டில் குடிபுகுந்த ஸ்ரீமதி பிள்ளையின் மஞ்சள் அப்பிசுத் துருவில் மருக்கொழுந்துடன் கூடிய நாணிக் கோணிய உருவம். பிறகு தேக உபாதையையும் குடும்பச் சுமையையும் தூக்கிச் சென்ற நாள் சங்கிலிகள். குத்து விளக்கை அவித்துவைத்த குருட்டுக் காமம்..." எதிரில் இருந்த பெண் பார்க்கில் இறங்கிவிட்டாள். அதை அவர் கவனிக்கவேயில்லை.

இது 'சுப்பையா பிள்ளையின் காதல்கள்' என்னும் கதை.

கட்டு எதற்கும் அடங்காத கதாசிரியர் புதுமைப்பித்தன். இதுதான் முடியும், இது முடியாது என்பதில்லை அவருக்கு. எதையும் முயற்சி செய்து லாகவமாக உருவாக்கி விடுவதில் சமர்த்தர். சித்த வைத்திய தீபிகையின் ஆசிரியரான கந்தசாமிப் பிள்ளையைத் தேடிக்கொண்டு கடவுளே வந்துவிட்டார், அவர் கதைகளில் ஒன்றில். பிராட்வே முனையில் ஹோட்டல் சுகாதாரம் பேசிக் கொண்டே காபி சாப்பிட்டுவிட்டு, நர வாகனத்தில் (ரிக்ஷாவில்தான்) வீடு போய்ச் சேருகிறார்கள் கடவுளும் கந்தசாமிப் பிள்ளையும். கடவுளிடமே தன் பத்திரிகைக்கு ஜீவிய சந்தா வசூல் செய்துவிடப் பார்க்கிறார் கந்தசாமிப் பிள்ளை. "...யார் ஜீவியம்!" என்று கேட்கிறார் கடவுள். வீட்டிலே கந்தசாமிப் பிள்ளையின் பெண் குழந்தை அவர்களை வரவேற்கிறது. "எனக்கு என்னா கொண்டாந்தே?" என்று கேட்டாள் குழந்தை. 'என்னைக் கொண்டாந்தேன்' என்றார் பிள்ளை. 'என்னப்பா! தினந்தினம் உன்னியேத்தானே கொண்டாரே! பொரிகடலையாவது கொண்டாரப்படாது?' என்று சிணுங்கியது குழந்தை. 'பொரிகடலை உடம்புக்காகாது. இதோ பார், உனக்கு ஒரு தாத்தாவைக் கொண்டுவந்திருக்கிறேன்"

என்று தன் பெண்ணுக்குக் கடவுளை அறிமுகப்படுத்தி வைத்தார். குழந்தையின் பேரில் வைத்த கண்களை மாத்த கடவுளால் முடியவில்லை. கந்தசாமிப் பிள்ளைக்குச் சிறுத்தொண்டர் கதை ஞாபகம் வந்துவிட்டது. 'சற்றுத் தயங்கினார்: இப்பவெல்லாம் நான் சுத்த சைவன். மண்பானைச் சமையல்தான் பிடிக்கும். பால் தயிர்கூடச் சேர்த்துக் கொள்வதில்லை' என்று சிரித்தார் கடவுள். ஆசைக்கு என்று காலந் தப்பிப் பிறந்த கருவேப்பிலைக் கொழுந்து என்றார் கந்தசாமிப் பிள்ளை... 'வாடியம்மா கருவேப்பிலைக் கொளுந்தே!' என்று கைகளை நீட்டினார் கடவுள். ஒரே குதியில் அவர் மடியில் ஏறிக் கொண்டது குழந்தை. 'எம்பேரு கருகப்பிலைக் கொழுந்தில்லை; வள்ளி. அம்மா மாத்திரம் என்னைக் கறுப்பி, கறுப்பின்னு கூப்பிடுதா! நான் என்ன அப்படியா?' என்று கேட்டது. அது பதிலை எதிர்பார்க்கவில்லை. புதுமைப்பித்தனின் கதைகளில் வருகிற குழந்தைகள் அற்புதமான சிருஷ்டிகள். இன்றைய தமிழ் எழுத்திலே அந்தக் குழந்தைகளைப் போன்ற பூரணமான பாத்திரங்கள் வேறு இல்லை என்பது என் அபிப்பிராயம். அவை மறக்க முடியாத சிருஷ்டிகள்.

'கடவுளும் கந்தசாமிப் பிள்ளையும்' என்கிற கதை பூராவையுமே சொல்லிவிட வேண்டும் என்றுதான் எனக்குத் தோன்றுகிறது. அவ்வளவு நல்ல இடங்கள் பல இருக்கின்றன அதில். 'கடவுளிடமும் ஜீவிய சந்தா வாங்கிக் கொண்டுதான் அவரை விட்டார் கந்தசாமிப் பிள்ளை!' என்று சொல்லிஒருவாறாக முடித்து விடுகிறேன்.

காஞ்சனைத் தொகுதியிலே முதல் கதையான காஞ் சனையே வெகு நுட்பமான ஒரு விஷயத்தை அழகிய உருவத்தில் சொல்கிறது. பழைய பெரிய எழுத்து விக்கிரமாதித்தன் கதைப் பாணியில் செல்லுகிற ஒரு மூட்டைப் பூச்சி கதை இருக்கிறது இத்தொகுதியில் – 'கட்டிலை விட்டிறங்காக் கதை' என்று பெயர் அதற்கு. 'மகாமசானம்' என்று ஒரு கதை. அதில் தெரு ஓரத்திலே பிச்சைக்காரன் செத்துக் கொண்டு கிடக்கிறான். ஒரு குழந்தை மாம்பழத்தை மூக்கில் வைத்துத் தேய்த்துக் கொள்கிறது. 'செல்லம்மாள்' என்ற கதையில்

செல்லம்மாள் இருபது பக்கங்களிலும் செத்துக் கிடக்கிறாள் – அவள் புருஷன் கடைசிக் கிரியைகளைச் செய்யத் தன்னைத் தயார் செய்து கொள்கிறான்.

இந்தத் தொகுதியில் இல்லாத வேறு பல கதைகளையும் பற்றி இங்கு சொல்லவேண்டும் போல இருக்கிறது எனக்கு. சிற்பியின் நரகம், மனக்குகை ஓவியங்கள், ஞானக்குகை, கபாடபுரம்...இன்னும் பல; விதவிதமான கதைகளை விதவிதமான உத்திகளைக் கையாண்டு எழுதியிருக்கிறார் புதுமைப்பித்தன். அவர் கதைகளிலே இரண்டு விஷேஅம்சங்கள் சொல்லலாம். (ஒன்று) அவர் அவசியம் என்று தேர்ந்தெடுத்துச் சொல்லும் விஷயங்கள்; அவர் கையாண்ட விஷயங்கள் எல்லாமே புரட்சிகரமானவை என்று பொதுவாகச் சொல்லலாம். (இரண்டு) அதைச் சொல்ல அவர் கையாண்ட நடை, சில சமயம் அவர் நடை தடுமாறி விஷயத்தை எட்டாது போனதும் உண்டு. ஆனால் அவருடைய சிறந்த கதைகளில், சொல்லும் சிந்தனையும் சேர்ந்து அமைந்தன. திருநெல்வேலிபேச்சுத் தமிழை அவர்பல இடங்களில் கவிதையாகவே கையாண்டிருக்கிறார்.

வருகிற நூற்றாண்டில் தமிழ்ச் சிறுகதைச் செல்வத்துக்கு நமக்குப் பலமான அஸ்திவாரம் போட்டுத் தந்து விட்டவர் புதுமைப்பித்தன் என்று சொல்ல வேண்டும்.

படித்திருக்கிறீர்களா?

'ஆசிய ஜோதி' புதுமைப்பித்தன்

கு. அழகிரிசாமி

தமிழில் கவிதை இலக்கியம் எப்பொழுதோ உருவாகிவிட்டது; அதற்கு எத்தனையோ மகத்தான வெற்றிகளும் கிடைத்திருக்கின்றன. ஆனால் வசன இலக்கியம் பற்றி அவ்வாறு கூறுவதற்கில்லை. வசன இலக்கியம் என்பது ஒருபுறமிருக்கட்டும். வெறும் வசனத்தைப் பற்றியே பார்ப்போம்.

புராதன காலத்தில் நம் நாட்டில் பேச்சு வழக்கில்தான் வசனம் வழங்கியதே தவிர, எழுத்துருவில் வசனம் வழங்கவில்லை; வழங்கி யிருந்தாலும் அது நமக்குக் கிடைக்கவில்லை. இலக்கியங்களுக்கு உரை எழுதியவர்கள் வசனத்தைக் கையாண்டது உண்மை. ஆனால் அது வசனத்திலேயே சேர்த்தியில்லை. அந்த வசனம் ஒரு இலக்கியத்தைச் சிருஷ்டிப்பதற்குக் கொஞ்சங்கூடப் பிரயோஜனப் படாது. சுமார் இரு நூறு வருஷங்களாகத்தான் ஏதோ ஒரு உருப்பெற்ற வசனம் எழுத்தில் வழங்கி வந்திருக்கிறது. வேதநாயகம் பிள்ளையின் காலத்தில் வசன இலக்கியத்தைத் தோற்றுவிக்க முயற்சி தொடங்கிவிட்டது; இலக்கிய சிருஷ்டிக்கேற்ப வசனத்தைக் கையாளவும் தொடங்கினார்கள். ஆனால் இலக்கியத்துக்கேற்ற லட்சிய வசனங்கள் தோன்றியது சுப்பிரமணிய பாரதியார் காலத்தில் தான்.

விஷயத்துக்கு ஏற்ற வசனம்: எடுத்துக்கொண்ட விஷயத்தின் வேகத்துக்கும் உணர்ச்சி பாவங்களுக்கும் ஏற்ற நல்ல வசனத்தைப் பாரதியாரும் வ.வெ. சு. ஐயர் போன்ற இரண்டொருவரும் கையாளத் தொடங்கினார்கள். தனித்தமிழ் அல்லது முக்கால்வாசி வடமொழிக் கலப்பு என்றெல்லாம் தமிழ் வசனத்தைப் பாழாக்காமலும், வாக்கிய அமைதிகளை இயற்கைக்கு முரணான அச்சில் வார்த்தெடுக்காமலும், பேச்சு முறையை ஒட்டி, உணர்ச்சியைப் பிரதானமாக வைத்துக்கொண்டு தமிழ் வசனத்தைச் சிருஷ்டித்தார்கள் பாரதி முதலியவர்கள். இதைத்தான் இலக்கியத்துக்கேற்ற தமிழ் வசனம் தோன்றிய காலமாகச் சொல்ல முடியும். ஆனால் இலக்கியத்துக்கேற்ற வசனந்தான் தோன்றியதே ஒழிய, வசனத்துக்கேற்ற இலக்கியம் அப்போது தோன்றவில்லை. பாரதியாரின் வசன இலக்கியம் சாதாரணமானது. கவிதையில் அற்புதங்களை நிகழ்த்திய அந்த மேதை ஒப்பற்ற வசன இலக்கியங்களைச் சிருஷ்டிக்கவில்லை.

நல்ல கதைகள்: வ.வெ.சு. ஐயரின் கதைகள்தான் இலக்கியப் பெருமை பெறும் தகுதி வாய்ந்தவை. ஆனால் அவை நல்ல கதைகள்தான் என்றாலும், மேல்நாட்டுக் கதைகளுக்கு முன் சூரியனுக்கு முன் மின்மினியாகவே மங்கிவிடுகின்றன. அவருக்குப் பிறகு தமிழில் பலர் கதைகளும் நாவல்களும் எழுதினார்கள். ஒரு எழுத்தாளரை, புரியக்கூடிய சரளமான தமிழ் எழுதுகிறவர் என்று பாராட்டுவார்கள். ஆனால், அந்தத் தமிழில் உணர்ச்சி பேதங்கள் பிரதிபலிக்காமல் எந்த இடத்திலும் ஒரே ஒரு சுரமே பேசிக்கொண்டிருக்கும். அத்துடன் அந்தச் சரளமான தமிழைக் கையாண்டு அவர் எழுதியவை உண்மையில் கதைகள் தானா என்பதும் விவாதத்துக்குரிய விஷயமாக இருக்கிறது. சரளமான தமிழ், இலக்கியமாகி விடவேண்டும் என்ற அவசியம் கிடையாதல்லவா? கையாளும் பாஷை நயத்துடன், கையாளும் விஷயச் சிறப்பும் நன்றாக, உயர்ந்ததாக இருந்தால்தானே எழுதியது இலக்கியமாகும்? வேறு சில எழுத்தாளர்கள் வேறுவித நடைகளைக் கையாண்டார்கள். தமிழ் மொழியில் நல்ல பயிற்சி யில்லாமலும் தமிழ் இலக்கியங்களில் ஞானமில்லாமலும்,

நாட்டு மக்களின் பண்பு நிறைந்த வாக்கிய அமைப்புக்கள் தெரியாமலும் அவர்கள் எழுதினார்கள். அவர்கள் எழுதிய தமிழில் தமிழ்மணம் வீசவில்லை; உயிரில்லை. மேல்நாட்டு இலக்கிய ஞானம் இருந்தாலே போதும் என்ற தப்பபிப்பிராயத்தின் காரணமாக அந்த எழுத்தாளர்கள் எழுதியது தமிழாகவும் இல்லாமல் கதையாகவும் இல்லாமல் போய் விட்டது. 'வசனத்துக் கேற்ற இலக்கியம் தோன்றவில்லை; இலக்கியத்திற்கேற்ற வசனம் தோன்றவில்லை' என்ற ஒரு 'இரண்டுங் கெட்டான்' நிலையே நீடித்து வந்தது. ஒரு சில எழுத்தாளர்கள் மட்டும் நல்ல வசனத்தில் நல்ல கதைகள் எழுதினார்கள். அவை அந்தச் சமயத்தில் "அறிவாளி"களின் கண்ணில் படவில்லை. அவர்களுடைய முயற்சி கவனிப்பாரற்றுத்தான் கிடந்தது. அதற்காகத் தளர்ந்து விடாமல், தங்கள் வழியில் விடாமுயற்சியுடன் பாடுபட்டு வந்தார்கள். அப்படிப் பாடுபட்டவர்களை ஒரு தனிக் கோஷ்டியினர் என்று கருதி விடக்கூடாது. அங்கொருவர் இங்கொருவராகத்தான் சிதறுண்டிருந்தார்கள். அந்த எழுத்தாளர்களில் தலைசிறந்தவரும் முழுவெற்றி கண்டவரும் புதுமைப்பித்தன்தான்; புதுமைப்பித்தன் ஒருவர்தான்.

எடுத்துக்கொண்ட விஷயத்தை உயிரோடு, உணர்ச்சியோடு பிரதிபலிக்கும் ஆற்றல் வாய்ந்த நடை; கையாளும் நடையின் பெருமிதத்துக்கேற்ற, மிக ஆழ்ந்த விஷயம்; கதையின் உருவமும் பூரணத்துவம் பெற்றது. உருவமும் கதைப் போக்கும் தனித்தன்மை பெற்றவை. உலகத்தின் எந்தக் கதாசிரியரின் பாணியையும் பின்பற்றாமல், தமக்கென்று ஒரு தனிப்பாணியை அமைத்துக் கொண்டார். இப்படி அமைத்துக்கொண்ட தமிழ் எழுத்தாளர்கள் மிக மிகச் சொற்பம். மேல்நாட்டு இலக்கிய ஞானமும் தாய் மொழி இலக்கிய ஞானமும் இருந்ததனால்தான், முறையே புதுமையான இலக்கிய உருவத்தையும் வளமான பாஷையையும் இவரால் சிருஷ்டிக்க முடிந்தது. இவருடைய கதைகள் தனித்தன்மை பெற்றிருந்ததைக் கண்டு பலர் ஆச்சரியப்பட்டார்கள்.

வழக்கம்போலப் பழைய நைந்துபோன நடையில், நைந்துபோன நடக்காத விஷயங்களைக் கதைகளைப்போல எழுதியும், கதைகளைப்போல ரசித்தும் வந்த தமிழ்நாட்டில் இவருடைய புதுமையான எழுத்துக்கு ஒரு பக்கத்தில் பிரமாதமான வரவேற்பு இருந்தது; மறுபக்கத்தில் கண்டனமும் இருந்தது. "இது தமிழா? இது புரியுமா? இது என்ன கதை?" என்றெல்லாம் பலர் இகழ்ந்தார்கள். சம்பிரதாயக் கிடங்கை விட்டு எழுந்திருக்க ஆற்றலில்லாதவர்கள் எப்பொழுதுமே புதுமைகளைப் பரிகசித்துக் கொண்டுதான் இருப்பார்கள். ஆனால் நாளாவட்டத்தில் சிறுகதை இலக்கியம் என்றால் என்ன என்பதை உணர்ந்த அறிஞர்கள், "புதுமைப்பித்தனின் தமிழ்நடையில் உள்ள உயிர்த்துடிப்பு பிரமாதம், இவர் கதைகள் தத்துவக் களஞ்சியங்களாக இருக்கின்றன"என்பதை ஒப்புக்கொண்டு புகழத் தொடங்கினார்கள். அறிவாளிகளிடத்தில் இது சம்பந்தமாக அபிப்பிராய பேதம் இருக்க முடியாது என்ற நிலையும் வந்துவிட்டது. மொத்தத்தில் பார்த்தோமானால் எல்லோருடைய தமிழ் நடையையும்விட வேகமான, ஆற்றல்மிக்க நடை புதுமைப்பித்தனின் தமிழ்நடை என்பதும், அதேபோல விஷயச் சிறப்பிலும் அவர் கதைகள் மற்ற சிறுகதைகளை வென்று நிற்கின்றன என்பதும் புலனாகும். இது தமிழ் ஞானமும் கதை ஞானமும் உடைய அறிவாளிகளின் தீர்ப்பாகிவிட்டது.

வசன இலக்கியத்தின் சொத்து: வ.வெ.சு.ஐயர் போன்றவர்களால் இலக்கியத்துக்கேற்ற வசனமும் புதுமைப்பித்தன் போன்றவர்களால் வசனத்துக்கேற்ற இலக்கியமும் சிருஷ்டிக்கப்பட்டிருக்கின்றன. தமிழிலுள்ள வசன இலக்கியங்களில் தலைசிறந்ததாக இருப்பது புதுமைப்பித்தனின் இலக்கியமே. இருபதாம் நூற்றாண்டில் தமிழ்க் கவிதைக்குப் புதுமையும் புத்துயிரும் கொடுத்தவர் பாரதி; தமிழ் வசனத்துக்குப் புதுமையும் புத்துயிரும் கொடுத்தவர் புதுமைப்பித்தன். ஆனால் பாரதிக்கு முன் தமிழில் மிகச் சிறந்த கவிச்செல்வங்கள் இருந்தன; புதுமைப்பித்தனுக்கு முன் மிகச் சிறந்த வசனச்செல்வங்கள் இருந்தன என்று சொல்ல முடியாது. புதுமைப்பித்தனின்

இலக்கியம் தமிழ்நாட்டு வசன இலக்கியத்தின் சொத்து; அவர் வசன இலக்கிய மன்னர்.

புதுமைப்பித்தன் 1948ஆம் வருஷம் ஜூன் மாதம் 30ஆம் தேதி காலமானார். அவர் இறந்த செய்தி என் போன்றவர்களுக்கு எதிர்பாராத ஒரு அதிர்ச்சியாகத்தான் இருந்தது. காலமாவதற்குச் சில தினங்களுக்கு முன் அவர் புனாவிலிருந்து தமிழகம் திரும்பினார். புனாவில் ஒரு தமிழ் சினிமாப் படத்திற்கு அவர் வசனம் எழுதப் போயிருந்தது அநேகமாக எல்லோரும் அறிந்ததே. அங்கே அவர் புகழையோ பணத்தையோ சம்பாதிப்பதற்குப் பதிலாகக் காசநோயைத்தான் சம்பாதித்துக்கொண்டு வந்தார் என்றால் பொருந்தும். புனாவை விட்டுப் புறப்படு முன்பே அவர் முக்கால்வாசி காலமாகிவிட்டார். அங்கு இருக்கும்போது, அவர் பேனா பிடித்து எழுதுவதற்குக்கூட வலுவின்றி, பென்ஸிலால் எழுதிக்கொண்டிருந்தாராம். புனாவிலிருந்து வந்த ஒருவரைச் சந்தர்ப்பவசமாகச் சந்தித்தேன். புதுமைப்பித்தனைப்பற்றி விசாரித்தபோது, "உடம்புக்குச் சௌகரியமில்லாமல், பலஹீனமாக இருக்கிறார்" என்று அவர் தெரிவித்தார். அப்பொழுதெல்லாம் அவர் மரணக் கட்டத்தை நெருங்கிக்கொண்டிருக்கிறார் என்று யாருமே எதிர்பார்க்கவில்லை.

ஊர் திரும்பினார்: கடைசியில் புதுமைப்பித்தன் ஊர் திரும்பத் தீர்மானித்து முதலில் சென்னைக்கு வந்தார். வந்தபோது, அவர் தம் நண்பர்களில் எவரையுமே பார்க்கவில்லை. தம்மை வந்து பார்க்கும்படியும் யாருக்கும் தகவல் கொடுக்கவில்லை. இரண்டு காரியங்களையும் அன்றைய நிலையில் அவரால் செய்ய முடியவில்லை என்றுதான் நினைக்கிறேன். பி.எஸ். ராமையாவை மட்டும் பார்த்து, தம் கையெழுத்துப் பிரதி ஒன்றை யாராவது ஒரு பிரசுரகர்த்தரிடம் கொடுத்துப் பணம் வாங்க முயன்றாராம். அப்படியே பணம் வாங்கியதாகவும் தெரிகிறது. அந்தச் சமயத்தில் அவரைச் சந்தித்த ஒரு பிரசுரகர்த்தர் பின்வருமாறு என்னிடம் தெரிவித்தார்:

"புதுமைப்பித்தன் திருவனந்தபுரத்துக்குப் போய் விட்டார். இனி நாம் புதுமைப்பித்தனைப் பார்க்க முடியும் என்று தோன்றவில்லை. கைகள் பென்ஸில் குச்சிகளைப் போல மெலிந்து வற்றியிருக்கின்றன. ஆள் எலும்புக் கூடாக இருக்கிறார். இனி அவருடைய வாழ்க்கை எத்தனை நாட்களுக்கோ? நம் சொ.வி. (சொ. விருத்தாசலம்–புதுமைப்பித்தனின் இயற்பெயர் இது) நம்மை விட்டுப் போய்விடுவார்."

இந்தச் செய்தி கிடைத்த பிறகு, புதுமைப்பித்தனின் முடிவைத் தினந்தினமும் கவலையோடு எதிர்பார்த்துக்கொண்டிருந்தோம். எதிர்பார்த்த அதிர்ச்சி, அந்தத் துயரச் செய்தி வந்துவிட்டது.

"போய்விட்டார்!" ஒருநாள் நான் காரியாலயத்துக்குப் போனதும், அங்கு எனக்காகக் காத்துக்கொண்டிருந்த தி.நா. சுப்ரமணியம், "புதுமைப்பித்தனின் படம் உங்களிடம் இருக்கிறதா?" என்று கேட்டார்.

"ஏன்? எதற்கு?" என்று படபடப்போடு கேட்டேன்.

"போய்விட்டார்" என்று ஹீனஸ்வரத்தில் சொன்னார். 'தினசரி' ஆபீசுக்குச் செய்தி வந்துவிட்டது என்றும் தெரிவித்தார்.

கையிலிருந்த ஒரு அரியவஸ்துவைப் பறிகொடுத்தது போல் இருக்கிறது. சற்றுநேரம் கழித்து, என் மேஜையைப் பார்க்கும்போது ரகுநாதனின் கடிதம் வந்திருந்ததைப் பார்த்தேன்: புதுமைப்பித்தன் காலமானதைப்பற்றி விவரமாக எழுதியிருந்தார். அன்று மாலையிலேயே புதுமைப்பித்தனைப்பற்றி ஒரு கட்டுரை எழுதுமாறு 'தினசரி' பத்திரிகையிலிருந்து கேட்டிருந்தனர். கட்டுரையை 'ஆசிய ஜோதி மறைந்தது' என்ற தலைப்புடன் எழுதினேன்...

புதுமைப்பித்தனின் அந்திம காலத்தைப் பற்றி, ரகுநாதன் எழுதிய 'புதுமைப்பித்தன் வரலாறு' என்ற புத்தகத்தில் விரிவாகக் காணலாம். அவருடைய பிரேத ஊர்வலத்தில் மலையாள எழுத்தாளர்களும் கலந்துகொண்டார்களாம்.

புதுமைப்பித்தன் சிறுகதை இலக்கியத்தைப் பொறுத்த மட்டிலும் 'ஆசிய ஜோதி' என்ற பாராட்டுக்கும் பட்டத்துக்கும் உரியவர் என்று மேலே குறிப்பிட்ட கட்டுரையை எழுதினேன்.

அவர் காலமாவதற்கு இரண்டு வருஷங்களுக்கு முன்...

ரகுநாதன் திருநெல்வேலிக்குச் சென்றார். நான் என் சொந்தக் கிராமத்துக்குப் போனேன். சில தினங்களில் புதுமைப்பித்தன் சென்னையிலிருந்து வருவதாகவும், நாங்கள் மூவரும் திருநெல்வேலியில் சந்திப்பதாகவும், மூவரும் ஒன்று சேர்ந்து திருநெல்வேலியில் சில தினங்கள் பொழுதுபோக்குவதாகவும், அப்புறம் அவர் திருவனந்தபுரத்துக்குப் போய்விட்டுத் திரும்பி வரும்போது நாங்கள் மூவரும் சென்னை திரும்புவதாகவும் ஏற்பாடு. குறிப்பிட்ட தேதியில் அவர் வரவில்லை. திட்டம் தவறியதால் எனக்கு ஏமாற்றமாகவும் கோபமாகவும் இருந்தது. ஆகவே, "ஏன் வரவில்லை?" என்று கேட்டு அவருக்கு ஒரு கடிதம் எழுதினேன். அதற்கு அவர் (28-6-46இல்) எழுதிய பதில் கடிதம் ஒரு ரசமான கடிதம். அதில் நாங்கள் ஆரம்பிக்க உத்தேசித்திருந்த 'சோதனை' என்ற பத்திரிகையைப்பற்றியும் எழுதியிருந்தார். கடிதத்தின் முக்கியமான பகுதிகளை மட்டுமே கீழே கொடுக்கிறேன்:

"புகைப்படம் பிடிக்கப் பழகும் நபர் திருகாணியை (focus) நிதானமில்லாமல் திருப்பிக்கொண்டிருப்பது போல எனது யாத்திரைத் திட்டத்தை முறையே இம்மாதம் 17, 27 தேதிகள் என நிர்ணயித்து, காலண்டர் வரையறுத்துள்ள மாதங்களுக்குள் ஏதாவது ஒன்றில் என் பிரயாண அபிலாஷையை அமைத்துக்கொள்ள முடியாதென்பதைக் கண்டு, இப்போது அடுத்த மாதம் 7ஆம்தேதி என இங்குள்ளவர்களுக்குச் சொல்லிவருகிறேன். என்ன செய்வது, அதைத்தான் உங்களுக்கும் சொல்ல வேண்டியிருக்கிறது. ஆனால், நான் புறப்படுகிறேனா என்பதை அந்த ஏழாந் தேதிதான் சொல்ல வேண்டும். நம்பிக்கையைப் பற்றி மகாத்மா காந்தி முதல் மன்மத சிந்தாமணி மாத்திரை விற்பவன் வரை சொல்லுவதை உங்களுக்குச் சிபார்சு மட்டும் செய்கிறேன்; பொறுப்பு ஏற்றுக்கொள்ளத் தயாரில்லை.

எனக்கு நிச்சயமில்லை. இங்கே அப்படி இரண்டொரு புது வேலை வருவதுபோலத் தெரிகிறது. நமது பத்திரிகைத் திட்டத்தைப் பற்றி உருவான அபிப்பிராயம் நான் உங்களை நெல்லையில் சந்திக்கும்போதுதான் சொல்ல முடியும். தாங்கள் இப்பொழுது செய்யக் கூடியதெல்லாம், இனிமேல் நாம் ஆவாகனம் செய்ய விருக்கும் பத்திரிகை என்ற காபாலிக சிவனாருக்கு எதிரில் நமது உயிரின் பகுதி எனக் கருதும் சிறுகதைக் குழந்தைகளை ஒப்புக் கொடுப்பதற்காகப் பெற்று எடுத்துக்கொண்டிருக்க வேண்டும் என்பதே...

“நிற்க, ஆழ்வாரப்ப பிள்ளை கீர்த்தனங்கள் முதலியன பற்றித் தாங்கள் வெகு சிரத்தை எடுத்துக்கொள்ள வேண்டும். ஆழ்வாரப்ப பிள்ளை கிரந்தம் உடன் கிடைத்தால்கூட நலம். அது ஏழாந் தேதிக்கு முன்னர் கிடைக்குமாகில் சவுகரியம். மற்றவை நாம் வந்த பிற்பாடு தேடலாம்...

“பட்டணத்தில் பொழுதைக் கழித்த மாதிரி ஆகிவிடக் கூடாது. கதை எழுதுவது குழாயைத் திருப்பியதும் தண்ணீர் சுரப்பது போலல்ல. இருந்தாலும் மாட்டின் வாலைக் கடித்துப் பார்ப்போம்.... ஊதுகிற சங்கை ஊதினால் விடிகிறபோது விடிகிறது என்பது என் நம்பிக்கை.

இப்படிக்கு,
தங்கள்
“சொ.வி.”

கடிதத்தில் குறிப்பிட்டபடி 7ஆம் தேதிக்குப் பிறகு அவர் வரவும் இல்லை. 'சோதனை' பத்திரிகை வெளிவரவும் இல்லை. கால விசித்திரத்தால் அப்புறம் எத்தனையோ மாறுதல்கள் ஏற்பட்டு விட்டன.

ஒரு சமயம் நான் சென்னைக்குப் போயிருந்தபோது, நான் சேகரித்து வைத்திருந்த பல பழைய நாட்டியப் பதங்களையும், கடிகைமுத்துப் புலவரின் சமுத்திர விலாசம், பெத்தணன் தளவாயின் உலாமடல் முதலியவற்றைப் பார்த்து நான் நகல் செய்த பிரதிகளையும் திருச்செந்தூர் முருகனைப் பற்றி ஐயநேரி சீனி ஆச்சாரி என்பவர் இயற்றியிருந்த காவடிச் சிந்தின் கையெழுத்துப் பிரதியையும் கொண்டு போய்

புதுமைப்பித்தனிடம் கொடுத்தேன். இவை பல கிராமங்களில் சேகரிக்கப்பட்டவை. பழைய இலக்கியங்களைச் சேகரித்துப் பிரபலப்படுத்த வேண்டுமென்பதில் என்னைப் போலவே புதுமைப்பித்தனுக்கும் அதிக விருப்பம் உண்டு. இந்த முயற்சியில் பெரிதும் ஈடுபட்டு அச்சுக்கு வராத பல ஏட்டுச் சுவடிகளையும், காகிதப் பிரதிகளையும், அச்சில் வந்தும் மறைந்து போய்விட்ட இலக்கியங்களையும் பல கிராமங்களில் அலைந்து சந்தர்ப்பம் கிடைக்கும்போதெல்லாம் நான் சேகரித்து வைப்பதுண்டு. நண்பர்களைச் சேகரிக்கச் சொல்லி, பெற்றுக்கொண்டதும் உண்டு.

புதுமைப்பித்தனிடம் கொடுத்த சரக்குகளை நான் திரும்பப் பெற்றுக்கொள்ளவே இல்லை. அவை என்னவாயிற்றோ? அவற்றில் நாட்டியப் பதங்களை இழந்தது உண்மையிலேயே பெரிய நஷ்டம்.

நாட்டிய சாஸ்திரம் அறிந்த ஒரு தஞ்சாவூர்க் கிழவி கோவில்பட்டியில் நானும் என் நண்பர்களும் கேட்டுக் கொண்டதன்பேரில், காசு வாங்கிக்கொண்டு மனப்பாடமாகச் சொன்ன பதங்கள் அவை! அந்தக் கிழவி பாட, நான் எழுதிக் கொண்டு வந்தேன்.

அந்தப் பதங்களில் மிகவும் குறிப்பிடத்தக்கவை சில. ஆனந்த பைரவியில் யாரோ ஒரு புலவரால் இயற்றப்பட்ட,

    ஸரஸ லீலைகள் செய்து
      மருவி என்னை அணைந்த
    ஸாமி வரக் காணேனே!

என்ற பதம் மிக மிக இனிய இசையமைப்பு பொருந்தியிருந்தது. பதம் முழுவதும் எனக்கு இப்போது ஞாபகமில்லை.

மேலக்கல்லூர் ஆழ்வாரப்ப பிள்ளை பதங்கள்: மற்றொரு பதம் மேலக்கல்லூர் ஆழ்வாரப்ப பிள்ளை இயற்றியது. ஆனந்த பைரவி ராகத்தில், மிஸ்ர சாபு தாளத்தில் இயற்றப்பட்ட அந்தப் பதம் பின்வருமாறு:

பல்லவி

சந்தியில் வந்தென்னை முந்தியைப் பிடிக்கிறீர்
தரமல்ல முருகையனே.   (சந்தி)

அனுபல்லவி

பந்துஸ்தன வள்ளி தழுவும் குமாரரே
பரமனுக்குப் தேசரே சந்த வரையினில் தனி வாசரே
                    - இந்த (சந்தி)

சரணம்

முந்தி உமக்கும் எனக்கும் பேச்சுண்டோ?
மோசப்படுத்த நான் வேசி என்பது கண்டோ?
வந்தவர்கள் எல்லாம் வசை சொல்லி நகையாரோ?
மருவ ஆசை உண்டானால் - பொன்னுடன்
மனையினைத் தேடி இரவினில் வாரும்   (சந்தி)

இந்தப் பதத்தை இயற்றியவர் மேலக்கல்லூர் ஆழ்வாரப்ப பிள்ளை என்று அந்தக் கிழவி தெரிவித்தாள். ஆனால் இதில் ஆழ்வாரப்ப பிள்ளையின் முத்திரை இல்லை. மேலக்கல்லூர் ஆழ்வாரப்ப பிள்ளையின் பெயரைப் புதுமைப்பித்தன் என்னிடம் பலமுறை பிரஸ்தாபித்திருக்கிறார். அவரிடத்தில் ஏனோ அவருக்கு ஒரு அலாதியான பிரீதி. ஆழ்வாரப்ப பிள்ளை பதங்களையெல்லாம் சேகரிக்கும்படிக் கூறி எனக்குக் கடிதம் எழுதுவார். 9-9-46இல் எழுதிய கடிதத்திலும் அவர் பின் வருமாறு எழுதியிருந்தார்:

"...ரயில் நிலவரம் மோசமாகவே இருந்து வருவதால் திடுதிப்பெனப் புறப்பட வேண்டாம். நான் எழுதுகிறேன். என் கடிதம் கண்டு புறப்படவும். வருவதற்கு முன் ஆழ்வாரப்ப பிள்ளை விவகாரம் கிடைக்குமாகில் முயற்சி செய்யுங்கள். இலக்கிய சேகர முயற்சிகள் இதுவரை எப்படி? என்னுடைய திட்டங்கள் ரொம்பவும் பெரிதாகி வருகின்றன. தங்கள் பரிபூர்ண ஒத்துழைப்பும் அவசியம்."

20-5-46இல் எழுதிய ஒரு கடிதத்தில்...

"... நான் இப்பொழுது ஒரு அப்பா (அப்பாவி அல்ல);– உங்களுக்கு அல்ல, ஒரு பெண் குழந்தைக்கு – பாடல்கள் தேடும் படலம் நடக்கட்டும்..."

அந்தப் பெண் குழந்தைதான் புதுமைப்பித்தனின் ஒரே வாரிஸான தினகரி.

ஆழ்வாரப்ப பிள்ளையின் முத்திரை உள்ள அவரது ஒரு பாட்டு பின்வருமாறு: ராகம்: பரசு; தாளம்: சாபு.

பல்லவி

தில்லைத் தாண்டவ ராயா - இருவர் தேடிய
பாதத்தை நாட அருள் செய்வாய் (தில்லை)

அனுபல்லவி

தொல்லைப் பிறவி யெனும் அல்லற் கடற்குள் மூழ்கி
மல்லுக் கிழுக்கும் மாதர் பொல்லாக் கண்
வலைக்குள்

அலைந்தேனே - மதி
குலைந்தேனே - நான்
உலைந்தேனே - கதி
இலைகோனே - அருள் செய்வாய் (தில்லை)

சரணம்

செப்பும் கவி ஆழ்வார் அப்பன் துதிக்கிரங்கி அப்பும்
அரவும் ஆடப் பொற்பாதம் தூக்கியாடும்

நடராஜா - நான்
அலைந்தேனே - மெத்தக்
குலைந்தேனே - கதி
இலை உலகவர் தொழும். (தில்லை)

(குறிப்பு: இந்தச் சரணம் சரியாக இல்லை. அரைகுறையாக ஞாபகத்தில் இருந்த பதத்தின் பின் பகுதி, அனுபல்லவியின் அடிகளைப் போட்டு நிரப்பப்பட்டிருக்கிறது.)

அப்புறம் 1947 பிப்ரவரியில் சென்னை திரும்பினேன். 1946 ஜூன் அல்லது ஜூலையில் நான் கிராமத்துக்குப்

போகும்போது பார்த்த புதுமைப்பித்தன் வேறு. 1947 பிப்ரவரியில் பார்த்த புதுமைப்பித்தன் வேறு. இந்த மாத காலத்தில் அவர் வாழ்க்கையில் நிகழ்ந்த மாறுதல்கள் பல. அப்பொழுது சினிமாவுக்குக் கதை எழுதிக்கொண்டும் முதல் வகுப்பு ரயிலில் பிரயாணம் செய்துகொண்டும் வாழ்ந்த புதுமைப்பித்தன் வேறு; இப்பொழுது பரம தரித்திரத்தில் உழலும் புதுமைப்பித்தன் வேறு. நான் வந்து பார்த்தபோது தனியாகத்தான் வீட்டில் இருந்தார். மனைவி மக்கள் திருவனந்தபுரத்தில் இருந்தார்கள். எலும்பும் தோலுமாக மெலிந்து போயிருந்தார். ஒரு கப் காப்பி சாப்பிடக்கூடக் காசில்லாத கஷ்டம். வாழ்க்கை மாறியதுடன் அவருடைய மனமும்கூட மாறிப்போ யிருந்தது. தம் வறுமை மற்றவர்களுக்குத் தெரியவேண்டாம் என்பதற்காகத்தானோ என்னவோ, "ஒரு பெரிய வீடாக சுமார் 100, 150 வாடகையில் கிடைக்குமா? விலைக்குக் கிடைத்தாலும் வாங்கிக்கொள்கிறேன்... அச்சாபீஸை விலைக்கு விற்பதாக இருக்கிறார்களாம். அதை விசாரியுங்கள். நான் வாங்கிக்கொள்கிறேன்... ஆர்தர் கோனன் தோயில் புத்தகங்கள் ஒரு செட் விலைக்கு வேண்டும். கிடைக்குமா?" என்றெல்லாம் பேசத் தொடங்கிவிட்டார்.

ஒரே மாறுதல்!: இவ்வளவு பரிதாபகரமாக அவரது வாழ்க்கை மாறிவிட்டது. அது மட்டுமல்ல, முன்பு சொன்ன அபிப்பிராயங்களையெல்லாம் மாற்றிப் பேசினார். "பிளேட்டோவுக்கு முன் நம் திருவள்ளுவன் தவழும் குழந்தை" என்று சொல்லும் புதுமைப்பித்தன், "திருவள்ளுவனுக்கு இணையாகப் பிளேட்டோவை எப்படிச் சொல்ல முடியும்?" என்றார். திருக்குறளின் காமத்துப் பாலைச் சிலாகித்துப் பேசுகிறவர், "காமத்துப் பாலைத் திருவள்ளுவர் இயற்றி யிருப்பாரா என்பதே சந்தேகம்" என்று கூறினார். "சுந்தரபாண்டியம் என்ற ஒரு காவியம் அச்சில் வராமல் ஏட்டுப்பிரதியாகவே இருக்கிறது. அதைப் படித்தால் கம்பராமாயணத்தை இப்படிப் புகழமாட்டீர்கள்" என்றார். சுந்தர பாண்டியத்தின் சில பாடல்கள் பெருந்தொகையில் உள்ளன. அவை மிகவும் சாதாரணமான விருத்தப் பாக்கள். கவிதைக்கும் அந்தச் செய்யுட்களுக்கும் யாதொரு சம்பந்தமும்

கிடையாது. இதை எப்படிப் புதுமைப்பித்தன் பாராட்டுகிறார் என்று எனக்கு ஒரே வியப்பாகப் போய்விட்டது.

இப்படியாகக் கஷ்ட ஜீவனம் செய்துவந்த புதுமைப்பித்தனுக்கு எதிர்பாராத வரப்பிரசாதம் போல ஒரு சினிமாப் படத்துக்கு வசனம் எழுதச் சந்தர்ப்பம் கிடைத்தது. புனாவுக்குப் புறப்பட்டுப் போய்விட்டார். அப்புறம் அவரை நான் பார்க்கவில்லை.

போட்டோ பிடித்தால்: புனாவுக்குப் போவதற்கு முன்பு ஒரு நாள். அன்று க.நா. சுப்ரமண்யமும் தமிழ்ப் புத்தகாலய உரிமையாளர் கண. முத்தையாவும் நானும் புதுமைப்பித்தன் வீட்டில் உட்கார்ந்து பேசிக்கொண்டிருந்தோம். சங்கீதத்தைப் பற்றியும் ஆனந்த குமாரசாமியைப் பற்றியும் பேசினோம். அப்போது ஏதோ ஒரு சந்தர்ப்பத்தில், "போட்டோப் பிடித்தால் ஆயுள் குறையும் என்று நம் ஜனங்களிடம் ஒரு மூட நம்பிக்கை இருந்து வருகிறது" என்றேன். அதைக் கேட்டுவிட்டு அவர் சிரித்தார். அப்புறம், "ஸாரே, இதை வைத்துக் கட்டாயம் ஒரு கதை எழுதுங்கள்" என்றார்.

மூன்று புத்தகங்கள்: ஒரு சமயம் அவர் எனக்கு மூன்று புத்தகங்கள் படிக்கக் கொடுத்தார். *(1)* ஆர்தர் வான் ஷெண்டல் என்ற டச்சு எழுத்தாளர் எழுதிய, 'The House in Harlem' *(2)* டிஜோல்ஜங் என்ற டச்சு எழுத்தாளரின் 'Old Haven' *(3)* ஸிக்ரிட் அண்ட்ஸட் என்ற ஸ்வீடிஷ் பெண்மணி எழுதிய 'The Wife'. இந்த மூன்றில் முதல் புத்தகம் என்னை ஆட்கொண்டு விட்டது என்றே சொல்ல வேண்டும். அதை நான் படித்ததுடன் பல நண்பர்களுக்கும் படிக்கக் கொடுத்தேன். அதை வியந்து வியந்து பாராட்டிப் புதுமைப்பித்தனிடம் கூறினேன். மற்ற இரண்டு நாவல்களும் பெயர்பெற்ற எழுத்தாளர்களால் எழுதப்பட்டவையானாலும் மிகமிகச் சாதாரணமானவை என்று எனக்குப் பட்டது. இந்த இரண்டு புத்தகங்களையும் குறிப்பிட்டு, "வளவள என்று காரண காரியமில்லாமல் பக்கங்களை நிரப்பியிருக்கிறார்கள் ஆசிரியர்கள். தேவையில்லாத நிகழ்ச்சிகளே இந்த நாவல்களில் நிரம்பிக் கிடக்கின்றன" என்றேன். "வாழ்க்கையிலும் தேவையில்லாத நிகழ்ச்சிகள் குறுக்கிடுகின்றன அல்லவா?.

அவை உயர்ந்த புத்தகங்கள்" என்று சொல்லிவிட்டு நிறுத்திக்கொண்டார் புதுமைப்பித்தன்.

நாங்கள் சந்தித்துக் கொண்ட கடைசி நாள் அதுதான்.

சிஷ்யரும் நண்பரும்: கவிமணி தேசிக விநாயகம் பிள்ளையின் தினம் சக்தி காரியாலயத்தில் முதல்முதலாக நடைபெற்றது. 1946ஆம் வருஷத்தில் என்று நினைக்கிறேன். அதற்கு நான் போயிருந்தேன். புதுமைப்பித்தனும் வந்திருந்தார். என்னை ஒரு நண்பர் அவருக்கு அறிமுகப்படுத்தும்போது, "இவர் உங்கள் சிஷ்யர்: உங்கள் எழுத்துக்களில் அபார பிரேமை கொண்டவர்..." என்று சொல்லிக்கொண்டிருக்கும் சமயத்தில், புதுமைப்பித்தன், "சிஷ்யர் என்று சொல்லாதீர்கள். சிஷ்யர் என்றால் மேல்மாடி காலிஎன்று அர்த்தம். நண்பர் என்று சொல்லுங்கள்..." என்று சொல்லிவிட்டுச் சிரித்தார்.

அப்புறம் 1946ஆம் வருஷம் பிப்ரவரியில் புதுமைப்பித்தனிடமிருந்து எனக்கு ஒரு அழைப்புக் கடிதம் வந்தது. மராத்தி எழுத்தாளர் மாமா வரேர்கருக்கு அவரும் கி.ரா.*வும் சேர்ந்து தேநீர் விருந்து கொடுத்தனர். அதற்காகத்தான் அழைப்பு. என்னை ஞாபகம் வைத்திருந்து அழைப்பு அனுப்பியது எனக்கு மிகவும் சந்தோஷம் அளித்தது. அதற்கு மறுநாள் அவரை அவர் வீட்டில் நண்பர் ரகுநாதனுடன் போய்ச் சந்தித்தேன். அன்று முதல் நாங்கள் நண்பர்களாக மாறி, நெருக்கமாய்ப் பழகினோம்.

அன்று அவர் என்னிடம், "நம் ஆள் ஒருவர் மாம்பலத்தில் இருப்பதாகக் கேள்விப்பட்டேன். ஆனால் நேரில் சந்திக்கவில்லை" என்றார். 'நம் ஆள்' என்பது நான்தான்.

அன்று அவரும் மற்றும் சிலரும் சேர்ந்து வையாபுரிப் பிள்ளை வீட்டுக்குப் போய்விட்டு, மாலையில் புரசைவாக்கத்திலுள்ள அவருடைய நண்பர் ஒருவர் வீட்டுக்குப் போய் அங்கேயே இரவில் தங்கினோம். இப்படியாக ஒரு நாள் முழுவதையும் அவரோடு கழித்தேன்.

---

* இ.ராமச்சந்திரன் - பதிப்பாசிரியர்

அவருடைய நெருக்கமான தொடர்பு கிடைத்ததற்காக நான் அன்று மிகமிகச் சந்தோஷப்பட்டேன். அன்று முழுவதும் பேச்சுத்தான். எத்தனை இலக்கியங்கள் எங்கள் பேச்சில் அடிபட்டிருக்கும்! அந்த நண்பர் வீட்டில் அன்றிரவு பேசிக்கொண்டிருந்தபோது ஒரு சந்தர்ப்பத்தில், "தமிழ்நாட்டில் இன்று யாருக்கு ஐயா கதை எழுத வருகிறது, நம் மூன்று பேரைத் தவிர்த்து?" என்றார்.

'நம் மூன்று பேர்' என்பது புதுமைப்பித்தன், ரகுநாதன், நான் ஆகிய மூவரும்தான்.

அரை நிமிஷம் மௌனமாக இருந்தார் புதுமைப்பித்தன். அப்புறம் 'கடகட'வென்று சிரித்துக்கொண்டு, "நம் மூன்றுபேர் என்று தாட்சண்யத்துக்காகத்தான் சொல்லுகிறேன். என்னைத் தவிர்த்து யார் கதை எழுதுகிறார்கள்?" என்றார்.

எல்லோரும் விழுந்து விழுந்து சிரித்தோம்!

உற்சாகமூட்டல்: மறுநாள் விடைபெற்று வரும்போது, "நீங்கள் எழுதும் கதைகளெல்லாம் என்னிடம் வந்துவிட வேண்டும். அவற்றைத் தக்க முறையில் நல்ல பத்திரிகைகளில் வெளியிடுவது என் பொறுப்பு. கண்ட கண்ட பத்திரிகைகளில் போட்டுக் கதைகளைப் பாழாக்கிவிடக்கூடாது. ரகு சொன்ன கதையை நாளைக்கே கொடுத்தனுப்புங்கள். தமிழிலக்கியத்தில் நமக்குள்ள பயிற்சியினால்தான் இப்படிப்பட்ட கதைகளை நம்மால் எழுதமுடிகிறது. நீங்கள் நம் வழியில் கதைகள் எழுதுகிறவர்கள்" என்றார். அப்படியே, அவர் குறிப்பிட்ட என் கதையை அவரிடம் அனுப்பிவைத்தேன். புதுமைப்பித்தன் அதைப் பத்திரிகையில் கொடுத்து வெளியிடச் செய்தார்.* அவருக்கு நம்பிக்கையூட்டும் எழுத்தாளர்களை அவர் எப்படி உற்சாகமூட்டுவார் என்பதற்கு இது ஒரு உதாரணம். ஒரு "கவிஞ"ரிடம் என்னையும் ரகுநாதனையும் அறிமுகப்படுத்தும்போது, "இரண்டு பேரும் என் எதிர்கால நம்பிக்கைகள்" என்றார். கடைசிக் காலத்தில் பம்பாய்க்குப் போயிருந்தபோது, அங்குள்ள சில நண்பர்களிடம் அவர்

* அந்தக்கதை 'வெந்தழலால் வேகாது.' கலைகளுக்குப் புதுமைப்பித்தன் அனுப்பிப் பிரசுரித்தார்.

எங்கள் இருவரையும் பற்றிக் குறிப்பிட்டதன் காரணமாக, பம்பாயிலிருந்து எங்களுக்குப் புது நண்பர்கள் சிலர் கிடைத்தனர். இப்படியெல்லாம் உற்சாகமூட்டும் புதுமைப்பித்தன், மட்டரகங்களைத் தாக்கும்போது மிகமிகக் கடுமையாகத் தாக்குவார். இதற்குத் தக்க சான்றுகள், இவர் பத்திரிகையில் எழுதிய விமர்சனங்களே. அநேக நூலாசிரியர்களுக்கு இவர் சிம்ம சொப்பனமாகவே இருந்தார்.

"தனக்குக் கீழே இருப்பவனைத் தனக்குச் சமதையாகக் கருதாதவன் ஒரு மனிதனா?" என்றும் அவர் பலமுறை கூறியிருக்கிறார்.

புதுமைப்பித்தன் தமக்கு ஜோதிடம் தெரியும் என்று கூறியிருக்கிறார். வைத்தியமும் கொஞ்சம் தெரியுமாம். எனக்கு ஒருமுறை ஜுரம் வந்திருந்தபோது, ஒரு மலையாள வைத்தியசாலைக்கு அவர் என்னை அழைத்துச் சென்றார். கடைக்காரருடன் மருந்து வகைகளைப் பற்றி ஒரு ராஜ வைத்தியனைப்போலப் பேசிக்கொண்டிருந்தார். எனக்கு அது ஒரு ஆச்சரியமாக இருந்தது. இலக்கியத்தில் எல்லாத் துறைகளிலும் அவருக்குப் பரிச்சயம் உண்டு. கதை, கட்டுரை, நாடகம், கவிதை – எதை வேண்டுமென்றாலும் நிகரில்லாத முறையில் எழுதுவார். மேல்நாட்டு இலக்கியத்திலும் தமிழ் இலக்கியத்திலும் ஊறித் திளைத்தவர். நாடோடிப் பாடல், சித்தர் பாடல், கிராமியக் கதைகள், பண்பாட்டை ஒட்டிவரும் பழக்கங்கள் முதலியவற்றைத் தெள்ளத் தெளிவாகத் தெரிந்து வைத்திருந்தார், கம்பரிடத்தில் ஒரே உயிர். 'கம்பன்தான் எனக்குத் தமிழ் நடையைக் கற்றுத் தந்தான்' என்பார். ஒரு கதையில் ஒரு பெண்ணைப் பற்றிக் கூறும்போது, "கவிதாரசிகனுக்குக் கம்பன் மாதிரி" என்று உவமானமாகக் கூறியிருக்கிறார்.

தோற்றம் முதலியன: புதுமைப்பித்தன் சுமார் ஐந்தே முக்கால் அடி உயரமிருப்பார். மிக மிக ஒல்லியான சரீரம். தலைமயிரை மிகவும் நீளமாக வைத்துக்கொண்டிருப்பார். கால்வாசி நரைத்திருக்கும். பற்கள் பெரிய பற்கள். எந்நேரமும் வெற்றிலை போட்டுக்கொண்டே இருப்பார். பேசும்போது தலையை ஆட்டி ஆட்டிப் பேசுவார். மற்றவர்கள்

பேசுவதைக் கேட்டுக் கொண்டிருக்கும்போதோ மிகவும் அதிகமாகத் தலையாட்டுவார். அவர் எவ்வளவு முக்கியமான விஷயத்தைப்பற்றிப் பேசிக் கொண்டிருந்தாலும், பக்கத்தில் உட்கார்ந்திருப்பவர் குறுக்கிட்டு ஏதேனும் சம்பந்தமில்லாத விஷயத்தைச் சொல்ல ஆரம்பித்தால், தம்முடைய பேச்சை அப்படியே அந்தரத்தில் நிறுத்தி விட்டுக் கவனித்துக் கேட்பார். அடுத்தவர் பேசி முடித்தபிறகு தம்முடைய விஷயத்தைத் தொடர்ந்து பேசும் வழக்கம் அவரிடம் கிடையவே கிடையாது. அதைப்பற்றி கேட்டாலொழிய அவர் அந்த விஷயத்தைத் திரும்பவும் பிரஸ்தாபிக்கவே மாட்டார். இது அவருடைய தனிப் பண்பு. பேச்சின் நடுவில் அவர் சிரிக்க ஆரம்பித்தால் சிரிப்பு நிற்க வெகுநேரம் ஆகும். அவரோடு பேசிக்கொண்டிருப்பதை ஒரு பெரிய இன்பானுபவம் என்றே சொல்லவேண்டும். அவருடைய ஆழ்ந்த மேதாவிலாசமும் ஹாஸ்ய ரசனையும் ஒன்றையொன்று போட்டி போட்டுக் கொண்டு பேச்சில் வெளிப்பட்டுக்கொண்டிருக்கும்.

பேசும்போது position – நிலை என்ற ஆங்கிலவார்த்தையை அடிக்கடி உபயோகிப்பார். அதற்கு அடுத்தபடியாக "விவகாரம்" என்ற தமிழ் வார்த்தை அடிபடும். திருநெல்வேலியை விட்டுச் சென்னைக்கு வந்து பல வருஷங்களாகியும் அவரிடம் திருநெல்வேலிப் பேச்சு மட்டும் கொஞ்சம்கூட மாறாமல் மறையாமல் இருந்து வந்தது ஒரு ஆச்சரியம். “வந்த பிறகு” என்பதற்கு “வந்தம் பிறகு” என்றே சொல்லுவார். ‘மதுஸ’, ‘மேசை’, ‘ராசா’, ‘அவுஹ’ என்று தான் உச்சரிப்பார்.

தெருவில் நடந்து செல்லும்போது மெதுவாக நடந்தாலும் கைகளை வீசி, காலை இழுத்துப்போட்டு, பாய்ந்து பாய்ந்து நடப்பார். கும்பிடும்போது இரண்டு கைகளையும் ‘டப்’பென்று தட்டிக்கொண்டு கும்பிடுவார். பேசிக் கொண்டிருக்கும் சமயத்தில், தலையின் பின்பக்கத்தில் கையை வைத்து முன்பக்கமாகத் தலைமயிரைத் தள்ளிக் கோதிக்கொண்டே இருப்பார். இரவில் எவ்வளவு நேரம் விழித்திருந்தாலும் காலையில் உதயத்துக்கு முன் எழுந்து க்ஷவரம், ஸ்நானம் போன்ற காரியாதிகளை ஒழுங்காக

முடித்து விடுவார். சுத்தத்தில் எப்பொழுதும் கவனம் அதிகம். வெளியிலிருந்து வீட்டுக்குள் வந்ததும், ஆடைகளைக் களைந்துவிட்டு ஒரு துண்டை மட்டும் கட்டிக்கொண்டு பேச உட்கார்ந்து விடுவார்.

தாழைப்பழம்: ஒருநாள் அழுகணிச் சித்தரைப் பற்றிப் பேசிக்கொண்டிருந்தோம். அந்தச் சித்தனுக்கு 'அழுகணிச் சித்தன்' என்று பெயர் வந்ததன் காரணத்தைப் புதுமைப்பித்தன் பின்வருமாறு சொன்னார்:

"ஏதோ ஒரு யோகாசனத்தைப் போடும்போது அதில் தவறு ஏற்பட்டுவிட்டது. அதனால் அவன் கண்களில் எந்நேரமும் கண்ணீர் வழிந்துகொண்டே இருந்தது. அவன் ஆயுள் முழுவதும் இப்படியே கண்ணீர் வந்துகொண்டிருந்தது. அதனால்தான் அவனுக்கு அழுகணிச் சித்தன் என்று பெயர் வைத்து விட்டார்களே ஒழிய, அவன் அழுதுகொண்டிருந்ததனால் அல்ல."

எந்த ஆதாரத்தோடு புதுமைப்பித்தன் இவ்வாறு சொன்னார் என்று எனக்கு அன்றும் தெரியாது; இன்றும் தெரியாது.

அழுகணிச் சித்தன் ஒரு பாட்டில்,

**வாழைப் பழம் தின்றால் வாய்நோகு மென்றுசொல்லி
தாழைப் பழம் தின்று தாழ்வெனக்கு வந்ததடி**

என்று கூறியிருக்கிறான். இந்தப் பாட்டில் வரும் 'தாழைப் பழம்' என்பதைப் பற்றிப் புதுமைப்பித்தன் கூறியதாவது:

'தாழைப் பழம்' பார்ப்பதற்கு வாழைப்பழம் போல இருக்கும். ஆனால் கருப்பாக இருக்கும். இதைச் சாப்பிட்டால் வெகு நேரம்வரை பசியெடுக்காது. அத்துடன் ஒரே சிந்தனையுடன், வேறு நினைவுகளில் கவனம் செல்லாமல், தியானம் செய்வதற்குரிய சக்தியை இந்தப் பழம் கொடுக்கும்.

கொல்லிப்பாவை: தமிழ் இலக்கியத்தில் 'கொல்லிப்பாவை' என்பது பல இடங்களில் பிரஸ்தாபிக்கப்படுகிறது. கொல்லிப்பாவையைப் பற்றிப் புதுமைப்பித்தன் கொடுத்த விளக்கமாவது:

"இது மிகமிக அழகான ஒரு சிலை. இது தமிழ்நாட்டில் இருந்திருக்கிறது. இந்தச் சிலையைப் பார்த்தவர்கள், இதன் அழகில் சொக்கி அப்படியே இறந்துபோய் விடுவார்களாம். அப்படி இறந்தவர்கள் பலரின் எலும்புக் கூடுகள் சிலையைச் சுற்றிக் கிடக்குமாம்."

புதுமைப்பித்தனும் "சிற்பியின் நரகம்" என்ற தம் கதையில் கொல்லிப்பாவையைப் பற்றிக் குறிப்பிட்டிருக்கிறார். கொல்லிப்பாவை ஒரு காலத்தில் திருச்சிராப்பள்ளி ஜில்லாவில் இருந்ததாம்.

மக்களே போல்வர்...: மயிலாப்பூர் ஹோட்டல் ஒன்றில், புதுமைப்பித்தன், ரகுநாதன், நான் மூவரும் சாப்பிட்டுக் கொண்டிருந்தோம். பாதாம் அல்வாவைப் பார்த்துவிட்டு 'இது பாதாம் பருப்பில் செய்யப்பட்டதல்ல, பார்ப்பதற்குத்தான் பாதாம் அல்வா மாதிரி இருக்கிறது' என்று குறிப்பிடுவதற்காக, 'மக்களே போல்வர் கயவர்' என்ற திருக்குறள் அடியை மட்டும் சொன்னார் புதுமைப்பித்தன்.

இருவரும் அகப்பட்டுக்கொண்டார்கள்: தம் கதையை ஒரு கவிஞர் திருடிப் பாட்டாக எழுதிப் பிரசுரித்து விட்டதாக ஒரு எழுத்தாளர் புகார் பண்ணிக்கொண்டிருந்தார். இதைப் பற்றிப் புதுமைப்பித்தனிடம் சொன்னபோது அவர் கூறியதாவது:

"அவர் ஒன்றும் அந்த எழுத்தாளரின் கதையைத் திருடிவிடவில்லை. இரண்டு பேரும் தனித்தனியாக ஒரு ஆங்கிலக் கதையிலிருந்து திருடியிருக்கிறார்கள். திருடர்கள் இரண்டு பேரும் இப்பொழுது அகப்பட்டுக்கொண்டு விட்டார்கள். இதற்கு ஒரு உதாரணம் சொல்லுகிறேன்.

"கணவன் தன் மனைவிக்குத் தெரியாமல் கள்ள மனைவியைச் சந்திப்பதற்காக ஓரிடத்திற்குப் போனான். அப்படியே மனைவியும் தன் கணவனுக்குத் தெரியாமல் கள்ளப் புருஷனைச் சந்திப்பதற்காக ஓரிடத்திற்குப் போனாள். சந்தர்ப்பவசமாக இருவரும் ஒரே இடத்திற்குப் போய்விட்டார்கள்; இருட்டில் ஒருவர் முகம் ஒருவருக்குத் தெரியாமல் கையைப் பிடித்துக் கொண்டார்கள். அப்புறம்

ஒருவரை ஒருவர் இன்னார் என்று தெரிந்து, திருட்டு விழி விழித்தார்கள். இது போலத்தான் இந்தக் கவிஞரும் எழுத்தாளரும்."

யாரையும் புதுமைப்பித்தன் நேருக்கு நேராகப் புகழுகிறார் என்றால் அதை நம்பிவிட முடியாது. நேரில் புகழ்ந்துவிட்டு, வந்த ஆசாமி போனபிறகு, "இவன் கதையா எழுதுகிறான்?" என்று பரிகாசமாகச் சொல்லுவார். ஆள் இல்லாத இடத்தில் அவர் புகழுவதுதான் பெரும்பாலும் உண்மையாக இருக்கும். சில சமயங்களில் நேருக்கு நேராகச் சிலரைக் கடுமையாகத் தாக்கவும் செய்வார். அதே போலப் பத்திரிகைகளிலும் தாக்கிவிடுவார். தாக்குதல்கள் பயங்கரமாகக்கூட இருக்கும்.

டிராம் பிரயாணம்: டிராமிலோ பஸ்ஸிலோ அவர் நண்பர்களுடன் பிரயாணம் செய்தால், எல்லா நண்பர்களும் உட்கார்ந்த பிறகுதான் அவர் உட்காருவார். உட்கார இடமில்லையென்றால் நின்று கொண்டிருப்பார். "நீங்கள் உட்காருங்கள், நான் நிற்கிறேன்" என்று எவ்வளவு கட்டாயப்படுத்தினாலும் உட்காரவே மாட்டார். ஒருமுறை டிராமில் ஒரு ஆளுக்கு இடம் காலியிருந்தது. நானும் அவரும் டிராமில் ஏறிவிட்டோம். என்னை அந்தக் காலிஇடத்தில் உட்காரச் சொன்னார். நான் அவரை உட்காரச் சொன்னேன். அவர் உடனே, "நீங்களும் நானும் வாதாடிக்கொண்டிருந்தால் மூன்றாவது ஆசாமி யாராவது வந்து உட்கார்ந்து விடுவார். அப்புறம் நாம் இரண்டு பேரும் ஏமாந்த சோணகிரிகள் ஆக வேண்டிவரும். பேசாமல் உட்கார்ந்து விடுங்கள்" என்று சொல்லி என்னை உட்கார வைத்துவிட்டார். அவரிடம் ஒரு விசித்திரமான பழக்கம் உண்டு: அவருடன் பஸ் பிரயாணமோ டிராம் பிரயாணமோ செய்யும்போது டிக்கட்டுகளை வாங்கிய பிறகு, அந்த டிக்கட்டுகளையெல்லாம் அவர் ஞாபகமாக வாங்கி வைத்துக்கொள்ளுவார். இதைப் பல தினங்கள் கவனித்து வந்தேன். ஒருநாள் "இந்த டிக்கட்டுகள் உங்களுக்கு எதற்கு?" என்று கேட்டதற்கு, "நாம் ஒரு டிராம் கம்பெனி ஆரம்பித்தால் இந்த டிக்கட்டுகளை உபயோகப்படுத்தலாம் அல்லவா?" என்று சிரித்துக்கொண்டே சொன்னார். ஆனால், அவர் அந்த டிக்கட்டுகளையெல்லாம் பத்திரமாகக்

கொண்டு போய், வீட்டில் குப்பைக் கூடையிலே எறிந்து விடுவார்! குப்பைக் கூடையிலே எறியப்போவதை இவ்வளவு கவனமாக வீட்டுக்கு எதற்காகக் கொண்டு வந்தாரோ?

ஒரு முக்கியமான சாதனை: திருநெல்வேலிச் சீமையையும் சைவ வேளாளர் குடும்பங்களின் பண்பாட்டையும் தம் இலக்கியத்தில் மிக அற்புதமாக முதல்முதலில் படம் பிடித்துக் காட்டியவர் புதுமைப்பித்தன்தான்.

இவர் கதைகளைப் படிக்கும்போது திருநெல்வேலிச் சீமை கண்முன் தோற்றம் அளிக்கும். அவ்வளவு தத்ரூபமாகவும் நுணுக்கமாகவும் எழுதியிருக்கிறார்.

ஆங்கில இலக்கிய கர்த்தர்களில் தாமஸ் ஹார்டிக்கு ஒரு தனிப் பெருமை உண்டு. இங்கிலாந்தில் வெஸெக்ஸ் மாகாண வாழ்க்கையைத் தம் நாவல்களில் அற்புதமாகச் சித்திரித்த மேதை அவர் என்பார்கள். தாமஸ் ஹார்டிக்குச் சமதையாகத் தம் சீமையின் மண்வாடை வீசும்படி தமிழில் இலக்கிய சிருஷ்டி செய்தவர் புதுமைப்பித்தன்.

"முழங்கையால் எழுதுங்கள்": "பருத்திக்கொட்டை தின்னத்தான் வேண்டும், வேறு வழியில்லை" என்ற வாசகங்களைப் புதுமைப்பித்தன் அடிக்கடி உபயோகிப்பார். செய்ய விரும்பாத காரியத்தைச் செய்யச் சொல்லிஅவர் யாரையும் கட்டாயப் படுத்தும்போது இவ்வாறு சொல்லுவார்.

ஒரு பத்திரிகையின் ஆசிரியர் உடம்புக்குச் சுகமில்லாமல் படுத்துவிட்டார். யாராவது அவர் ஸ்தானத்தை ஏற்றுக் கொண்டாலொழியப் பத்திரிகை வெளிவராது என்ற நிலை. புதுமைப்பித்தன் என்னைப் "போன்" மூலம் அழைத்து அங்கு வரச் சொன்னார். ஆசிரியர் குணமடையும்வரை அந்தப் பத்திரிகையின் பொறுப்பை ஏற்றுக்கொள்ளும்படி வற்புறுத்தினார். நான் எதிர்பார்க்காத அளவு அதிகச் சம்பளம் கொடுப்பதாகவும் அந்த ஆசிரியர் சொன்னார். "சில நாட்களுக்குத்தான். அதனால் நீங்கள் பொறுப்பேற்கத்தான் வேண்டும்" என்று கட்டாயப்படுத்தினார் புதுமைப்பித்தன். அவர் வற்புறுத்தலுக்கு இணங்கினேன். வெளியே வந்தபிறகு, "இது அரசியல் பத்திரிகை. நானோ இலக்கிய முயற்சியில்

இருக்கிறேன். அரசியல் பாஷையை எழுத ஆரம்பித்தால், உள்ள தமிழ்நடையும் கெட்டுப் போய்விடுமோ என்று அஞ்சுகிறேன்" என்று என் மனக்குறையைச் சொன்னேன். உடனே அவர், "அவர் ரொம்பவும் நல்லவர். நாம் உதவி செய்யத்தான் வேண்டும். கொஞ்ச நாட்களுக்கு நீங்கள் பருத்திக்கொட்டை தின்றுதான் ஆகவேண்டும். வேறு வழியில்லை" என்று சொல்லிவிட்டு, "உங்களை யாரையா பேனா பிடித்து எழுதச் சொன்னது; முழங்கையால் எழுதுங்கள், ஐயா!" என்றார்!

ஓ. ஹென்றி "டச்": அமெரிக்க எழுத்தாளர் ஓ. ஹென்றியைப் பற்றிப் பலர் அறிந்திருக்கலாம். அவருடைய சிறுகதைகளின் முடிவு எதிர்பாராத ஆச்சரியமாக இருக்கும். இந்த மாதிரி முடியுமென்று யாரும் எதிர்பார்த்திருக்கவே முடியாது. நிற்க.

புதுமைப்பித்தனுடன் ஒரு நண்பர் வீட்டுக்குப் போயிருந்தோம். பேசிக்கொண்டிருந்துவிட்டுப் புறப்படும்போது ஆச்சரியப்படும் படியாக எதிர்பாராத சமாச்சாரம் எதையோ சொன்னார் புதுமைப்பித்தன். அந்த நண்பர், "என்ன இது இவ்வளவு நேரமும் சொல்லாமல், இப்போது சொல்லுகிறீர்கள், ஒரே ஆச்சரியமாக இருக்கிறது" என்றார்.

நாங்களும் "ஓ ஹென்றி 'டச்' (O. Henry touch) உடையவர்கள் தான்!" என்றார் புதுமைப்பித்தன்.

(ஹென்றியின் இயல்பு உடையவர்கள் என்று பொருள்.)

பிரம்ம ராக்ஷஸ்: "பிரம்ம ராக்ஷஸ் என்ற உங்கள் கதையின் மூலக் கருத்து என்ன?" என்று ஒரு நண்பர் கேட்டார்.

"ஒன்றும் கிடையாது. வார்த்தைகளை வைத்து விளையாடி வாசகனைப் பிரமிக்க வைக்க முயன்றேன். அதில் வெற்றியும் பெற்று விட்டேன்" என்று புதுமைப்பித்தன் சொன்னார்.

அவர் இந்த மாதிரி விளையாடியிருக்கும் கதைகள் இன்னும் இரண்டொன்று இருப்பதாகவே எனக்குத் தோன்றுகிறது.

சங்கீதம்: புதுமைப்பித்தனுக்குச் சங்கீதமே பிடிக்காது. கர்நாடக சங்கீதத்தைப் பற்றி அவருடன் ஒரு நாள் விவாதித்துக் கொண்டிருந்தேன். ஒரு கட்டத்தில் அவர் சொன்னார்:

"நமது சங்கீதத்தில் பிரமாதமாக என்ன கலையம்சம் இருக்கிறது? ஏழு ஸ்வரங்களை வைத்துக்கொண்டு விளையாடுகிறார்கள். எவனோ கண்டுபிடித்துவைத்த ஸ்வரங்கள் அவை. ஆகவே பாடகனின் கற்பனைக்கு இடம் எங்கே இருக்கிறது? அந்த ஏழு ஸ்வரங்களைத் தாண்டி இவனால் என்ன செய்ய முடியும்?"

இதற்கு நான் பதில் சொல்ல முயல்வதற்கு முன்பே பேச்சை மாற்றி வேறு விஷயத்துக்குப் போய் விட்டார்!

ஐயர் கடை டீ: "நீ என்னடா சுத்த பைத்தியக்காரனாக இருக்கிறாய்!" என்று சொல்லுவதைப் போல், "நீ என்னடா, பார்ப்பான் கடையில் டீ குடிக்கிறவனாக இருக்கிறாய்!" என்பாராம் புதுமைப்பித்தன். ஐயர் கடையில் காபியும், முஸ்லிம் கடை, நாயர் கடைகளில் டீயும் குடிக்க வேண்டும் என்பது அவர் கருத்தோ என்னவோ!

வேளாளன் யார்?: வேளாளர்கள் விருந்துபசாரம் செய்வதில் தலை சிறந்தவர்கள். மிழலை நாட்டு வேளாளர்களின் கொடையைப் புகழ்ந்து ஒரு பழைய தமிழ்க் கவிஞர் அற்புதமான ஒரு பாடல் பாடியிருக்கிறார். அவர்கள் வீட்டில் பிறக்கும் குழந்தைகள் கொடுக்கப் படித்த பிறகுதான் நடக்கப் படிக்கும் என்று புலவர் பாடியுள்ளார், இதனால் தான் "வேளாளன் என்பான் விருந்திருக்க உண்ணாதான்" என்று கூறப்படுகிறது. நிற்க. இந்தக் காலத்து வேளாளர்களில் சிலர் அவ்வாறு இல்லை என்பதற்காக, புதுமைப்பித்தன் பின்வருமாறு தமாஷாகச் சொல்லுவாராம்:

"வேளாளன் என்பான் விருந்திருக்க உண்ணாதான்" என்பதற்கு, 'வாசலில் விருந்தினர் அமர்ந்திருக்க தான் மட்டும் உள்ளே போய்ச் சாப்பிட்டு விட்டு வருவது வேளாளன் வழக்கமல்ல' என்று பொருள் சொல்லுகிறார்கள். அது தப்பு. விருந்தினர் இருக்கும்போது தான் சாப்பிட முடியாது

என்பதற்காக விருந்தினர்களை வீட்டை விட்டுப் போகச் சொல்லிவிட்டு அப்புறம் சாப்பிடுபவன் வேளாளன். அதனால்தான் 'வேளாளன் என்பான் விருந்திருக்க உண்ணாதான்' என்று சொல்லியிருக்கிறார்கள்."

இப்படிச் சொன்ன புதுமைப்பித்தனும் ஒரு வேளாளர்தான்; ஆனால், போகச் சொல்லிவிட்டுச் சாப்பிடும் வேளாளர் அல்ல.

(மேற்காணும் இரு செய்திகளையும் எனக்குக் கூறியவர் புதுமைப்பித்தனுடன் 'தினசரி'யில் உதவி ஆசிரியராகப் பணியாற்றிய ஆ. காசி விஸ்வநாதன் என்ற வேளாளர்!)

"இன்னமுமா பாட்டு?": திருச்சி ரேடியோவில் ஒரு கவியரங்கத்தில் புதுமைப்பித்தன் சில பாடல்கள் இயற்றி அரங்கேற்றினார். அவற்றுள் ஒருபாட்டில், முருகக் கடவுளிடம் கவிதை பாட வரங் கேட்டதாகவும் அதற்கு முருகக் கடவுள் பதில் சொன்னதாகவும் பாடியிருந்தார். முருகன் சொன்ன பதில் பின்வருமாறு:

- மேல் நோக்கிக்
கொட்டாவி விட்டதெல்லாம்
கூறுதமிழ்ப் பாட்டாச்சே!
முட்டாளே இன்னமுமா
பாட்டு?

இந்தப் பாட்டைப் பற்றி அவரோடு பேசிக்கொண்டிருந்த போது, "கூறு தமிழ்ப் பாட்டு" என்பதை, இனிமேல் 'கூரு கெட்ட பாட்டு' என்று திருத்திக்கொள்ளுங்கள்" என்று தமாஷாகச் சொன்னார். ஆனால், திருத்தம் பொருத்தமாக இல்லை; அசல் பாட்டுத்தான் பொருத்தமாக அமைந்திருக்கிறது என்பது என் அபிப்பிராயம்.

("புத்திகெட்ட" என்பதற்குப் பதிலாக "கூரு கெட்ட" என்று திருநெல்வேலிச் சீமையில் சொல்லுவார்கள். கூர்–கூர்மை; புத்திக்கூர்மை.)

மருதூர் கிராமம்: "எங்கள் குடும்பத்துக்குப் பூர்வீகம் மருதூர் என்ற கிராமம். இப்போது போய்ப் பார்த்தால்

கிராமம் பாழாகக் கிடக்கிறது. கிராமங்கள் எல்லாமே இப்படிப் பாழாகிக்கொண்டு தான் வருகின்றன. என்ன காரணம்?"

இப்படி ஒருநாள் புதுமைப்பித்தன் கேட்டார். அவர் குறிப்பிட்ட மருதூர் திருநெல்வேலிஜில்லாவில் எங்கே இருக்கிறது என்று எனக்குத் தெரியவில்லை.

தெரியாத விஷயம்: தெரியாத விஷயங்களைப்பற்றி முற்றும் தெரிந்தவர் போல மணிக்கணக்கில் விவாதித்து அதில் வெற்றியும் பெறக்கூடிய அபாரமான திறமை படைத்தவர் புதுமைப்பித்தன். அந்த விஷயம் அவருக்கு முழுவதும் அத்துபடியாகியிருக்கிறது என்றே பக்கத்தில் இருப்பவர்கள் நம்பி விடுவார்கள்.

ஒருநாள் நான்காவது அளவு (fourth dimension) என்பதைப்பற்றி விவாதம்.

"அப்படி ஒரு அளவு இல்லாவிட்டால் புதுமைப்பித்தன் என்ற ஒரு பிறவியே உருவாகியிருக்க முடியாது" என்றார் புதுமைப்பித்தன். அது ஏதோ ஒரு ஆழமான தத்துவத்தைத் தன்னுள் கொண்டிருக்கும் வாக்கியம் போல ஒலித்தது. அதன் பொருள் அவருக்கோ மற்றவர்களுக்கோ தெரியாவிட்டாலும், கேட்ட மாத்திரத்தில் உள்ளத்தைக் கவரக்கூடியதாக இருந்தது.

பிறகு வெகுநேரம் விவாதம் நடந்தது. முடிவில் நண்பர்கள் விடைபெற்றுப் போனார்கள். எல்லோரும் போன பிறகு புதுமைப்பித்தன் சொன்னார்: "இதைப் பற்றியெல்லாம் எனக்கு எதுவுமே தெரியாது. ஆனால் அவர்கள் இதில் நான் மகா நிபுணன் என்று நம்பிக்கொண்டு போகிறார்கள்!"

இவ்வாறு சொல்லிவிட்டு உரக்கச் சிரித்தார்.

கோவில்பட்டிப் பக்கம் ஒரு கொள்ளைக்காரன்: "இது உங்கள் கோவில்பட்டிப் பக்கம் நடந்த கதை" என்று ஒருநாள் புதுமைப்பித்தன் பின்கண்ட செய்தியைக் கூறினார்:

"அந்தப் பக்கத்தில் ஒரு கொள்ளைக்காரன் இருந்தான். அவனுக்கு இரண்டு கால்களும் கிடையாது. அவனை

அவனுடைய மனைவி ரோட்டோரத்தில் ஒரு மரத்தடியில் கொண்டுவந்து உட்கார வைத்துவிடுவாள். பெரிய மீசையோடும் தலைப்பாகையோடும் சந்தனப் பொட்டோடும் கருப்பணசாமி மாதிரி உட்கார்ந்துகொண்டு கையில் ஒரு அரிவாளையும் வைத்துக்கொண்டிருப்பான். அந்த வழியே வருகிறவர்களை உட்கார்ந்தவாக்கிலேயே மிரட்டிப் பணத்தைப் பறிப்பான். இந்த வழிப்பறி பல வருஷங்களாக நடைபெற்று வந்தது. ஒருமுறை ஒரு முரட்டு ஆசாமி உயிரை வெறுத்து இவனோடு குஸ்திபோட வந்துவிட்டான். கொள்ளைக்காரன் எழுந்து நிற்காமல், உட்கார்ந்து கொண்டே உறுமுவதைப் பார்த்து அந்த ஆசாமிக்குச் சந்தேகம் உண்டாகிவிட்டது. அப்புறம்தான் கொள்ளைக்காரனுக்கு இரண்டு கால்களும் இல்லை என்ற ரகசியம் வெளிப்பட்டது. அவனுடைய வழிப்பறியும் அன்றோடு நின்றுவிட்டது."

சில விவரங்கள்: மகாபாரதத்தையும் ராமாயணத்தையும் நாவல்களாக எழுதப்போவதாய்ப் புதுமைப்பித்தன் சொல்லிக் கொண்டிருந்தார்.

புதுமைப்பித்தன் எழுதும்போது ஆச்சரியக் குறி, கேள்விக் குறி முதலியவை போடுவதில்லை. முற்றுப்புள்ளியும் கால் புள்ளிகளுமே இருக்கும். (அமெரிக்க எழுத்தாளர் வில்லியம் ஸரோயன் ஒருவர்தான் இம் மாதிரி எழுதுவார். அவருடைய புத்தகங்களிலும் இப்படியேதான் இருக்கும். இது அவரது கொள்கை போலும்! ஆனால், புதுமைப்பித்தனுக்கு இது கொள்கையல்ல.)

கடவுளிடத்தில் நம்பிக்கையில்லாத புதுமைப்பித்தன், தம் அந்திம காலத்தில், மிகவும் சிரம தசையில் "முருகா! என்னை ஏன் இப்படிச் சோதிக்கிறாய்?" என்று மனம் உளைந்து சொன்னாராம்.

புதுமைப்பித்தன் எழுதிய புத்தகங்களில் தலைசிறந்தவை அவருடைய சிறுகதைத் தொகுதிகளே. நாவல்கள் என்று இரண்டொன்று எழுதினார். அவை சாதாரணமானவை. நாடகமும் அப்படியே. கட்டுரைகள் மட்டும் கதைகளைப் போலச் சிறப்புடையவை. கவிதைகளை மின்வெட்டு

மாதிரியும், ஆற்றல் மிக்க சொற் பிரயோகங்களுடனும் இயற்றுவார். அவர் மொழிபெயர்த்த மேல்நாட்டுக் கதைகள் பல. அவற்றில் ஒரு சிலவற்றைத் தவிர பிற யாவும் சாதாரணமானவையே. ஆனால், இதைப் புதுமைப்பித்தன் ஒப்புக்கொள்ள மறுத்துவிட்டார்! தாம் மொழிபெயர்த்த கதைகள் யாவும் சிறந்தவையே என்று சாதித்தார்.

வாழ்க்கை: திருநெல்வேலிவாசியான தாசில்தார் சொக்கலிங்கம் பிள்ளை, திருப்பாதிரிப்புலியூரில் உத்தியோகம் பார்த்துக் கொண்டிருந்தபோது 1906இல் புதுமைப்பித்தன் பிறந்தார்.

திருநெல்வேலி'வயல் காட்டுப்' பள்ளிக்கூடத்திலும், ஹிந்துக் கல்லூரியிலும் படித்து பி.ஏ. பாஸ் பண்ணினார். வேறு உத்தியோகம் எதுவும் தேடாமல் பத்திரிகையில் நுழைந்தார். அவர் பத்திரிகையில் சேருவதற்கு உதவியாக இருந்தவர் வ.ரா. பல பத்திரிகைகளில் பணியாற்றியிருந்தபோதிலும், 'தினமணி'யிலும், 'தினசரி'யிலும் பணியாற்றிய காலமே அதிகம். கடைசியில் சினிமாத் துறையில் பிரவேசித்தார்.

1948இல் திருவனந்தபுரத்தில் தம் மனைவியார் வீட்டில் காலமானார்.

அவருடைய கதைகள் சிறுகதை இலக்கியத்துக்கு வாழ்வு உள்ள வரையில் பரம்பரை பரம்பரையாக நிலைத்து நிற்கும் என்பதில் சந்தேகமில்லை. இருபதாம் நூற்றாண்டின் ஒப்புயர்வற்ற தமிழ் இலக்கிய பிரம்மாக்களாகக் கூறத்தக்கவர்கள் பாரதியும் புதுமைப்பித்தனும் ஆவர். அவருடைய கதைகளிடத்தில் நமக்கு எவ்வளவு மதிப்பு உண்டோ, அவ்வளவு மதிப்பு அவருக்கும் உண்டு.

"என் கதைகள் என் குழந்தைகள்" என்று அவர் அடிக்கடி சொல்லுவார்.

'நான்கண்ட எழுத்தாளர்கள்'

காலமும் நியாயமும்

(புதுமைப்பித்தனின் திருநெல்வேலி)

தொ. பரமசிவன்

குறத்தி குத்தின பச்சை மாதிரி புதுமைப்பித்தன் என்ற பெயர் ஒட்டிக் கொண்ட படைப்பிலக்கியவாதியோடு 'திருநெல்வேலி'. நைல்நதி, கங்கைக்கரை என்பதுபோல இடத்தைக் குறிக்கும் பெயர்ச் சொற்கள் அங்கே வாழ்ந்த மனிதர்கள், அவர்களின் நினைவுகள், கனவுகள், ஆக்கங்கள் என்று பொருண்மை விரிவு பெற்றுக்கொண்டே போகின்றன. புதுமைப்பித்தன் என்ற பெயரோடு ஒட்டிக்கொண்ட 'திருநெல்வேலி'க்கும் அதுதான் நியாயம்.

'வீரபாண்டியன் பட்டணத்தின் சிறுபகுதியாகவே (சுப்பையா பிள்ளையின் காதல்கள்) சென்னையில் காலந்தள்ளிய சுப்பையா பிள்ளையின் கண்கள், தாம்பரம் ரயில் நிலையத்தில் நாள்தோறும் தெற்கே இருந்து வரும் வண்டியில் 'திருநெல்வேலியிலிருந்து தமக்குத் தெரிந்த யாரும் வந்தால் பார்க்கலாமே' என்று துழாவுகின்றன. இப்போது தெரிகின்றது. அந்தக் கண்கள் புதுமைப்பித்தனுடையவை என்று. 'நிலத்தில் கிடந்தமை கால் காட்டும்' என்கிற திருக்குறள் சொற்கள் பண்டிதத்தனமாகத் தோன்றலாம். ஆனாலும் அது தள்ளிவிட முடியாத உண்மை. உலகை

மாற்றிய புரட்சிக்காரர்கள்கூட சைபீரியாவின் 'லேனா' ஆற்றின் பெயரை 'லெனின்' என்று சூட்டிக்கொண்ட வரலாற்றுண்மையினையும் நாம் மறந்து விடுவதற்கில்லை.

காலனி ஆட்சியாளர்கள் தேச வரைபடத்தில் கோடு போட்டுக் காட்டிய திருநெல்வேலியில்லை, புதுமைப்பித்தனுடையது. எழுத்துப் பறவைகள் தங்கி இளைப்பாறிப்போன புதுமைப்பித்தன் என்ற ஆலமரம் தாமிரபரணிக்கரையில் கால்கொண்டது. வெள்ளை மருதமரங்களும், மாந்தோப்புகளும் நஞ்சை வயல்களும் கொண்ட தனி உலகம் அது. மேற்கே பாபநாசம் தொடங்கி மேலச்செவல், அம்பாசமுத்திரம். கல்லிடைக்குறிச்சி, கோபாலசமுத்திரம், (இன்றும் அடையாளம் காணச் சிரமப்படும்) செங்காணி, திடியூர், பாளையங்கால் என்று கிழக்கு நோக்கி வந்து கொக்கிரகுளம், கைலாசபுரம், சுலோசன முதலியார் பாலம், சிந்துபூந்துறை, பேராச்சி கோயில், வண்ணார்பேட்டை என்று வடக்கு நோக்கி நகர்ந்து, வெள்ளக்கோயில் சுடுகாடு, அருகன்குளம் என்று மீண்டும் கிழக்கே திரும்பி ஸ்ரீவைகுண்டம் வரை செல்லும் அதனுடைய எல்லை. பாளையங்கோட்டைக்குத் தெற்கும் பாலாமடைக்கு வடக்கும் ஸ்ரீவைகுண்டத்துக்குக் கிழக்கும் இந்த எல்லைக்குள் சேராதவையாகும்.

சிவன்கோயில், ஊர்ப்பொட்டல், கி.மு.அய்யர் (அல்லது) கணக்கப்பிள்ளை, அர்ச்சகர், மறவர்கள், சேரி என்று வார்ப்படம் போட்டு எடுத்தது போலக் கிராமங்கள், சுப்புணி, சுப்புஜயர், சுப்பு சாஸ்திரி, சுப்பு பிள்ளை, சுப்பு வேளான், சுப்புக் கோனார் என்று, 'சுப்பிரமணியச் செழித்திருக்கிற திருநாமங்கள் ஸ்ரீவைகுண்டத்திலிருந்து சேரன்மகாதேவி வரை தாமிரபரணிக்குத் தெற்கும் வடக்குமான இந்தப் பூமிதான் புதுமைப்பித்தனின் திருநெல்வேலி. கி.ரா.வின் சொற்களில் 'தீரவாசம்' தான். கயத்தாறு, எட்டயபுரம் கரிசல் காடுகள் இதில் அடங்கமாட்டா என்பதுதான் குறிப்பிடத்தக்க செய்தியாகும்.

நினைத்துப் பார்த்தால் வியப்பாக இருக்கிறது. திருநெல்வேலிக்கு வந்த 1922 ஆம் ஆண்டு முதல்

சென்னைக்குப் போகும் 1933 வரைதான் புதுமைப்பித்தனுக்குத் திருநெல்வேலிவாழ்க்கை கிட்டியிருக்கிறது. 16 வயது முதல் 27 வயது வரையான இந்த பதினோராண்டுக்காலமே புதுமைப்பித்தனை 'திருநெல்வேலிக்காரராக' ஆக்கியிருக்கிறது. அந்தப் படைப்பிலக்கிய வாதியின் மண் சார்ந்த கதைகளும் கற்பனைகளும் மனிதவாசிப்பும், கல்லூரி வாசிப்பும் இந்தக் கால எல்லையில்தான் உருவாகி வளர்ந்திருக்கின்றன. அழகிய நம்பியாபுரம் (நாசகாரக்கும்பல்) வாசவன்பட்டி (துன்பக்கேணி) வாணிதாஸபுரம் (கல்யாணி) கோபாலபுரம் என்று மாற்றுப்பெயர் சூட்டப்பட்டாலும் கோபால சமுத்திரம், செய்துங்க நல்லூர் என்று அந்த வருணனைகள் உண்மைமுகம் காட்டி விடுகின்றன. சென்னையிலிருந்து வண்ணார்பேட்டைக்குள் வந்து சேர்ந்தால் "இந்த உலகத்திலே கிறிஸ்து சொன்ன மோட்ச சாம்ராஜ்யம் கிடைத்துவிட்ட மாதிரி", என்கிறார் புதுமைப்பித்தன். (சாயங்கால மயக்கம்) "திருநெல்வேலிஜில்லாவின் வசீகர சக்தியின் ஒருபகுதி அது' என்றுதான் தாமிரவருணி வடகரைக் கிராமமான நாரணம்மாள்புர வருணனைக்கு முற்றுப்புள்ளி வைக்கிறார் அவர். (புதிய கூண்டு) இந்த வசீகரம் மண், மரம், நதி என்பவற்றோடு மொழி, மனிதர்கள், சமூக அசைவுகள் என்றும் விரிவாக அவரது எழுத்துக்களில் பதிவாகியுள்ளன.

தாமிரபரணி தீரத்தில் கணிசமான எண்ணிக்கையில் வாழும் நாடார், கோனார், ஐயர், தலித்துக்கள் என்று எல்லோரும் பதிவாகி இருக்கிறார்கள். இதே பகுதியில் வாழ்ந்தாலும் நிலத்தோடு நேரடித் தொடர்பு இல்லாத பட்டு நூல்காரர், மூப்பனார், பண்டாரம், ஆகிய சிறுபான்மைச் சாதியினர் இந்தப் பார்வைக்குள் சிக்கவில்லை. பதிவு பெற்றிருக்கிற பிராமணர்களெல்லாம் 'சிவபரமாகத்தான்' இருக்கிறார்களே தவிர பெருமாள் 'திருவடிகளாகக்' ரெட்டியார்களையும் காணவில்லை. (கோபாலய்யங்கார் மட்டும் விதிவிலக்கு) எண்ணிக்கையில் கணிசமாக இருந்தாலும்கூட பாளையங்கால் பாசன எல்லைக்கு அப்பால் குளத்துப் பாசனக்காரர்களாக வாழும் மக்களைக் காணவில்லை. போக்குவரத்துச் சாதனங்களும், 'மின்சாரமும் அரிதாக இருந்த முப்பதுகளிலும், நாற்பதுகளிலும் சாதிகளுக்கு

இடையிலே ஆன குறுக்கு வெட்டான உறவுகளுக்கு இவ்வளவுதான் எல்லையாக இருந்தது. எனவே, தேரிக்காட்டு நாடார்களைப் பற்றி புதுமைப்பித்தன் எழுதவில்லை என்று குறைபட்டுக் கொண்டு இருப்பதில் அர்த்தமில்லை. கடந்த ஐம்பது ஆண்டுக் காலத்தில் பிராமணர்களிடம் இருந்தும் வேளாளர்களிடமிருந்தும், தாமிரபரணி நஞ்சை நிலங்கள் மற்ற சாதியாருக்குக் கைமாறியிருப்பதனைப் புதுமைப்பித்தன் தன் காலத்தில் கற்பனை செய்திருக்கக்கூட நியாயமில்லை. ஆனால் புதுமைப்பித்தன் பார்க்க நேர்ந்த 'சோம்பேறி தர்மங்களின்' பின் விளைவுதான் இது. பார்க்கப்படுகிற எல்லா மனித உயிர்களிடத்தும் – 'மகா மசானத்து'க் கிழவன் முதல் கொடுக்காப்புளி மரக் குழந்தைவரை நகைச்சுவைக்குப் பின்னாலே கண்ணீரைத் தேக்குகிற புதுமைப்பித்தன் ஓர் இடத்தில் மட்டும் பாதிக்கப்பட்ட மக்களிடமிருந்து அந்நியப்பட்டு நிற்பதை நம்மால் விளங்கிக்கொள்ள முடியவில்லை. புதுமைப்பித்தனின் 'பூலோகச் சொர்க்கமான' தாமிரபரணிக்கரையில் நஞ்சைநிலத் தாமிரபரணிக்கரையில் தொழிலாளர்கள் அனைவரும் 'தேவேந்திர குலத்தார்' எனப்படும் பள்ளர்கள்தான். இந்த நிலப்பகுதியில் அன்றும் இன்றும் பறையர்கள் விவசாய வேலையில் ஈடுபடுவதில்லை. ஆனால் புதுமைப்பித்தன் தன்னுடைய சிறுகதைகளில் இந்த மக்கள் திரளின் வாழ்க்கையைச் சொன்னதில்லை. (அண்மையில் கண்டு பிடிக்கப்பட்டு வெளிவந்துள்ள 'அன்னையிட்ட தீ' என்ற முற்றுப்பெறாத நாவலில் ஓர் இடத்தில் 'பள்ளன்' என்ற சாதி அடையாளத்தைக் குறிப்பிடுகிறார்) ஆனால் பறையர், சேரி ஆகிய சொல்வழக்குகளில் இருந்து இவர் விலகவில்லை. இந்த விலகல் தன்மை அல்லது அந்நியத்தன்மைக்கான காரணமும் நமக்கு விளங்கவில்லை. இதைத் 'தற்செயல் நிகழ்ச்சி' என்று எளிமையான காரணம் சொல்லித் தள்ளிவிடவும் முடியவில்லை.

மேலகரம் கந்தசாமிப் பிள்ளையைப் போல 'எதையும் கொத்திப் பிடிக்கும் அதிதீட்சண்யமான கண்கள்' புதுமைப்பித்தனுக்கு உண்டு. இரண்டு உலகப் பெரும்போர்களுக்கு நடுவிலே மாறிவரும் காலத்திற்கு ஏற்ப

அகலிகை கல்லாகப் போகமுடியும். இராமாயணம் 'நாரத இராமாயணமாக' முடியும். தாமிரபரணி தீரமும் மாறிக் கொண்டுதான் இருந்தது. மாற்றங்களைப் புதுமைப்பித்தனும் கணக்கிடத் தவறவில்லை.

மாற்றங்களில் மற்றொரு வகையினை மட்டும் மிக ஆழமாக உள்வாங்கிக் கொள்கிறார் ஆட்சியாளர்கள் புதுமைப்பித்தன். காலனி தங்கள் இடப்பெயர்ச்சி செய்த மக்கள் திரளைப் போல, தாமே முன் வந்து தேவைகளுக்காக நேரடியாக இடம் பெயர்ந்தவர்களும் உண்டு. 150 ஆண்டுகளுக்கு மேலான காலனி ஆட்சியில் மரபுவழி கிராமப் பொருளாதாரமும் அதிகாரமும் கட்டவிழ்ந்தபோது, குறிப்பாக முதல் உலகப் பெரும் போருக்குப்பிறகு தாமிரவருணிக்கரையிலிருந்து இரண்டு சாதியார் அருகிலிருக்கும் கொழும்புக்குப் பிழைப்புத் தேடிப் போனார்கள். கடல்தாண்டிப்போகும் சிரமம் தவிர மற்றப்படி அது அவர்களுக்கு மதுரையளவு தூரம் கூட இல்லை.

பிரிட்டிஷ் அதிகாரத்துக்குமுன் செயலிழந்து போன கணக்குப்பிள்ளை வகையறாக்களும், சவரத் தொழிலாளர்களும் (நாவிதரும்) தலித்துகளும் ஆன மூன்று சாதியாரும், அவர்களில் குறிப்பிடத் தக்கவர்கள். தாமிரபரணிக்குத் தெற்கே நான்குநேரி வட்டாரத்திலிருந்த சைவ ரெட்டியார்களும் இதில் அடக்கம். ஆனாலும் புதுமைப்பித்தனின் திருநெல்வேலிக்குள் இந்த நிலப்பகுதியும் அடங்கவில்லை. இந்த மக்களும் பதிவு பெறவில்லை.

பிள்ளைமார்களையும் நாவிதர்களையும் கொழும்புக்குப் போனவர்களாக அவர் கணக்கிடுகிறார். 1960–களின் மட்டுமே தொடக்கப்பகுதிவரை தாமிரபரணிக்கரையின் ஒவ்வொரு கிராமத்திலும், 'கொழும்புப் பிள்ளை வீடு', என்று ஒரு வீடு அடையாளம் காட்டப்பட்டது. அதுபோலவே பேரூர்களிலும் சிற்றூர்களிலும் அலங்காரக் கண்ணாடிகளும் மெத்தையிட்ட நாற்காலிகளுமாகக் 'கொழும்பு சலூன்களும்', 'சிலோன் சலூன்களும்', 'ரீகல் சலூன்களும்' காட்சியளித்துக் கொண்டிருந்தன. "தங்க

அரைஞாண், கடிகாரச் சங்கிலி, வாட்ட சாட்டமான உடம்பு, கையில் நல்ல ரொக்கம், கொழும்புப் பிள்ளை என்ற பட்டம்” என்று கொழும்புப் பிள்ளையின் வகை மாதிரியை வருணிக்கிறார் புதுமைப்பித்தன். (மனிதயந்திரம்) எப்படியும் கொழும்புக்குப் போய்ச் சம்பாதிக்க வேண்டும் என்ற வெறியுடன் கிளம்பி முடிவில் பின்வாங்கிப்போன கொக்கிரகுளம் மீனாட்சி சுந்தரம் பிள்ளை(மனிதயந்திரம்) கொழும்பிலே கொடி கட்டிப் பறந்த உமையாள்புரம் மீனாட்சிசுந்தரம்பிள்ளை, கொழும்பிலே கடைவைத்து ஐ.பி.கொடுத்து கடன்காரர்களை ஏமாற்றிய வடலூரு குமாருப் பிள்ளை. (நியாயந்தான்) என்று புலம்பெயர்ந்து வாழப்போன தமிழர்களின் வாழ்நிலைகளை முதலில் பதிவு செய்தவர் புதுமைப்பித்தனே. ‘கடை முதலாளியான பிறகு வைப்பாட்டி இல்லாவிட்டால் கௌரவக் குறைவு’ என்கிற சைவப்பிள்ளைகளின் போலிமனப்பான்மையும் அவர் கண்களுக்குத் தப்பவில்லை.

கையிலே ரொக்கத்துடன் கொழும்பிலிருந்து வந்து சாதிய எல்லைகளை மீறத்துடித்த மருத்துவர் மருதப்பனார், சாதி மேலாண்மையினைத் தக்க வைக்கத் துடிக்கும் வேளாள சாதி மேட்டிமையோடு மோதிப் பரிதாபகரமாகத் தோற்றுப்போன செய்தி. ‘நாசகாரக் கும்பல்’ என்று புதுமைப்பித்தனின் சுயசாதி விமர்சனம் வரை வளர்ந்துவிடுகிறது.

தமிழகத்தின் எல்லாப்பகுதிகளிலும் நிகழ்ந்திருக்கக்கூடிய, ஆனால் படைப்பிலக்கியத்தில் பதிவு பெறாத, மற்றொரு இடப்பெயர்ச்சியினைப் புதுமைப்பித்தன் பதிவு செய்து வைத்துள்ளார். காலனி ஆதிக்கம் உறுதியாகக் கால்கொண்டு விட்ட பிறகு பாரம்பரிய கைவினைத் தொழிலாளர்கள். சேவைத் தொழிலாளர் ஆகிய மக்கள் திரள்களில் சிலர், அரசுயந்திரத்தோடு நேரடித் தொடர்பு கொள்ள வேண்டிய சூழ்நிலை உருவானது. செருப்பு தைக்கும் தொழிலாளர்களில் தமிழ் பேசும், ‘செம்மான்’ பிரிவினர் ஆங்கிலப் படைகளுக்கும். பின்னர்ப் போலீஸ் துறைக்கும் தேவைப்பட்டவர்களானார்கள். குதிரைக்குப் புல்... அறுத்துக் கொடுக்கும் சாக்கில் இடையர்களும் வெள்ளை

அதிகாரிகளோடு நெருக்கமானார்கள். அப்படியே முதல் உலகப் போருக்குப்பின் முடிந்திருக்கிறது என்பது நின்று யோசித்துப் பார்க்கக்கூடிய இடமாக இருக்கின்றது.

மனித மனத்தின் (அசைவுகளையும், கனவுகளையும் அவற்றின்) அடிப்படையான உருவாக்கத்திலும் நிலம் தன்னுடைய பங்கைத் தொடர்ந்து ஆற்றியே வருகின்றது. மனித மூளையில் படிந்துவிட்ட மணங்களும் ஒலிகளும்கூட அவை உருவான நிலவியல் சார்ந்தே இயங்குவதனைத் தரமான இலக்கியப் படைப்புகளிலிருந்து நம்மால் உணரமுடிகிறது.

படைப்புக்கான கலைத்தன்மையை வடிவமைப்பதில் படைப்பாளியின் நிலத்துக்கு ஒரு பங்கிருக்கின்றது. திருவல்லிக்கேணி தார்ச்சாலை, கட்டடங்கள், பத்து மணி அலுவலகம், மெரினாக் கடற்கரை ஆகிய இடங்களிலிருந்து தமிழ்ப் புனைகதையை மீட்டெடுத்த புதுமைப்பித்தனைத் தொடர்ந்தே கொங்கு மண்டலமும், காவிரிக்கரையும், கரிசல் காடுகளும் தாமிரபரணிக்கரையும் தமிழிலக்கியத்தில் 'நவீனத்தால்' ஏற்றுக் கொள்ளப்பட்ட இடங்களாயின.

புதுமைப்பித்தனின் கருத்தியலை உருவாக்கிய இயங்குதளமான திருநெல்வேலிப் பகுதியின் நில வரலாற்றையும் நிலவியல் பண்பாட்டு வரலாற்றையும் உணர முற்படுவது. புதுமைப்பித்தன் வாசிப்பின் ஒரு பகுதியாகும். இந்நிலப்பகுதி குறித்த, சார்ந்திருக்க கூடிய எழுத்துப் பிரதிகளாக – கும்பினியார் ஆவணங்களைத் தவிர்த்து விட்டுப் பார்த்தால் – டேவிட் லூடனின் புத்தகம் மட்டுமே எஞ்சுகின்றது (Peasant History in south India & OUS & 1985).

நஞ்சை, புஞ்சை, இரண்டுமான பகுதி என நெல்லை மாவட்ட நிலத்தினை மூன்றாகப் பகுத்துக் கொண்ட லூடனின் நூல் இந்நிலப்பகுதி குறித்த அடிப்படையான சில தரவுகளை நமக்குத் தருகின்றது. அவர் தருகின்ற தரவுகளில் நமக்குப் பயன்படும் செய்திகள் சில உண்டு. ஒன்று, 19, 20-ஆம் நூற்றாண்டுகளில் சாணார், (நாடார்), மறவர், வடுகர், (தெலுங்கு பேசும் மக்கள் குறிப்பாக நாயக்கர்) என்ற மூன்று சாதியாரும் வணிக நில உறவுகளில்

பெற்றிருந்த இடத்தை வரையறுக்க முயல்வது (P. 46–52). மற்றொன்று, பொருளாதார அதிகாரப் பங்கீடு. 19,20 ஆம் நூற்றாண்டுகளில் புஞ்சை நிலத்தைப்போல நஞ்சை நிலமும் பெரிய மாற்றங்கள் எதனையும் சந்திக்கவில்லை என்பது (P. 159). லூடன் தரும் தரவுகளுக்கு மேலதிகமாக நம்மால் ஒன்றைச் சொல்ல முடியும்.

திருநெல்வேலிமிராசுதார் (அ) பண்ணையார்களுக்குத் தஞ்சை, திருச்சி மிராசுதார்களைப்போல 50, 100 ஏக்கர் நிலங்கள் கிடையாது. பண்ணையார் தகுதிக்குத் தாமிரபரணிப் பாசனத்தில் 5 ஏக்கர் நிலம்போதும். மடங்களைத் தவிர்த்து 50 ஏக்கர் நிலமுடைய ஒரு பண்ணையாளரைக்கூட தாமிரபரணிக் காலில் தேடிப்பிடிக்க இயலாது. எனவே, சாதிக்கும் நிலத்துக்குமான உறவில் சமூக, பண்பாட்டுத் தளங்களில் மட்டுமே மேல் சாதியின் நிலவுடைமை ஆதிக்கம் செல்லுபடியானதே தவிர, பொருளாதாரத் தளத்தில் அது வலுவானதாக இல்லை.

புதுமைப்பித்தனின் படைப்புகளில் சரிபாதியினை தாமிரபரணி மண்ணும் மனிதர்களுமே உருவாக்கியிருக்கிறார்கள். காலனி ஆட்சியின் வீழ்ச்சிக் காலத்தில் எழுந்த புதுமைப்பித்தனின் படைப்புகள் இந்த மண்ணையும் மக்களையும் இப்படித்தான் மதிப்பிட்டிருக்கின்றன. இந்த மதிப்பீடுகள் களம் சார்ந்தவை மட்டுமல்ல. காலத்தையும் சார்ந்தவை என்பதையும் நாம் மறந்து விடவில்லை.

'வழித்தடங்கள்'

புதுமைப்பித்தன் கதைகளுக்குள் ஒரு பயணம்

வீ. அரசு

என் கதைகளில் எதையாவது ஒன்றைக் குறிப்பிட்டு அது பிறந்த விதத்தைச் சொல்வதென்றால் ரிஷிமூலம் நதிமூலம் காணுகிற மாதிரிதான். சில ஆபாச வேட்கையில் பிறந்திருக்கலாம். சில குரோத புத்தியின் விளைவாகப் பிறந்திருக்கலாம். வேறு சில அவை சுமக்கும் பொருளுக்குச் சற்றும் சம்பந்தமே இல்லாத ஒரு காரியம் கைகூடாதபோது எழுதப்பட்டிருக்கலாம். இதனால் சுயமாகக் கற்பனை பண்ணிக் கொண்டிருக்கிறவனுக்கு இன்னதுதான் இந்தக் கதையைத் தூண்டியது என்று சொல்வது எளிதல்ல. கேட்டால் 'என்னமோ தோணித்து, எழுதினேன்' என்றுதான் சொல்ல வேண்டியிருக்கும்.

புதுமைப்பித்தன் தனது எழுத்துமரபு குறித்துப் பதிவு செய்துள்ள மேற்குறித்த தன்மையை அவரது கதைகளையும் ரகுநாதன் எழுதியுள்ள புதுமைப்பித்தன் வரலாறு (1951) நூலையும் வாசிக்கும்போது நாம் உணரலாம். அவர் கூறியுள்ளதைப் போல் 'வேதாந்திகள் கைக்குள் சிக்காத கடவுள் மாதிரிதான்' அவரது கதைகளைப் பற்றி எழுதுவது. அவரது சுமார் தொண்ணூறு கதைகளை மூன்று மாத காலத்தில், விட்டு விட்டு மூன்று முறை வாசித்தபோதும், எழுத்து என்னும் உருவத்தில் அவருடைய கதைகளைப் பற்றியப் பதிவு செய்வதற்கான மொழியைக் கண்டறிவது

அவ்வளவு எளிதாகப்படவில்லை. என்ன செய்வது? எழுதி ஆகவேண்டும் என்னும் மன வைராக்கியத்தில் இந்தப் பதிவைச் செய்யும் எத்தனம் நிகழ்ந்துள்ளது. வாசித்துப் பெறும் மனநிலையை அப்படியே பதிவு செய்யும் மொழி கைகூடுவது சாத்தியமில்லை என்றே தோன்றுகிறது. ஆம், புதுமைப்பித்தனை வாசிக்கவேண்டும்... வாசித்துக்கொண்டே இருக்கவேண்டும்... அது பற்றித் தேவைப்பட்டால் கொஞ்சம் பேசலாம்... எழுதுவது தவிர்க்க இயலாத கடைசிக் கட்ட முயற்சி என்றே எனக்குத் தோன்றுகிறது. இந்த மனப்பதிவோடு, அவரது கதைகளை வாசித்த அனுபவத்தைப் பகிர முயற்சி செய்கிறேன். இது என்னுடைய பகிர்வுதான். வாசிக்கும் ஒவ்வொருவருக்கும் தனித்தனியான பகிர்வுகள் சாத்தியம். எனது பகிர்வை வசதி கருதி கீழே காணும் வகையில் தொகுத்துக் கொள்கிறேன்: –

புதுமைப்பித்தன்(1906–1948) தனது வாழ்க்கைப் பயணத்தில், 1934–1948 இடைப்பட்ட பதினைந்து ஆண்டுகால சமூக நிகழ்வுகளை, தமது ஆக்கங்களில் பதிவு செய்திருக்கும் முறைமை குறித்த உரையாடலை நிகழ்த்த முயலலாம்.

தான் பிறந்து வளர்ந்த இடம், சூழல், புழங்கு முறைகள் உள்ளிட்ட நிலவுடைமைப் பண்பாட்டை உள்ளீடாகக்கொண்ட உலகத்தை எவ்வாறெல்லாம் தமது ஆக்கங்களால் வெளிப்படுத்தியிருக்கிறார் என்பது குறித்த உரையாடல் நிகழ்த்த ஏதுண்டு.

புதுமைப்பித்தன் தமது ஆக்கங்களில் ‘பெண்’ என்ற உயிரியைப் பதிவு செய்திருக்கும் முறை, தமிழ்ப் புனைகதை மரபில் புதிது; தன்மையில் வேறுபாடுகளையும் தனித்தன்மைகளையும் கொண்டிருப்பது; நவீன குடிமை மற்றும் சனநாயக சமூகத்தில் இவ்வகையான பதிவு புதுமைப்பித்தன் மூலம் புதிய வடிவில் இடம்பெற்றுள்ளது. அத்தன்மை குறித்தும் பேசலாம்.

1930–களில்தான் இந்தியா போன்ற காலனிய நாடுகளில் வாழும் அடித்தட்டு மக்களின் பொருளாதார முரண்பாடுகள், வெகுசன வெளியில் உரையாடலுக்கு வந்தன. உழைப்புச் சுரண்டல் சார்ந்த வறுமை கருத்து

நிலைகள் முன்னெடுக்கப்பட்டன. இந்தக் கண்ணோட்டத்தில் எளிய மக்களின் பொருள் வாழ்முறை குறித்த ஆக்கங்களைப் புதுமைப்பித்தன் உருவாக்கியுள்ளார். அவ்வகையான ஆக்கங்கள் குறித்தும் உரையாட இயலும்.

புதுமைப்பித்தன் மொழி, தமிழ்ப்புனைகதை உலகில் முற்றிலும் புதிது. இப்புதுமொழி மூலம் புதுமைப்பித்தன் ஆக்கங்கள், வாசிப்பில் பெறும் பரிமாணங்கள் பல்வேறு வகைப்பட்டவை. இத்தகைய ஆக்கங்களைப் புதுமைப்பித்தன் உருவாக்கியுள்ள தன்மை குறித்து விதந்து பேச வாய்ப்புண்டு.

தொன்மக்கூறுகளை உள்ளடக்கிய ஆக்கங்களை உருவாக்கி, அதன்மூலம் தமிழ்ப்புனைகதை மரபுக்கு புதிய தொன்ம மொழியைக் கண்டெடுத்துத் தந்த மரபு புதுமைப்பித்தனுக்கே உரியது. இந்த மரபு குறித்துப் பல பரிமாணங்களில் உரையாடும் தேவை நம்முன் உள்ளது.

புனைகதை மரபு என்பது அடிப்படையில் எதார்த்த மொழியை அடிப்படையாகக் கொண்டு செயல்படும் பாங்குடையது. அவ்வகையான மொழியைப் புதுமைப்பித்தன் ஆக்கங்களில் எவ்வாறு நம்மால் அறிய முடிகிறது என்பது குறித்தும் பேசவேண்டும்.

ஆக்க இலக்கியத்தில் ஈடுபடும் எவரும் தன்னை மறந்து, அதில் ஈடுபடுவதில்லை. தனது பரிமாணங்களை வெவ்வேறு வகையில் வெளிப்படுத்துவர். புதுமைப்பித்தன் ஆக்கங்களில் புதுமைப்பித்தன் எனும் ஆளுமையைக் கண்டறிந்து உரையாடும் தேவையும் நமக்கிருக்கிறது.

இவ்வகையில் சமூக வரலாறு, வட்டார வரலாறு, பெண் இருப்பு, எள்ளல்மொழி, தொன்ம மொழி, எதார்த்த மொழி, தன் இருப்பு சார்ந்த பதிவு ஆகிய பல்வேறு ஆக்கமரபு சார்ந்த வெளிச்சங்களைப் புதுமைப்பித்தன் ஆக்கங்கள் ஊடாக நாம் கண்டறிந்து பயணிக்க முடியும். அந்தப் பயணம் புதுமைப்பித்தன் எனும் தொன்ம ஆளுமையைக் கண்டுகொள்ள முயலும் ஆசை நோக்கிய அலைச்சலே. இதில் எல்லோரும் இணைந்து கொள்ளும் புள்ளிகள் பல உண்டு.

ஒரு கிழவர் வந்தார். பிள்ளையாரின் கதியைக் கண்டு மனம் வருந்தினார். பிள்ளையாரைக் காப்பாற்ற அவருக்கு ஒரு வழி தோன்றிற்று. 'சமூகம்' என்ற ஒரு மேடையைக் கட்டி அதன்மேல் பிள்ளையாரைக் குடியேற்றினார். அவருக்கு நிழலாகவும் அவரைப் பேய் பிடியாதிருக்கவும் 'சமய தர்மம்' என்ற அரச மரத்தையும் 'ராஜ தர்மம்' என்ற வேப்ப மரத்தையும் நட்டு வைத்தார்."

இவை புதுமைப்பித்தன் எழுதிய முதல் கதையான 'ஆற்றங்கரைப் பிள்ளையா'ரில் வரும் வரிகள். இந்தக் கதையில் வரலாற்றுக்கு முந்திய காலம் தொட்டு, இன்று வரை சமூகத்தில் உருப்பெற்றுவரும் சமூக நிகழ்வுகளை 'பிள்ளையாரை' உருவகப்படுத்திச் சொல்லுகிறார். சமய தர்மம், ராஜ தர்மம் என்னும் இரு அடிப்படைகள் காலந்தோறும் பெறும் மாற்றங்கள், அந்தத் தன்மைகள் சார்ந்து உருவாகும் சமூகக் கருத்து நிலைகள் ஆகியவற்றின் நீண்ட தொடர்வரலாற்றை ஒரு படைப்பாளி, இவ்வளவு சுருக்கமாகச் சொல்ல முடியுமா எனும் வியப்பை உருவாக்குவதாக புதுமைப்பித்தனின் முதல் கதையே அமைந்திருக்கிறது.

சமயம் இல்லாத சமூகம், சமயம் உருப்பெற்ற சமூகம், பல்வேறு சமயப் பிரிவுகள், பல்வேறு தத்துவப் புரிதல்கள், தத்துவப் புரிதல்களின் மாற்றங்கள் என விரிந்த பரிமாணத்தில் சமூக வரலாற்றை ஒரு சிறுகதையில் சொல்ல முயன்றிருக்கிறார். பல்வேறு கருத்துநிலைகள் தம்முன் முரண்படும் போக்குகளை எட்டி நின்று பார்க்கும் பார்வையாளராக இக்கதையில் புதுமைப்பித்தன் செயல்பட்டிருக்கிறார். முதல் கதையே இவ்வகையான சமூக வரலாற்றோடு இணைந்த கருத்து நிலைகள் சார்ந்து எழுதியிருப்பதன் மூலம், இவரது சமூகம் சார்ந்த பார்வையை நம்மால் புரிந்துகொள்ள முடிகிறது.

உலகம் தழுவிய சமூக வரலாற்றை முதல் கதையில் சொன்ன புதுமைப்பித்தன், தமிழ்நாட்டின் சமூக இயங்குநிலையைப் 'புதிய நந்தன்' என்ற கதையில் பதிவு செய்வதைப் பார்க்கலாம். காலனிய வருகை, காந்தியின் வருகை, சுயமரியாதை இயக்கம் ஆகிய பல நிகழ்வுகளில் சாதி சார்ந்த சமூக நிகழ்வுகள், தமிழ்ச் சமூகத்திற்குள் இயங்கிய

முறைமையை இக்கதை பேசுகிறது. அப்பாவி மனிதர்களான பொதுமக்களும் காந்தியமும் சீர்திருத்த மரபுசார்ந்த சுயமரியாதை இயக்கமும் ஒரே நேரத்தில் விபத்துக்குள்ளாகும் காட்சியைக் காட்டி, இதில் புதிய ஒளி எது? இந்த ஒளிகள் என்னவாகும்? என்ற கேள்வியோடு கதையை முடித்துக்கொள்கிறார். இன்றைய சாதிவெறி ஆணவக் கொலைகள் நிகழும் சூழலில் புதுமைப்பித்தன் 1930-களில் காந்தியமும் சுயமரியாதை இயக்கமும் செல்வாக்குடன் செயல்பட்ட காலத்திலேயே அவ்வியக்கங்கள் குறித்த பார்வையை தமது ஆக்கத்தில் பதிவு செய்திருக்கும் முறைமை இன்றும் பேசக்கூடிய பேசுபொருளாகத் தொடர்கிறது.

பாரதியின் பாடல்களின் செல்வாக்கு சார்ந்துதான் 'பொன்னகரம்', 'தனி ஒருவனுக்கு', 'துன்பக்கேணி' ஆகிய கதைகளைப் புதுமைப்பித்தன் படைத்திருப்பதாக ரகுநாதன் கூறுவார் (1951). இந்தக் கதைகளில் சாதிய ஒடுக்குதலும் பொருளாதார ஒடுக்குதலும் தமக்குள் ஒன்றுக்குள் ஒன்றாய்க் கலந்திருக்கும் சமூகத் தன்மையை வெளிப்படுத்துவதைக் காண்கிறோம். இக்கதை மாந்தர்கள் ஒடுக்கப்பட்ட சமூகத்தைச் சேர்ந்தவர்களாக இருப்பதும், அவர்களை அடையாளப்படுத்த பாரதியின் கவிதை வரிகளைப் பயன்படுத்துவதும் புதுமைப்பித்தன், பாரதி குறித்த புரிதலை எவ்வாறு உள்வாங்கியிருக்கிறார் என்பதைப் புரிய முடிகிறது.

தமது காலத்தில் காலனிய வருகையோடு வந்த கிறித்தவம், தமிழ்ச்சூழலில் எவ்வகையில் செயல்பட்டுக் கொண்டிருந்தது என்பது குறித்து விரிவான உரையாடலை மேற்கொண்டிருக்கிறார். 'கொடுக்காப் புளி மரம்' எனும் கதையில், பசிக்காக ஒரு கொடுக்காப் புளிப் பழத்தை எடுத்த குழந்தை, திருட்டு என்னும் பாவத்தைச் செய்துவிட்டது என்று கருதும் கிறித்தவப் பார்வையை நக்கல் செய்திருப்பதைக் காணலாம். மதம் என்பது மனித சமூக விடுதலைக்கானது அல்ல என்பதும் அது ஒடுக்கப்பட்ட ஏழை மக்களை ஒடுக்கும் கருவியாகவே செயல்படுகிறது என்பதைப் பல்வேறு கோணங்களில் புதுமைப்பித்தன் பதிவு செய்திருக்கிறார். ஒடுக்கப்

பட்டவர்கள் கோயிலுக்குள் நுழைவதை ஆதிக்க சாதியினரும் ஏற்றுக்கொள்ளவில்லை. ஒடுக்கப்பட்ட மக்களும் தாங்கள் கோவிலுக்குள் போவது பாவம் என்று கருதும் மனநிலையோடு செயல்படுகிறார்கள். இவ்வகையான மனநிலைகளை எப்படிப் புரிந்து கொள்வது என்ற கேள்வியை 'கடவுளின் பிரதிநிதி' எனும் கதையில் முன் வைக்கிறார். மக்களின் மனநிலைகளும் நவீன மாற்றங்களும் தமக்குள் கொண்டிருக்கும் இடைவெளிகள் குறித்து மிக விரிவாகவே புதுமைப்பித்தன் பேசுகிறார்.

புதுமைப்பித்தன் என்ற மனிதன், இருபதாம் நூற்றாண்டில் உருவான புதிய அரசியல் சமூக மாற்றங்களைத் தமக்குள் உள்வாங்கிய சமூக மனிதராகவே செயல்படுகிறார். உலகம் தழுவி உருவான சமூகக் கருத்தியல்கள், தான் வாழும் தமிழ்ச்சமூகம் சார்ந்த கருத்தியல்கள் ஆகிய இரண்டு தன்மைகளையும் தனக்கென உரிய தனிப்பார்வையோடு புதுமைப்பித்தன் கைக்கொண்டிருப்பதைக் காண்கிறோம். இதில் அவர் வெளிப்படுத்தும் கருத்தியல் சார்ந்த நிலைப்பாடுகள் என்பவை முடிவுகளாக இல்லாமல், அவை குறித்த பல பரிமாணங்களையும் வெளிப்படுத்துவதாகவே அமைகின்றன. இந்தப் பின்புலத்தில் புதுமைப்பித்தனின் சமூக வரலாற்றுப் பார்வையை நமக்குச் சொல்லும் கதைகளாக 'ஆற்றங்கரைப் பிள்ளையார்', 'புதிய நந்தன்', 'கடவுளின் பிரதி நிதி', 'திருக்குறள் செய்த திருக்கூத்து', 'புதிய கூண்டு' ஆகிய கதைகளை நாம் வாசிக்கலாம். இக்கதைகள் பல்வேறு சமூகக் கருத்துநிலைகள், சமயக் கருத்துநிலைகள் ஆகியவற்றின் அடிப்படையில் புதுமைப்பித்தனை வாசிப்பதற்கு உதவுவதாக அமைந்துள்ளன.

புதுமைப்பித்தன் மேற்குறித்த கண்ணோட்டத்தோடு கதைகளை எழுதிய காலங்களில், இவ்வகையான கருத்து நிலை சார்ந்து கதைகள் எழுதப்பட்டன என்ற தேடலை நாம் மேற்கொள்ளமுடியும். காந்தியக் கருத்துநிலை சார்ந்த கதைகள் எழுதப்பட்டன; தனிமனித மன உணர்வுகள் சார்ந்த கதைகள் எழுதப்பட்டன. சாதாரண மனிதர்களின் வாழ்க்கைகள் கதைகளில் பதிவாயின. ஆனால், புதுமைப்பித்தனைப் போல்

சமூக வரலாற்று நிகழ்வுகளை அடிப்படையாகக்கொண்ட கதைகள் எழுதப்பட்டனவா என்பது கேள்விக்குறி. இந்த வகையில் புதுமைப்பித்தன் தனித்த ஆளுமை யாகவே நமக்குத் தென்படுகிறார்.

ஆக்க இலக்கிய உருவாக்கத்தில் ஈடுபடும் மனிதர்கள், தாங்கள் பிறந்து வளர்ந்த சூழலை 'சதையும் இரத்தமுமாக' தமது ஆக்கங்களில் வெளிப்படுத்துவர். இந்த வகையில் திருநெல்வேலிஎனும் நிலப்பகுதியும் அங்கு வாழ்ந்த பல்வேறு பிரிவு மக்களும் புதுமைப்பித்தனின் கதை மாந்தர்களாக அமைந்திருக்கிறார்கள். இதில் தான் பிறந்து வளர்ந்த வெள்ளாளர் எனும் சாதிய சமூகத்தின் பல்வேறு பரிமாணங்களைப் பதிவு செய்திருக்கும் முறை மிகவும் விதந்து பேசும் அளவில் உள்ளது. இதனை, 'பால்வண்ணம் பிள்ளை', 'நாசகாரக் கும்பல்', 'சங்குத்தேவனின் தர்மம்', 'நினைவுப்பாதை', 'நியாயந்தான்', 'சுப்பையா பிள்ளையின் காதல்கள்', 'சொன்ன சொல்', 'செல்லம்மாள்', 'சித்தி', 'நிர்விகற்ப சமாதி' ஆகிய ஆக்கங்களில் காணலாம். ஒரு குறிப்பிட்ட சாதிக் குழுவின் மொழி, உடல்மொழி, சடங்குகள், சம்பிரதாயங்கள், நம்பிக்கைகள், விழுமியங்கள் என்பவை ஒரு வகையான 'வட்டார அடையாளத்தை' உருவாக்குகின்றன. இவ்வகையான அடையாளங்கள், சாதிய அடையாளங்களாகவும் வடிவம் பெற்று விடுகின்றன. சாதியம் எனும் கருத்துநிலை சார்ந்தே அவை செயல்படத் தொடங்குகின்றன. இத்தன்மை சமூகத்தின் பிற மக்களை எவ்வகையில் அந்நியப்படுத்தி, முரண்களை உருவாக்குகின்றன என்ற புரிதல் அவசியம். இவ்வகையில், புதுமைப்பித்தன் தாம் பிறந்த 'வெள்ளாளர் சாதியின்' பல்வேறு போலிக் கனங்கள், வறட்டு அணுகுமுறைகள் ஆகிய பிற எவ்வகையில் சாதியாகக் கட்டமைக்கப்படுகின்றன என்பதைப் பதிவு செய்கிறார். இருபதாம் நூற்றாண்டின் தொடக்கத்தில் உருவான பல புதிய தன்மைகளான கல்வி, சனநாயகம், சீர்திருத்தப் பார்வைகள் ஆகிய பிற எவ்வாறு சாதிக்குள் உள்வாங்கப்படுகின்றன என்பதை புதுமைப்பித்தன் ஆக்கங்கள் பதிவு செய்கின்றன. இவர் அளவுக்குத் தன் சாதியின் போலித்தனங்களைக்

கதைமொழி வாயிலாக, எள்ளலாக வெளிப்படுத்திய இன்னொருவரைக் கூற முடியுமா?

புதுமைப்பித்தனின் இந்தத் தன்மை தமிழில் வேறு எவராலும் இட்டு நிரப்ப இயலாத, அவருக்கு மட்டுமே உரியதாக இன்றும் தொடர்வதைக் காணலாம். மேற் குறித்த கதைகளை வாசிக்கும்போதுதான் அந்த அனுபவத்திற்குள் நாம் பயணிக்க முடியும். புதுமைப்பித்தன் ஆக்கங்களில் மிக முதன்மையான ஒரு பண்பாக இதனை நாம் சொல்ல முடியும். இவர் சாதியை நக்கல் செய்கிறாரா? சாதியப் புழங்குநிலையைப் பதிவு செய்கிறாரா? என்ற உரையாடலுக்குள் இவரது கதைகளை முன்னெடுக்கும்போது புழங்குநிலைகளைப் பதிவு செய்வதன் மூலம் அச்சாதியை அம்பலப்படுத்தும் போக்கை நாம் உணரமுடிகிறது. நமது புனைகதை மரபில் வேறு ஆதிக்க சாதியைச் சேர்ந்த படைப்பாளிகள் புதுமைப்பித்தனைப் போல் செயல்பட்டுள்ளார்களா என்ற உரையாடலும் நமக்குத் தேவை.

புதுமைப்பித்தன் அவருடைய துணைவியாருக்கு எழுதிய கடிதங்களை வாசிக்கும் யாரும், அவரது மனிதநேயம் எத்துணையளவு ஆழமானது; அதிலும் குறிப்பாகத் தனது இணையாக வாழ்ந்த பெண்ணிடமும் தனது பெண் குழந்தை யிடமும் கொண்டிருந்த ஈடுபாடுகளை நாம் அறியமுடிகிறது. பெண் என்னும் உயிரியை அவர் பொதுவாகவே மிக மதித்துப் போற்றியிருக்கிறார். இவர் வாழ்ந்த காலத்தில் வ.ரா. என அறியப்படும் வ. இராமசாமியும் புதுமைப்பித்தனும் பெண் உலகம் மீது ஈடுபாடு கொண்ட ஆக்க இலக்கியக்காரர்களாக நாம் கருதலாம். புதுமைப்பித்தனின் பெரும்பான்மையான கதைகள் பெண் குறித்த பதிவுகளை அடிப்படையாகக் கொண்டே இருக்கின்றன. 'புதுமைப்பித்தனும் பெண் உலகமும்' என்று தனித்துப் பேச வேண்டிய தேவை இருக்கிறது. 'பொன்னகரம்', 'கவந்தனும் காமனும்', 'ஒப்பந்தம்', 'ஆண்மை', 'சணப்பன் கோழி', 'வழி', 'அகல்யை', 'வாடா மல்லிகை', 'கோபாலபுரம்', 'கலியாணி', 'இராமநாதன் கடிதம்' எனப் பல கதைகளிலும் பெண்கள் உலகத்தின் பல்வேறு பரிமாணங்களைப் பதிவு செய்கிறார்.

பெண்ணின் தனித்த ஆளுமை, பெண் வெறும் பிண்டமாகக் கருதப்படும் அவலம், குழந்தை மணம் எனும் கொடுமை, விதவை வாழ்க்கை சார்ந்த பல்வேறு மன உணர்வுகள், போலியான மனநிலைக்குட்பட்ட பெண்கள், தாழ்வுணர்ச்சி சார்ந்த பெண்கள் எனப் பல பரிமாணங்களில் பெண்களைப் பற்றிப் பேசுகிறார். அனைத்துச் சூழல்களிலும் தாம் பெண் சார்ந்தே இருப்பதைப் பதிவு செய்கிறார். பெண்கள் குறித்து பல்வேறு உளவியல் மனநிலைகளைப் புதுமைப்பித்தன் அளவிற்குப் பதிவு செய்தோர் குறைவு. சமூகத்தின் வறட்டு விழுமியங்கள் எவ்வகையில் பெண்களை சமூகத்தை அவலத்திற்கு உட்படுத்துகின்றன என்பதைப் பல கோணங்களில் எழுதியிருக்கிறார்.

உடல்சார்ந்த உணர்வுகள், திருமணம் எனும் சடங்கு, பெண் சார்ந்த ஒடுக்குமுறைகள் இவற்றை உணர்ச்சி சார்ந்த மொழிகளில் கதையாக்கம் செய்துள்ளார். 'ஆண்மை', 'வழி', 'சணப்பன் கோழி', 'வாடா மல்லிகை' ஆகிய பிற கதைகளை வாசிக்கும்போது மேற்குறித்த கூறுகளை நாம் உணரமுடிகிறது. 'இந்த இரத்தத்தை அந்த பிரம்மாவின் மூஞ்சியில் பூசிடுங்கோ! வழியையடைக்காதீர்!' என்ற வரி புதுமைப்பித்தன் பெண் உணர்வுகளுக்குக் கொடுத்த அடையாளமாக அமைகிறது. சமூகம் பெண்களை மனநோயாளிகளாக மாற்றும் கொடுமைகள் குறித்த பதிவுகள் புதுமைப்பித்தனின் பெண்கள் மீதான அக்கறையைக் காட்டுகின்றன. சாதி மற்றும் நிலவுடைமைப் பண்புசார்ந்த சமூகம் பெண் ஒடுக்குதலை அதன் பண்பாட்டு அலகாகவே கட்டமைத்திருக்கும் கொடுமைகளைத் தனது எள்ளல் மொழியால் விரிவாகப் பதிவுசெய்திருக்கிறார்.

இருபதாம் நூற்றாண்டுத் தமிழ்ப் புனைவுகளில் பொருளாதார முரண்களைப் பல கோணங்களில் பதிவு செய்யும் முயற்சிகள் தொடங்கின. இதில் புதுமைப்பித்தன் பதிவுகள் தனித்தவை. வறுமையால் உருவாகும் ஏழ்மையின் அவலங்கள் பல்வேறு நிலைகளிலும் செயல்படுவதைப் பதிவு செய்திருக்கிறார். ஏழைத் தொழிலாளிகள், இழப்பதற்கு ஏதுமற்ற உதிரிப் பாட்டாளிகள், சாதிய ஒடுக்குமுறைக்கு

உட்பட்ட உழைப்பாளிகள், வாழ்க்கையில் வேறு வழியின்றி இரந்துண்ணும் மக்கள், நடுத்தர சமூகத்தின் தினக்கூலிகள் எனப் பல நிலை சார்ந்த மனிதர்களின் வறுமை குறித்தப் பதிவுகள் புதுமைப்பித்தனால் செய்யப் பட்டிருப்பதைக் காண்கிறோம். 'பொன்னகரம்', 'கட்டில் பேசுகிறது', 'நியாயம்', 'கவந்தனும் காமனும்', 'குப்பனின் கனவு', 'ஒரு நாள் கழிந்தது', 'வெளிப்பூச்சு', 'மனித எந்திரம்', 'தியாகமூர்த்தி', 'மகாமசானம்', 'செல்லம்மாள்' ஆகிய பிற கதைகளில் படைக்கப்பட்டுள்ள மனிதர்கள் வறுமைக் கொடுமையால் வாழ்க்கையை இழந்தவர்கள்.

புதுமைப்பித்தன் பதிவுகளில் வெளிப்படும் வறுமை குறித்த சொல்லாடல்கள் வெறும் சொற்களாக அமைவதில்லை; அவை சமூகத்தின் மீதான கோபங்களாகவும் சமூகத்தின் மீதான கடும் விமர்சனங்களாகவும் இருப்பதைக் காணலாம். வறுமை குறித்த பதிவுகளை 'வறட்டு முழக்கங்களாக' பதிவு செய்யும் முறைக்கு மாற்றாகவே புதுமைப்பித்தனின் பதிவுகள் அமைந்துள்ளன. பொருளாதார முரண்நிலைகள் சமூகத்தில் செயல்படும் பல்வேறு புறக் காரணிகளைப் புதுமைப்பித்தன் தமது எள்ளல் மொழியில் வலுவாகவே கட்டமைத்துள்ளார்.

அவருக்கு வெற்றிலை போடுவது வெறும் சம்பிரதாயமல்ல – மகாயக்ஞம்!

யந்திரம் எழுதி இந்தத் திக்கில் இன்னின்ன தேவதைகள் நிறுத்திவைக்க வேண்டும் என்றிருப்பது போல அவருடைய செல்லத்தில் இன்னிக்கு சரக்குகள் இன்னின்ன இடத்தில் கிடைக்கவேண்டும் என்பது நியதி; ஆனால் இருக்கும் என்று எதிர்பார்ப்பது தவறு. எப்பொழுதும் எல்லாம் இருக்காது என்பதைப் பொது விதியாகக் கொள்ளுவதால், ஸ்ரீசுந்தரம் பிள்ளை தம்மைத் தவறாக அர்த்தப்படுத்திக் கொண்டு இருப்பதாகக் கருதமாட்டார்.

தென்புலத்தில் அதாவது யமன் திசையில், சுண்ணாம்பு மட்டிலும் எப்போதும் – காறைக் கட்டியாவது அதைச் சூரணமாகவது அவகாச மிருந்தால் மத்தித்து அதன் பூர்வாசிரமத்திற்கு அதைக்கொண்டு வந்தோ வைத்துக்கொண்ட பின் வெற்றிலையை ஒவ்வொன்றாக எடுத்து, காம்புகளைக் கீறிவிட்டுச் சுண்ணாம்பைத் தடவுவார். பிறகு அதில் சீவல் பாக்கோ அல்லது அது இருந்த இடத்தில் கிடக்கும்

தூசுதும்பட்டமோ இதை சுமை ஏற்றிப் பொட்டலமாக மடித்து ஒரே கவளமாக போட்டுக்கொள்வோம். பிறகு புகையிலை தேடு படலம். சாதாரணமாக அது அருகில் நண்பருடைய பிரதேசத்தில் ஆக்ரமிப்பாகவே இருக்கும்...

'கருச்சிதைவு' எனும் கதையில் வெற்றிலைப் பாக்கு போடும் பாத்திரம் ஒன்றை வெளிப்படுத்தியுள்ள முறை இது. இந்தப் பாத்திரம் வேறு யாருமல்ல. புதுமைப்பித்தன்தான். அவரது கதைகளில் பல இடங்களில் 'வெற்றிலை போடும் புராணம்' குறித்த பதிவுகள் உள்ளன. இப்பண்பு புதுமைப்பித்தனிடம் எவ்விதம் செயல்படும் என்பதை, ரகுநாதன் தமது 'புதுமைப்பித்தன் வாழ்க்கை வரலாறு' (1951) என்னும் நூலிலும் விரிவாகப் பதிவு செய்துள்ளார். ஒரு எழுத்தாளன் தனது பண்புகளைத் தனது ஆக்கங்களில் விரிவாகவே பதிவு செய்திருப்பதைக் காணலாம். தன்னைப் பதிவு செய்வதோடு தனது வாழ்விடங்களையும் பதிவு செய்வதைக் காணலாம். புதுமைப்பித்தன் ஆக்கங்களில் அவ்விதம் திருநெல்வேலியும் சென்னையும் இடம்பெற்றிருப்பதைக் காண்கிறோம். 'திருக்குறள் செய்த திருக்கூத்தில்' திருநெல்வேலியும் மகாமசானத்தில் சென்னையும் விரிவாகவே பதிவாகியுள்ளன. சென்னையில் அவர் குடியேறிய காலந்தான் 'டிராம் வண்டி' போக்குவரத்துக்கு வந்த காலம், 1930களில்தான் தாம்பரம் வரை ரயில் விடப்பட்ட காலம், புதிதாகப் பேருந்துகள் விடத் தொடங்கிய காலமும் அதுவே. இவ்வகையான வாகனங்கள் குறித்த புதுமைப்பித்தன் பதிவுகளைத் தனியாகவே விரித்து எழுதும் தேவை உண்டு. இன்றைய சென்னையிலிருந்து அன்றைய சென்னையை இதன் மூலம் பார்க்கமுடியும்.

இவ்வகையான பதிவுகளில் புதுமைப்பித்தன் கைக்கொள்ளும் மொழிதான் மிகவும் விதந்து பேசக்கூடியது. இவ்வகை மொழியை எள்ளல் மொழி என்று சொல்வதன் மூலம் அதன் முழுப் பரிணாமத்தையும் உள்வாங்க முடியும் என்று தோன்றவில்லை. அதனைப் புரிந்து கொள்ள சென்னையைப் பற்றிய 'மகாமசானம்' எனும் பதிவு முதன்மையான தரவு. பெரும் சுடுகாடு அல்லது இடுகாடுதான் சென்னை. அதுவும் சென்னையின் மவுண்ட் ரோடு, இன்றைய அண்ணாசாலை என்பதன் மூலம் அவர் கட்டமைக்கும் பொருண்மையின் பரிமாணங்கள் மிகமிக விரிவானவை. சமூகப் பொருளா

தாரக் குறியீடுகள், அடையாளங்கள் ஆகியவை குறித்த சொல்லாடல்களை அந்தச் சொல்லின் மூலம் நிகழ்த்த முடியும். இவ்வகையான மொழியைப் புதுமைப்பித்தன் தனது கதைகளின் தலைப்புகளாக வடிவமைத்துள்ளார். அதை வாசித்த ஒருவகையான உணர்வை, அக்கதையின் தலைப்பை வாசித்தபின் மாற்றிக்கொள்ள வேண்டி வரும். கதைப் பொருண்மையின் பேசப்படாத பல்வேறு மௌனங்களை, தலைப்பு கொண்டிருப்பதைக் காணலாம். புதுமைப்பித்தன் ஒவ்வொரு கதைத் தலைப்பையும் பல்வேறு கோணங்களில் உரையாடலுக்கு உட்படுத்தலாம். கதை அவ்வளவு காத்திரமாகப்படவில்லையே என்ற மனப்பதிவை, அவருடைய கதைத் தலைப்பு மாற்றிவிடும். 'கலைஞன் சொன்னதைவிட சொல்லாதவை மிக அதிகம்' எனும் உணர்வை கதையின் தலைப்பு மூலம் அறியும் தரவாகப் புதுமைப்பித்தனின் கதைத் தலைப்புகள் உள்ளன. கதைக்குள் விவரணங்களைத் தவிர்க்க, கதைத் தலைப்பை வைக்கும் பாங்கை புதுமைப்பித்தனின் தனித்த முறையியலாகவும் கருதலாம். இத்தன்மைகளை 'மனித யந்திரம்', 'மகாமசானம்', 'கடவுளும் கந்தசாமிப் பிள்ளையும்', 'அபிநவ ஸ்நாப்', 'திருக்குறள் செய்த திருக்கூத்து' ஆகிய பிற கதைகளில் காணலாம். ஒரு ஆக்கத்தின் முழுமை என்பது அதன் பொருண்மையை விட, அப்பொருண்மை சொல்லப்படும் முறையில்தான் அமையும். புதுமைப்பித்தன் ஆக்கங்களை இந்தப் பின்புலத்தில் புரிந்துகொண்டு மிக விரிவாகவே உரையாடலாம்.

ஒருமுறை நான் அவரிடம் 'பிரம்ம ராக்ஷஸ்' என்ற கதையைப் பற்றிப் பேசினேன். அந்தக் கதையில் என்னதான் சொல்ல விரும்புகிறீர்கள்? அதில் என்னவோ ஏழு சஞ் சிடங்களைப் பற்றி வேறு சொல்கிறீர்கள். எதுவும் புரியவில்லையே என்று ஆரம்பித்தேன். முதலில் அவர் அந்தச் சஞ்சிடங்களை என்னவென்று விளக்கவே தொடங்கிவிட்டார். 'இந்த விளையாட்டெல்லாம் வேண்டாம். அந்தக் கதையை ஏன் எழுதினீர்கள்?' என்று நேராகவே கேட்டேன். உடனே அவர் கடகடவென்று சிரித்தார். பிறகு சொன்னார். பச்சையாகச் சொல்லட்டுமா? வார்த்தைகளை வைத்துக்கொண்டு வாசகனைப் பயங்காட்டி மிரட்ட முடியும் என்பதற்காகவே அதனை எழுதினேன். படித்தால் பயமாக இருக்கிறதல்லவா? என்று கூறி முடித்துவிட்டார் அவர்.

மேற்குறித்த வரிகள் ரகுநாதனும் சுந்தர ராமசாமியும் புதுமைப்பித்தன் குறித்து நிகழ்த்திய உரையாடலில் (1978), ரகுநாதன் சொல்லிஇருப்பவை. 'காளி கோயில்', 'புதிய ஒளி', 'புதிய கந்தபுராணம்', 'ஞானக் குகை', 'சிற்பியின் நரகம்', 'பிரம்ம ராக்ஷஸ்', 'வேதாளம் சொன்ன கதை', 'கொன்ற சிரிப்பு', 'இலக்கிய மம்ம நாயனார் புராணம்', 'காஞ்சனை', 'கட்டிலை விட்டிறங்காக் கதை', 'அன்று இரவு', 'கபாடபுரம்', 'அவதாரம்', 'கயிற்றரவு' ஆகிய பிற கதைகளில் அமைந்துள்ள மொழி, வேறு கதைகளில் அமைந்திருப்பதிலிருந்து பெரிதும் வேறுபட்டது. அவரது இறுதிக்காலக் கதைகளில் இவ்வகையான மொழி வளமாகவே வெளிப்படுகிறது. இக்கதைகளில் பேசப்படும் பொருண்மைகள் எதார்த்த, எளிய பாணியில் இல்லை. இந்த மொழிக்குள் வாசகன் வழக்கமான பயணம் செய்வதிலிருந்து வேறு பட்ட வகையில்தான் பயணம் செய்யவேண்டும். ஒருமுறை வாசிப்பது போதாது; சில முறைகள் வாசிக்கவேண்டும். இந்தப் புரிதலோடு ரகுநாதன் குறிப்பிட்டுள்ள 'பிரம்ம ராக்ஷஸ்' தொடர்பான விவாதத்தையும் கவனத்தில் கொள்ளவேண்டும். ரகுநாதன் பதிவுகளை, அவருடைய காலத்து மொழி தொடர்பான அணுகுமுறை சார்ந்து, அல்லது ரகுநாதன் நம்பிய மொழி குறித்தக் கண்ணோட்டத்தில் புரிந்து கொள்வது அவசியம். ரகுநாதனை சமாதானப்படுத்த புதுமைப்பித்தன் அப்படி அந்த நேரத்தில் சொல்லிஇருக்கலாம் என்று கருதவும் இடமுண்டு.

'படைப்பாளியின் மொழி, ஒழுங்கு படுத்தப்பட்ட தர்க்க வடிவில்தான் அமைந்திருக்க வேண்டும் எனும் நிலைபாட்டை இன்று எழுத்தாளர்கள் பலர் ஏற்றுக்கொள்வதில்லை. சிந்தனை முறைகள் அவ்வகையான தர்க்க முறையில்தான் அமைய முடியுமா? என கேள்விகளை எழுப்புகிறார்கள். வாசகனுக்கு – மொழி எப்படிச் சென்றடைகிறது என்பது வாசகனின் அநுபவப் பகிர்வு சார்ந்தது. எல்லோரும் அனுபவிக்க முடியும் எனும் தன்மை, இன்று தட்டையான அணுக முடியும் எனும் தன்மை, இன்று தட்டையான முறை என்கிறார்கள். இந்தப் பின்புலத்தில் 1940களிலேயே புதுமைப்பித்தனை மொழி விளையாட்டிற்குள் பயணித்த படைப்பாளியாக இனம் காண்கிறார்கள். அந்தக் கண்ணோட்டத்தில் மேற்குறித்த

கதைகளை வாசிக்கிறார்கள். புதுமைப்பித்தன் மொழிக்கு வேறுவேறு காலங்களில் வேறு வேறு புரிதல்களும் பரிமாணங்களும் உருவாகும் என்பதைக் காண்கிறோம். இது அவரின் ஆளுமையாகவே இனம் காணவேண்டும். ரகுநாதன் நம்பிய கருத்தியலும் புதுமைப்பித்தன் கருத்தியலும் தன்னளவில் முரண்களைக் கொண்டவையாகப் புரிந்து கொள்ள முடியுமா என்ற உரையாடலையும் முன்னெடுக்க வேண்டிய தேவை எழுந்துள்ளது. புதுமைப்பித்தன் புனைவு உலகம் இன்று விதந்து பேசப்படுவது, அவரது மேற்குறித்த ஆக்கங்கள் சார்ந்தும் என்பதையும் கவனத்தில் கொள்ள வேண்டியுள்ளது. இவ்வுரையாடலை மேலும் வளர்த்தெடுக்க வேண்டிய அவசியமுண்டு.

புதுமைப்பித்தனின் தொடக்ககால ஆக்கங்கள் மேற்குறித்த மொழியினின்று வேறுபட்ட மொழியைக் கொண்டிருப்பதைக் காண்கிறோம். ‘உணர்ச்சியின் அடிமைகள்’, ‘நிகும்பலை’, ‘திறந்த சன்னல்’, ‘வெளிப் பூச்சு’, ‘சாமாவின் தவறு’, ‘இரண்டு உலகம்’, ‘பாட்டியின் தீபாவளி’, ‘மோட்சம்’, ‘நம்பிக்கை’, ‘நினைவுப் பாதை’, ‘நியாயந்தான்’, ‘புரட்சி மனப்பான்மை’ ஆகிய பிற கதைகள் எதார்த்த மொழியில் அமைந்தவை. இவை வாசிப்புக்கு எளிதானவை. பலமுறை வாசிப்பை வேண்டாதவை. இவை அனைத்தும் 1934–40ஆம் ஆண்டுகளில் எழுதியவை. மிகுதியான கதைகளை 1934–35 ஆம் ஆண்டுகளில்தான் புதுமைப்பித்தன் எழுதினார். இக்கதைகளின் தலைப்புகளில் காணப்படும் பரிமாணங்கள் அபாரமானவை. அவை அதில் பேசப்படும் பொருண்மைக்கு வேறு பரிமாணங்களைத் தருகின்றன. இவ்விதம், ‘வேதாந்திகளின் கைக்குள் அகப்படாத கடவுளாக’ இவை உள்ளன. இத்தன்மை புதுமைப்பித்தனின் ஆளுமைப் பண்பாகவே புரிந்து கொள்ளலாம். கால ஒழுங்கில், அவரது கதைகள் குறித்த விரிவான உரையாடல்களை மேற்கொண்டால், தமிழ்ப் புனைவு மரபில் புதுமைப்பித்தன் என்ற கலைஞரின் பயணத்தை வேறு பரிமாணத்தில் உள்வாங்க முடியும் என்று தோன்றுகிறது. அதனையும் வருங்காலங்களில் செய்யும் தேவை இருக்கிறது.

புதுமைப்பித்தன் என்னும் புனைவுலகப் பயணியின் பயணங்களை அறிந்து கொள்ள முயலும் நாம், கதைகளுக்குள்

அவரது இருப்பையும் புரிந்துகொள்ள வேண்டும். அப்பதிவு ‘கடிதம்’ என்ற கதையில் பின் வருமாறு அமைந்துள்ளது:

சிங்காரவேலு ஓர் இலக்கிய கர்த்தா. வாழ்க்கையின் இலட்சியங்களை, வாழ்க்கையின் சிக்கல்களை ஏன், வாழ்க்கையையே – திறந்து காண்பிக்கும் ஜன்னல்கள்தாம் சிறுகதைகள் என்றால் அவைகளுக்கு உதாரணம் சிங்காரவேலுவின் கதைகள்.

‘பேனாவை வைத்துக்கொண்டு கோனாகி விடுவோம்!’ என்று அவர் ஒருநாளும் கனவுகாண வில்லை; ஆனால் பேனாவை வைத்துக்கொண்டு பிச்சையெடுக்க வேண்டும் என்று நினைக்கவும் இல்லை.

அவருடைய சிறுகதைகளைப் பொறுத்தவரை சமூகம் நூறு பேரில் அவரை ஒருவராக மதித்தது. முக்கால்வாசிப் பேருக்கு அழகு என்பது என்ன என்று தெரியாது. சிலருக்கு அழகாயிருக்கிறது என்று முதலில் சொல்லுவதற்குத் தைரியமில்லை.

இந்த மாதிரியான சமூகத்தினிடையே சிங்கார வேலு உயிர்வாழ வேண்டுமென்றால் வாழ்க்கை உண்ணாவிரதத்தில் முக்தியடைந்திருக்க வேண்டும் அல்லது ஏதாவது கருணை மிகுந்த தெய்வம் அட்சய பாத்திரம் ஒன்றைக் கொடுத்து வைத்து விட்டுப் போயிருக்க வேண்டும். இயற்கையின் சட்டத்தை மீறவும் தெய்வத் தின் கருணையைப் பெறவும் முடியாத இந்தக் கலிகாலத்தில் பிறந்ததைப் பற்றி சிங்காரவேலு நொந்து கொள்வதில் பயன் இல்லை.

அவருடைய சமூகமாகவும் ரஸிகர்களாகவும் சில நண்பர்கள் இருந்தார்கள். அதனால் அவருக்குப் பசி என்ற கவலை ஏறக்குறைய இல்லையெனலாம். ஏனென்றால் அவருடைய தேவைகள் வெகு கொஞ்சம்; குடும்ப பாரம் கிடையாது. கனவு கண்டு கொண்டிருப்பதற்குப் போதிய அவகாசம் இருந்தது. எனினும் அதை இலக்கியமாக வடிவெடுக்க வைக்கும் ஊக்கம் குறைந்துவர ஆரம்பித்தது.

புகழ் இல்லாமல் இலக்கிய கர்த்தா உயிர்வாழ முடியாது. முகஸ்துதி வேண்டாம். இல்லாததை நீங்கள் சொல்லிவிட வேண்டாம். செய்வது சரி தான்; நன்றாயிருக்கிறது என்று

சொல்லவாவது வேண்டாமா? நேர்மையான புகழ் இலக்கிய கர்த்தாவுக்கு ஊக்கமளிக்கும் உணவு. இதைக் கொடுக்கக்கூடச் சக்தியற்ற கோழையான ஒரு சமூகத்திற்கு என்ன எழுதிக் கொட்ட வேண்டியிருக்கிறது! இதில் வாழும் கிரந்த கர்த்தா மனமிடிந்து பாழாய்ப் போவான். ஆனால், சிங்காரவேலு இப்படி நாசமாவதற்குக் கோழையல்லர். தைரியத்தால் ஏற்பட்ட மனக்கசப்பு அவரை ஒன்றும் எழுத விடவில்லை.

அவர் சமூகத்தில் நம்பிக்கை வைத்த மனிதர். ஓடித் தளர்ந்த சிந்தனைகள் எல்லாம் ஈட்டி குத்தும் மாதிரி கதைகளைச் சிருஷ்டித்தன. இதுதான் புதுமைப்பித்தன் நிலைப்பாடு என்று கருதலாம். இந்தப் புதுமைப்பித்தன் காலந்தோறும் புதிது புதிதாக வாசிக்கப்படுவார். அதற்கான மொழியும் பொருண்மையும் அவருடைய ஆக்கங்களில் உண்டு.

சான்றாதாரங்கள்

1. *1951:* ரகுநாதன், புதுமைப்பித்தன் வரலாறு, மீனாட்சி புத்தக நிலையம், மதுரை, மூன்றாம் பதிப்பு, 1980.

2. *1994:* புதுமைப்பித்தன், கண்மணி கமலாவுக்கு, தொகுப்பு: இளையபாரதி, சென்னை.

3. *1999:* ரகுநாதன், புதுமைப்பித்தன் கதைகள். சில விமர்சனங்களும் விவாதங்களும், என்சிபிஎச், சென்னை.

4. *2002:* புதுமைப்பித்தன், புதுமைப்பித்தன் கதைகள் (*103 கதைகளின் முழுத்தொகுப்பு*), தொகுப்பு: எம். வேதசகாயகுமார், புதுமைப்பித்தன் பதிப்பகம், இரண்டாம் பதிப்பு, 2008.

5. *2010:* புதுமைப்பித்தன், புதுமைப்பித்தன் கதைகள், இதழ்வழி முழுப்பதிப்பு, பதிப்பு: வீ. அரசு, அடையாளம், புத்தாநத்தம்.

'சீர்' ஏப்ரல் – மே 2021

ஆண்டாளும் ஆண்டானும்: புதுமைப்பித்தன் பதிப்பித்த 'தினமணி' மலர்கள்

ஆ. இரா. வேங்கடாசலபதி

'தினமணிப் பத்திரிகையின் வருஷாந்திர மலர்கள் அனைத்தும் புதுமைப்பித்தனின் மேற்பார்வையில் புதுமைப்பித்தனின் சிருஷ்டிகளையும் தாங்கி வெளிவந்தன' என்பார் ரகுநாதன். 'மூன்று ஆண்டுகள் பொறுப்பேற்ற அவர் 'தினமணி'யில் ஆண்டு மலர்கள் தயாரித்தார். வளரும் தமிழ் இலக்கியத்திற்கு வழிகாட்டிய மலர்கள் அவை. அவையும் புதுமைப்பித்தன் சாதனைகளில் குறிப்பிடப்பட வேண்டியவை' என்று க.நா.சுப்ரமண்யம் 'தினமணி' மலர்களை மதிப்பிடுகின்றார்.

தினமணி' ஆண்டு மலர்கள் – 1937, 1938, 1939 – மூன்று மட்டுமே என் பார்வைக்குக் கிடைத்துள்ளன. ஒவ்வொன்றும் ஏறத்தாழ 200 பக்க அளவில் நேர்த்தியான அச்சமைப்பில், சீரான வடிவமைப்புடன் அமைந்துள்ளது. இம்மலர்களில் ஓவியர் ஆர்யாவின் படங்களும் இடம்பெற்றுள்ளன.

புதுமைப்பித்தனின் எழுத்து வாழ்க்கை 1933இன் இறுதியில், டி.எஸ்.சொக்கலிங்கத்தின் 'காந்தி' இதழில் வெளியான 'குலோப்ஜான் 'காதல்' என்ற கட்டுரையுடன் தொடங்குகிறது.

அதற்குப் பிறகு 'காந்தி'யிலும் 'மணிக்கொடி'யிலுமாக அவருடைய இலக்கியப்பணி தொடர்ந்தது. ராய. சொக்கலிங்கம் நடத்திவந்த 'ஊழியன்' வார இதழில் 1934 ஆகஸ்டு முதல் 1935 பிப்ரவரி வரை உதவியாசிரியராக அவர் சென்னையில் பணியாற்றினார். புதுமைப்பித்தனின் இலக்கிய வாழ்க்கையின் முதற்கட்டம் இது.

1935 ஜூலை 2ஆம் நாள் 'தினமணி' நாளிதழில் ஐம்பது ரூபாய் சம்பளத்தில் பணிக் கமர்ந்ததிலிருந்து புதுமைப்பித்தனின் இலக்கிய வாழ்க்கையின் மையக் கட்டம் தொடங்குகிறது. 1943 அக்டோபர் 1ஆம் நாள், ஆசிரியர் டி.எஸ்.சொக்கலிங்கத்திற்கும் தினமணி நிர்வாகத்திற்கும் இடையில் ஏற்பட்ட கொள்கைப் பிணக்கின் காரணமாக, டி.எஸ்.சொக்கலிங்கத்திற்கு ஆதரவாக 'தினமணி' யிலிருந்து விலகிய உதவியாசிரியர்களில் புதுமைப்பித்தன் முன்னவர். (அதுவரை டி.எஸ்.சொக்கலிங்கத்திற்கு உற்ற நண்பராக இருந்த உதவியாசிரியர் ஏ.என்.சிவராமன், திடீரெனக் கட்சி மாறி, அதற்குக் கைம்மாறாகத் 'தினமணி'யின் ஆசிரியப் பதவி பெற்றார். இவரை யொத்தவர்களை டி.எஸ். சொக்கலிங்கம் 'கருங்காலிகள்' என்றே 'எனது ராஜினாமா' நூலில் குறிப்பிட்டுள்ளார்.)

புதுமைப்பித்தன் 'தினமணி'யில் பணியாற்றிய காலம் ஏறத்தாழ எட்டேகால் ஆண்டுகள். அவருடைய குறையாயுளில் அவர் அதிக காலம் பணியாற்றியதும், குறைந்த சம்பளமானாலும் நிரந்தர வருவாய் பெற்றதும் 'தினமணி'யில்தான்.

'தினமணி'யில் பணிக்கமர்வதற்கு முந்தைய புதுமைப்பித்தனின் இலக்கிய வாழ்க்கையின் முதலிரு ஆண்டுகளில் அவர் எழுதிக் குவித்தார் என்று சொல்லுமளவுக்கு விரைவாகவும் கணிசமாகவும் அவருடைய படைப்பாற்றல் கட்டறுத்து வினையாற்றியிருக்கிறது. புதுமைப்பித்தன் தம்முடைய வாழ்நாளில் மொத்தம் எழுதிய நூற்றுக்கும் சற்றுக் குறைந்த கதைகளில் செம்பாதிக்கும் மேற்பட்டவை 'தினமணி'யில் சேர்வதற்கு முன்பு வெளிவந்து விட்டன. அதுமட்டுமன்றி, அவர் எழுதிய ஏறத்தாழ

ஐம்பது கட்டுரைகளில் முப்பதுக்கும் மேற்பட்டவை இக்காலப்பகுதியில் வெளிவந்துவிட்டன. 'அசுரப்பசி கொண்ட தினசரிப் பத்திரிகையில் நித்தியகருமமான தர்ஜுமாத் தொழில்... புதுமைப்பித்தனின் சிருஷ்டி சக்தியைப் பேரளவில்' கட்டிப்போட்டிருந்தது என்றும், 'மணிக்கொடி காலத்தில் அசுர வேகத்தில் இலக்கியம் படைத்த புதுமைப்பித்தனின் பேனா, "அஸோஸியேட்டெட் பிரஸ்", "ராய்ட்டர்" தந்திகளைத் தமிழாக்கும் காரியத்தில் சிக்கித் தவித்தது" என்றும் புதுமைப்பித்தனின் வாழ்க்கை வரலாற்றாசிரியர் சொல்லியிருப்பது மிகை அன்று.

புதுமைப்பித்தன் 'தினமணி'யில் பணியாற்றிய காலத்தில் அவர் எழுதியவை ஏறத்தாழ முப்பது கதைகளும், பத்துப் பன்னிரண்டு கட்டுரைகளுமே ஆகும். இவற்றைத் தவிர ஏராளமான நூல்களுக்கு மதிப்புரையும், பதினைந்துக்கும் மேற்பட்ட புனைகதை மொழிபெயர்ப்புகளையும் அவர் 'தினமணி'யில் செய்திருக்கிறார். ஒரு நாளேட்டின் உதவியாசிரியர் இவ்வளவேனும் செய்ய முடிந்திருப்பது கவனிப்புக்குரியது.

புதுமைப்பித்தனின் தொகுக்கப்படாத படைப்புகள் நூலுருவம் பெற்று, அவருடைய எழுத்துகள் அனைத்தும் காலவரிசையில் செம்பதிப்பாக வெளிவந்துகொண்டிருக்கும் இன்றைய சூழலில் இச்செய்திகள் துலக்கம்பெறத் தொடங்கியுள்ளன. ஆனால், அவர் 'தினமணி'யில் பணியாற்றிய காலத்தில் இலக்கியத் தரமான ஆண்டு மலர்கள் சிலவற்றைத் தொகுத்திருப்பது இன்றும் சரிவர கவனிப்புப் பெறவில்லை. அதைச் செய்ய முயல்கின்றது. இக்கட்டுரை.

II

'தினமணிப் பத்திரிகையின் வருஷாந்திர மலர்கள் அனைத்தும் புதுமைப்பித்தனின் மேற்பார்வையில் புதுமைப்பித்தனின் சிருஷ்டிகளையும் தாங்கி வெளிவந்தன' என்பார் ரகுநாதன். 'மூன்று ஆண்டுகள் பொறுப்பேற்ற அவர் 'தினமணி'யில் ஆண்டு மலர்கள் தயாரித்தார். வளரும்

தமிழ் இலக்கியத்திற்கு வழிகாட்டிய மலர்கள் அவை. அவையும் புதுமைப்பித்தன் சாதனைகளில் குறிப்பிடப்பட வேண்டியவை' என்று க.நா.சுப்ரமண்யம் 'தினமணி' மலர்களை மதிப்பிடுகின்றார்.'

அவர் 'தினமணி'யில் உப ஆசிரியராக இருந்த காலத்தில் ஐந்து வருஷம், வருஷ மலர் போடும் பொறுப்பை ஏற்றுக்கொண்டு வெளியிட்டார். பொதுவாக அன்றைக்கும் சரி, இன்றைக்கும் சரி மலர்கள் என்றால் திவான்கள், ஹைகோர்ட்டு ஜட்ஜுகள், மேயர்கள், ஷெரீப்கள் அவர்களுக்காகத்தான் பிரசுரிக்கப் படும். ஆனால் புதுமைப்பித்தன் இவர்களைத் தன் மலர்களிடம் அண்டவிடவே இல்லை. மருந்துக்குக்கூட ஒரு ராவ்சாகிப்பைக் கூட காண முடியாது. எல்லாம் எழுத்தாளர்கள் மயமாகவேதான் இருக்கும். ஆகவே அவர் வெளியிட்ட 'தினமணி' வருஷ மலர்கள் தமிழ் இலக்கியத்திற்கு ஒரு அளவு கோலாக இருந்துவந்ததில் ஆச்சர்யமில்லை.

என்று ந.சிதம்பரசுப்ரமண்யனும் புதுமைப்பித்தன் மறைந்தபொழுது 'தினமணி'யிலேயே எழுதிய நினைவுக் கட்டுரையில் 'தினமணி' ஆண்டு மலர்களைப் பற்றி விரிவாகக் குறிப்பிடுகிறார்.

1959 'சரஸ்வதி' ஆண்டு மலரில் எழுதிய கட்டுரையிலும், தம் கவிதைள் அனைத்தும் அடங்கிய மயன் கவிதைகள் என்ற 'தொகுப்புக்கு எழுதிய முன்னுரையிலும், தம் கவிதைச் சோதனை களைத் 'தினமணி' மலர்கள் தாங்கிவந்ததைக் க.நா.சு. குறிப்பிட்டுள்ளார்.

இக்குறிப்புகளிலிருந்து புதுமைப்பித்தனின் சமகாலத்து எழுத்தாளர்கள் 'தினமணி' மலர்களை உயர்வாக மதிப்பிட்டிருக்கிறார்கள் எனத் தெரிகின்றது.

III

புதுமைப்பித்தன் பதிப்பித்த 'தினமணி' ஆண்டு மலர்கள் மூன்று எனக் க.நா.சு.வும், ஐந்து என ந.சிதம்பர சுப்ரமண்யனும் குறிப்பிட்டுள்ளனர். உண்மையில் எத்தனை

மலர்கள் வெளிவந்தன, அவற்றில் எத்தனை மலர்களைப் புதுமைப்பித்தன் மேற்பார்த்தார் என்பன தெளிவாகப் புலப்படவில்லை.

1935இல் 'தினமணி' பாரதி மலர் ஒன்றை வெளியிட்டுள்ளது 'கலைமகள்' மதிப்புரையிலிருந்து தெரிகின்றது. இம்மதிப்புரை அதன் யுவ, ஐப்பசி (அக்டோபர் 1935) இதழில் வெளிவந்ததிலிருந்து பாரதியின் நினைவு நாளை முன்னிட்டு, 1935 செப்டம்பரில் வெளிவந்திருக்கலாம் என உய்த்தறிய முடிகின்றது. இம்மலர் காணக் கிடைக்காத நிலையில், புதுமைப்பித்தனின் 'புதிய கூண்டு கதையைத் தவிர, மஞ்சேரி ஈச்வரன், ந.பிச்சமூர்த்தி, பெ.தூரன், பி.எம்.கண்ணன் ஆகியோர் கதைகளும், உ.வே.சாமிநாதையரின் கட்டுரை ஒன்றும், பிற கட்டுரைகளும், சில இந்தி, ஆங்கிலக் கதைகளின் மொழிபெயர்ப்பும் அதில் வெளியிடப்பட்டுள்ளன வென்று 'கலைமகள்' மதிப்புரையிலிருந்து தெரிகின்றது.

புதுமைப்பித்தன் 'தினமணி'யில் வேலைக்குச் சேர்ந்த இரண்டொரு திங்களிலேயே வெளியான இம்மலருக்கு அவர் பொறுப்பேற்றிருப்பார் என்று எண்ண இடமில்லை. அதன் பிறகு வெளிவந்த மலர்களுக்கான பொறுப்பை, புதுமைப்பித்தனின் மேதைமையை முதன்முதலில் இனங்கண்டவர்களுள் ஒருவரான டி.எஸ்.சொக்கலிங்கம் அவரிடம் ஒப்படைத்திருக்கக்கூடும் என்று துணியலாம்.

'நினைவுப் பாதை' என்ற தன் புகழ்பெற்ற கதையின் பிறப்பைப் பற்றி எழுதவந்த புதுமைப்பித்தன்,

> 'தினமணி' வருஷ மலரில்தான் அந்தக் கதை முதன்முதலில் வெளியாயிற்று. அப்போது வருஷ மலரைப் பதிப்பிக்கும் பொறுப்பு என் வசம் அளிக்கப்பட்டிருந்தது. ஒருநாள் ராத்திரி எட்டுப் பக்கங்களுக்கு என்று விஷயங்களை எடுத்துக்கொடுத்துவிட்டுப் 'புரூப்' வரும் என்று எதிர்பார்த்துக் கொண்டிருந்தேன். ராத்திரி பதினொரு மணி இருக்கும். அப்பொழுது அச்சு இலாகா 'போர்மன்' என்னிடம் வந்து, ஸார், இரண்டு பக்கங்களுக்கு, விஷயம் தேவை' என்றார். படம் செய்துகொடுப்பவர்

குறித்த காலத்தில் 'பிளாக்கு'களை அனுப்பாததனால் அந்தச் சங்கடம். அந்தப் பக்கங்களில் வரவேண்டிய கட்டுரைகளை மாற்றிவிட்டு, வேறு கட்டுரை களைக் கொடுத்தேன். அது இரண்டு பக்கங்களில் செய்துவைத்துக்கொண்டது. வேறு ஏதோ கதை ஒன்று எழுதி அதற்காகச் செய்துவைத்த பிளாக்குகளை உபயோகித்து, இரண்டு பக்கங்களுக்கு என்ற ஒரு கதை எழுதிப் பக்கத்தை நிரப்பினேன். நிரப்பினேன் என்று சொல்லுவது பிசகு; 'ரொப்பினேன்' என்று கிராம்யமாகச் சொன்னால்தான் பொருந்தும்.'

என்று கூறுகிறார்.

1937ஆம் ஆண்டு தினமணி மலரில்தான் 'நினைவுப்பாதை' கதை வெளியாயிற்று என்பதிலிருந்து இம்மலர் புதுமைப்பித்தன் பதிப்பித்ததென உறுதிப்படுகின்றது. இதேபோல் 1938ஆம் ஆண்டுமலரும் புதுமைப்பித்தன் பொறுப்பில்தான் வெளி வந்ததெனத் தெரிகிறது.

1938 அக்டோபர் 17இல் 'தினமணி' மேலாள ருக்கு எழுதிய கடிதத்தில், ஜூலை, ஆகஸ்டு, செப்டம்பர் ஆகிய மூன்று மாதங்கள் தாம் ஆண்டு மலர் தயாரிப்பில் ஈடுபட்டிருந்ததாகவும், அதற்கென நூறு ரூபாய் மதிப்பூதியம் எதிர்பார்த்ததாகவும் புதுமைப்பித்தன் கூறியிருக்கிறார். அவ்வாறு ஊதியம் வழங்காவிட்டால் தம் பணியைத் துறப்பதாகவும் கடுமையாக எழுதியுள்ளார்.'

If (the management) thinks any honest work need not get paid, I request you should treat this as a letter of resignation (and) relieve me as per understanding (re:my appointment order) within three days.

அச்சமயத்தில் அவர் தம் மனைவிக்கு எழுதிய கடிதங்களிலும் மலர் தயாரிப்பில் ஈடுபட்டிருந்தது தெரிகிறது. 'வருஷ மலர் வேலை ஆரம்பித்துவிட்டது' (14.6.1938) என்றும், '...இன்னும் நாலு பாரங்கள் போட்டால் வருஷ மலர் தயார்' (31.8.1938) என்றும் அவர் எழுதியிருக்கிறார். இவ்விரு. கடிதங்களுக்கும் இடைப்பட்ட காலத்தில், அவர் மனைவிக்கு உடல்நலமில்லாததால் புதுமைப்பித்தன்

திருவனந்தபுரம் சென்றிருக்கிறார். அப்போது அவருடைய சக உதவியாசிரியர் குஞ்சிதபாதம் அவருக்கு எழுதிய கடிதத்தில் (25.7.1938) 'மானேஜர் இன்று வருஷ மலரைப் பற்றிக் கேட்டார். எழுதிக் கேட்டுச் சொல்லுகிறேன் என்று சொன்னேன். தங்கள் அபிப்பிராயம் என்ன?" என்று வினவி யிருக்கிறார்.

1939ஆம் ஆண்டுக்கான மலரைப் புதுமைப்பித்தன்தான் மேற்பார்த்தார் என்பதை அறிய மலருக்குள்ளோ, வேறு புறச்சான்றுகளோ கிடைத்தில. 8.9.1940இல் தம் மனைவிக்கு எழுதிய கடிதத்தில், ...வருஷ மலரும் 'காசு மாலை'யும் தினமணி பார்சல் மூலமாகக் கிடைத்திருக்கும் என்று எழுதியிருப்பதைக் கொண்டு, 1940இலும் ஒரு மலர் வந்திருக்கலாம் என்று தெரிகிறது. இதற்கும் புதுமைப்பித்தன் பொறுப்பேற்றாரா என்று அறிய முடியவில்லை.

மலர் தயாரிப்பில் புதுமைப்பித்தன் ஈடுபாட்டுடன் செயல்பட்டிருக்கிறார் என்றும் தெரிகிறது. 'நான் ஒரு சொந்தக், கதை, ஒரு மொழிபெயர்ப்பு, இரண்டு கட்டுரைகள் எழுதுவதாக உத்தேசம். வருஷ மலரைப் பார்த்தால் அதன் வாய்ப்பு எப்படி இருக்கிறது என்று உனக்குத் தெரியும்' என்று உற்சாகம் கொப்புளிக்கத் தம் மனைவிக்கு எழுதி யிருக்கிறார் (14.6.1938). (ஆனால், அந்த மலரில்?' என்ற ஒரு மிகச் சிறிய கதையை மட்டுமே புதுமைப்பித்தன் எழுதியிருக்கிறார்.)

ஆண்டு மலருக்குரிய கடிதத் தொடர்புகளையும் அவரே கவனித்திருப்பதாகத் தெரிகிறது. தமக்கு நேர்ப்பழக்கமுள்ள இலக்கிய வாணர்களுக்கு நட்புமுறையில் அவர் கடிதம் எழுதியுள்ளதாகவும் தெரிகிறது. 1938 மலருக்குப் பாடல்கள் எழுதிய கவிமணி தேசிகவிநாயகம் பிள்ளை, 'நண்பர் ஸ்ரீ விருத்தாசலம் பிள்ளையவர்களுக்கு' என்று விளித்தே இது தொடர்பான கடிதத்தை (6.5.1938) விடுத்துள்ளார். மலருக்குப் பாடல்கள் அனுப்பிய கவிமணி, அவற்றோடு ஆண்டான் கவிராயர் பாடல் ஒன்றையும் அனுப்பி வைத்திருக்கிறார். (ஆண்டான் கவிராயர் பாடல்கள் சிலவற்றை 1935இலேயே 'ஊழிய'னில் சிறுகுறிப்புடன் வெளியிட்டிருக்கிறார் புதுமைப்பித்தன். இத்தகைய

வசைப்பாடல்களில் புதுமைப்பித்தனுக்கிருந்த ஆர்வத்தைக் கவிமணி அறிந்திருக்கக்கூடும். (அண்மையில் ஆ.தசரதன் பதிப்பித்துள்ள ஆண்டான் கவிராயன் தனிப் பாடல்கள் தொகுதியில், புதுமைப்பித்தன் எடுத்துக் காட்டிய திருநெல்வேலி, ஆரல்வாய்மொழி, சுசீந்திரம் பற்றிய பாடல்களும், கவிமணி எடுத்துக் கொடுத்த 'பிச்சைக்காரர் கொம்மாளம்' பாடலும் இடம்பெறவில்லை என்பது சுட்டத்தகுந்தது.)

IV

'தினமணி' ஆண்டு மலர்கள் – 1937, 1938, 1939 – மூன்று மட்டுமே என் பார்வைக்குக் கிடைத்துள்ளன. ஒவ்வொன்றும் ஏறத்தாழ 200 பக்க அளவில் நேர்த்தியான அச்சமைப்பில், சீரான வடிவமைப்புடன் அமைந்துள்ளது. இம்மலர்களில் ஓவியர் ஆர்யாவின் படங்களும் இடம்பெற்றுள்ளன.

1937, 1938 மலர்களில் பாரதியின் 'ஸ்வர்ணகுமாரி'யும், 'பூலோக ரம்பை'யும் வெளிவந்துள்ளன. இதே மலர்களில் உ.வே.சா.வின் 'கும்மாயம்', 'மேகலையும் மணியும்' கட்டுரைகள் வெளியிடப்பட்டிருக்கின்றன. வையாபுரிப் பிள்ளை, தம் மருமகன் எஸ்.எஸ்.ராமசாமியோடு இணைந்து 'உதிர்ந்த மலர்' என்ற கதையையும், 'அவள் செய்த தவறு' என்ற இந்திக் கதைத் தழுவலையும் வெளி யிட்டுள்ளார். பங்குபற்றியவர்களில் பிரமுகர்கள் என்றால் இவர்களைத்தான் சொல்லமுடியும்.

பாடல்களையும் கவிதைகளையும் பொறுத்த வரை கவிமணி, ச.து.சு.யோகி, தி.லக்ஷ்மணப் பிள்ளை, ஜோதி' (கி.வா.ஜ.), நாணல் (அ.சீனிவாச ராகவன்), சங்கு சுப்பிரமணியன் முதலனோர் படைப்புகள் வெளிவந்துள்ளன. பாரதிக்கு அடுத்து மிக அதிக ஈடுபாட்டைப் புதுமைப்பித்தன் கொண்டிருந்த பாரதிதாசன் பாடல்கள் இம்மூன்று மலர்களிலும் இடம்பெறவில்லை என்பது சுட்டத் தகுந்தது. இவ்விருவருக்கும் அடுத்து ச.து.சு.யோகியின் கவிதைகளில் புதுமைப்பித்தனுக்குத் தோய்வு இருந்திருக்கிறது. மூன்று மலர்களிலும் அவர் எழுதியிருக்கிறார். அவருடைய புகழ்பெற்ற கவிதைகளான 'தமிழ்க்குமரி'யும் 'அகலிகை'யும்

இம்மலர் களில் வெளிவந்துள்ளன. இவை தவிர 'பட்டுப்பூச்சி', 'கம்பன் காவ்ய நயம்', 'விழிப்பும் விளையாட்டும்' ஆகிய அவருடய பிற எழுத்துக்களும் இடம் பெற்றுள்ளன.

தமிழின் மரபுக் கவிதைச் செல்வத்தில் புதுமைப்பித்தன் கொண்டிருந்த திளைப்புக்கு நேரெதிராக அக்காலப் பகுதியில் உருப்பெற்றுவந்த 'வசன கவிதை'யை அவர் ஏளனத்தோடு மறுதலித்துள்ளார். ஆயினும் ந.பிச்சமூர்ததி, க.நா.சு. ஆகியோரின் கவிதை முயற்சிகள் இம்மலரில் வெளிவந் துள்ளன. ந.பிச்சமூர்த்தியின் 'கிளிக்கூண்டு 1937 மலரில் வெளிவந்துள்ளது. 1938 மலரில் வெளியான அவருடைய 'சோகம்' என்ற கவிதை 'ந.பிச்சமூர்த்தி கவிதைகள்' முழுத் தொகுப்பில் இல்லை. ஏற்கெனவே குறிப்பிட்டவாறு, 'ஆண்டாள்' என்ற புனைபெயரில் க.நா.சு. எழுதிய 'என் காதலன்' 1938 மலரில் வந்துள்ளது.

இம்மலர்களில் சிறுகதைகள் முக்கிய இடம் பெற்றதில் வியப்பில்லை. மொழிபெயர்ப்பு, தழுவல் நீங்கலாக முப்பதுக்கும் மேற்பட்ட சிறுகதைகள் ம்மலர்களில் வெளிவந்துள்ளன. புதுமைப்பித்தனின் 'நினைவுப் பாதை',?' ஆகியவற்றோடு, பிற 'மணிக்கொடி' எழுத்தாளர்களின் கதைகளும் கணிசமான இடம்பிடித்துள்ளன.. கு.ப.ரா.வின் 'உயிரின் அழைப்பு', 'சிதையருகில்', 'சிறுகதைத் திருமூலர்' என்று புதுமைப்பித்தனால் பின்னாளில் சிறப்பிக்கப்பெற்ற மௌனியின் 'எங்கிருந்தோ வந்தான்', 'மாபெரும் காவியம்' ஆகியவை வெளி வந்துள்ளன. ந.பிச்சமூர்த்தி, க.நா.சு., கி.ரா., ந.சிதம்பர சுப்ரமண்யன், இளங்கோவன், 'தினமணி'யில் சக உதவியாசிரியர் சு.குருசாமி ஆகியோர் எழுதி யுள்ளனர். கு.ப.சேது அம்மாள், குகப்ரியை, குமுதினி, எஸ்.விசாலாக்ஷி, எம்.எஸ்.விஜயாள் ஆகியோரைத் தவிர புதுமைப்பித்தனின் மனைவி கமலா மூன்று மலர்களிலும் கதை எழுதியுள்ளார்.

மொழிபெயர்ப்பு, தழுவல் கதைகளுக்கும் ஒவ்வொரு மலரிலும் முக்கிய இடம் தரப்பட்டுள்ளது. நட்ஹான்ஸன், கிரேஸியா டெலாடா; காண்டேகர், தாகூர் மற்றும் சில தெலுங்கு, கன்னட, இந்தி, சீனக் கதைகளையும் புதுமைப்பித்தன் வெளியிட்டிருக்கிறார்.

ந.சிதம்பர சுப்ரமண்யனின் 'ஊர்வசியின் சாபம்' நாடகம் 1937 மலரில் வந்தது. 'நசிகேதன்' என்ற புனைபெயரில் க.நா.சு எழுதிய வேலை நிறுத்தம்' நாடகம் முதலில் 1938 மலரில்தான் வீந்தது. (இந்நாடகம் 'சொல்புதிது' இதழ் 6இல் மறுவெளியீடு செய்யப்பட்டபோது, வழங்கப்பட்டுள்ள குறிப்பு, 1944இல் க.நா.சு. வெளியிட்ட 'ஏழு நாடகங்கள் தொகுப்பிலுள்ளது என்று சொல்கின்றது. அதற்கு ஆறு ஆண்டுகளுக்கு முன்பே இந்நாடகம் 'தினமணி' மலரில் வெளிவந்துவிட்டது.)

க.அ.நீலகண்ட சாஸ்திரி, தி.நா.சுப்பிரமணியன் ஆகியோரின் வரலாற்றுக் கட்டுரைகளும், சிட்டியின் நகைச்சுவைக் கட்டுரைகளும் வெளிவந்துள்ளன. சுதேசி இயக்கத்தில் முக்கியப் பங்காற்றிய மண்டையம் குடும்பத்தைச் சேர்ந்தவரும், வ.உ.சி. பாரதியின் உற்ற நண்பருமான **ஸ்ரீ.ஸ்ரீ. ஆச்சாரியார்,** அதே குடும்பத்தைச் சேர்ந்த மண்டயம் சக்ரவர்த்தி அழகிய சிங்கப்பெருமாள் பற்றியும் ந.திருமலாச்சாரி பற்றியும் நினைவுகூர்ந்து எழுதியுள்ளார். இலங்கை இந்தியரைப் பற்றி ஓ.எஸ். ஆழ்வாரப்பன் கட்டுரை எழுதியுள்ளார். (இவர் பேராசிரியர் ஆ.சிவசுப்பிரமணியனின் தந்தை) க.நா.சு., அ.சீ.ரா, பி.ஸ்ரீ. ஆகியோரின் இலக்கியக் கட்டுரைகளும் வந்துள்ளன. (க.நா.சு. எழுதிய 'இலக்கியச் சோலை' என்ற 'தமிழில் மறுமலர்ச்சி என்கிற ஆரம்ப விமர்சனக் கட்டுரையைப் பாராட்டியதுடன், "இது மாதிரி நிறைய எழுதுங்களேன்" என்று உற்சாகப்படுத்தியதாகவும் அவர் நினைவுகூர்ந்துள்ளார்.) ஏ.ஜி.வெங்கடாச்சாரியின் 'பாஸிஸம் என்றால் என்ன?' போன்ற இரண்டொரு அரசியல் கட்டுரைகளும் 'தினமணி' ஆண்டு மலர்களில் உண்டு.

V

1930கள் தமிழ் இதழியல் காலூன்றிய காலம். 1928 பிப்ரவரியில் பூதூர் வைத்தியநாதய்யரிடமிருந்து 'ஆனந்த விகட'னை எஸ்.எஸ்.வாசன் வாங்கியது தமிழ் வெகுசன இதழியலில் ஒரு திருப்புமுனை. கதைகள், நகைச்சுவை, கேலிச்சித்திரங்கள். குறுக்கெழுத்துப் போட்டி

ஆகியவற்றைக் கொண்ட மசாலா கலவையில் மிகத் திறமாக தேசியம் என்பதையும் வெற்றிகரமாக இணைத்துப் புதிய தொரு வணிக வெற்றி வாய்பாட்டை எஸ்.எஸ். வாசன் உருவாக்கினார். எனவேதான், 'அத்தனைக்கும் மேலல்லோ அஹிம்சைக் கதைபேசி வித்தகனாம் காந்தியினை விற்றுப் பிழைக்கின்றோம்!' என்றார் புதுமைப்பித்தன். தமிழ் இதழியலில் மூலதனத்தின் வளர்ச்சியைக் கண்கூடாகவே பார்த்த டி.எஸ்.சொக்கலிங்கம், 'தேசபக்தியை நல்ல லாபம் தரும் சரக்காக மதித்து, செய்தி – வர்த்தகம் நடத்தத் தயங்காத முதலாளி சுரண்டெலிகளின் திருகுதாள தண்டவங்களைப் பற்றி அப்போதே எச்சரித்தார்."

தேசவிழிப்பின் முதல் அலையான ஒத்துழையாமை இயக்கம், பின்னர் அதன் பேரலையான உப்புசத்தியாக்கிரகம்' தமிழ் வெகுசன இதழியலின் வளர்ச்சிக்குப் பின்புலமாக இருந்தன. 1930களின் தொடக்கப் பகுதியில் தோன்றிய 'காந்தி', 'சுதந்திரச் சங்கு' போன்ற காலணாப் பத்திரிகைகள் வழி காங்கிரஸின் சக்தி சில சுப்பையா பிள்ளைகளைத் தவிர வேறு பலரிடம் கொண்டுசெல்லத்தான் செய்தன. இவ்விதழ்கள் பதினாயிரக்கணக்கில் விற்றன என்றும்; ஒரு கட்டத்தில் 'சுதந்திரச் சங்கு' ஓர் இலட்சம் பிரதிகள் விற்றது என்றும் சொல்லப்படுகின்றது. முகவர்வழி விற்பனை முறையும் 1930களில்தான் தோன்றி நிலைபெற்றது. இதன்மூலமாக, தமிழ் இதழ்களின் சுற்றெண்ணிக்கை கூடியதுடன், தமிழ் கூறு உலகத்தின் பல்வேறு பகுதிகளை எட்டியது.

இச்சூழலில்தான் வெகுசன இதழ்கள் ஆண்டு மலர்கள் வெளியிடலாயின. 1910களின் கடைசியிலேயே 'சுதேசமித்திரன்' வருஷ அனுபந்தங்களை வெளியிட்டுவந்ததென்றாலும், 1930களின் நிகழ்வுப் போக்குக்கும் இதற்கும் அளவு, பண்பு ஆகிய, இரு நிலைகளிலும் கணிசமான வேறுபாடு ஆண்டு. தமிழ் வெகுசன வாசகக் களம் விரிவு பெற்றதோடு, அச்சுத் தொழில்நுட்பத்தின் வளர்ச்சியும் இதற்குக் காரணம். 1918, 1919 'சுதேசமித்திரன்' வருஷ அனுபந்தங்கள், படங்கள் அதிகமில்லாமல் அமைந்திருக்க, '1930களின் 'ஆனந்தவிகடன்' மலர்கள் மூவண்ண அட்டைப்

படங்களோடு, உள் பக்கங்களில் கோட்டோவியங்களோடு ஏராளமான 'ஆப்டோன்' படங்களோடு அமைந்திருக்கக் காணலாம். மேலும், விளம்பரங்களின் பெருக்கமும் 1930களிலேயே ஏற்படுகின்றது தொழில்முறையிலான விளம்பர நிறுவனங்களும் அப்போதுதான் உருவாகின்றன. புதிய அச்சுத் தொழில்நுட்பத்தைப் பயன்படுத்தி, எழிலும் கவர்ச்சியும் நிரம்பிய விளம்பரங்கள் வெகுசன இதழ்களில் வெளிவரலாயின. (இதழியல் முதலாளிகளாக விளங்கிய எஸ்.எஸ்.வாசனும், 'கல்கி' சதாசிவமும் 'விளம்பர முகவர்களாக முதலில் இருந்திருக்கின்றனர் என்பதையும் மறந்து விடுவதற்கில்லை.) இவற்றால் மிகுந்த பணப்புழக்கத்தினால்தான் மலர் தயாரிப்பு வேலைகளுக்கெனத் 'தினமணி' கூடுதல் நிர்வாகத்துடன் ஊதியம் கேட்டுப் புதுமைப்பித்தன் மல்லுக்கு நிற்க முடிந்தது.

பண்புரீதியான வேறு சில மாற்றங்களும் இக்காலகட்டத்தில் ஏற்பட்டு வந்தன. தமிழில் நவீன சிறுகதை வரையறை பெற்ற காலம் இது என்பதைச் சொல்ல வேண்டியதில்லை. 'வியாசம்' என்று அழைக்கப்பட்டு, பெரிதும் அறிவுறுத்தலுக்காகவே அதுவரை பயன்பட்டுவந்த வடிவம் 'கட்டுரை' என்றாகி, வெவ்வேறு உள்ளடக்கத்தோடு கிளைத்ததும் அப்போதுதான். (ஓலைச்சுவடிகளோடு தம் வாழ்வைக் கழித்து, புலமையுலகிலேயே செயல்பட்டுவந்த உ.வே.சாமி நாதையர், 1920களிலிருந்து வெகுசன ஊடகங்களில் எழுதத் தொடங்கியதும், அவரது மொழிநடை, புலமைப் பெருமிதத்தைக் கைவிட்டு, நெகிழ்வையும் எளிமையையும் கைக்கொண்டதும் தற்செயலானவை அல்ல. 1930களில் அவர் கட்டுரையைக் கொண்டிராத மலர்களே இல்லையென்றும் சொல்லிவிடலாம்) பிறமொழிப் படைப்புகளைத் தமிழாக்குவதற்கான வழிமுறை பற்றிய விவாதங்களின்வழி, 'மொழிபெயர்ப்பு 'தழுவல்' என்பன பற்றிய ஓர்மை மிகுந்து, மூல ஆசிரியர் பற்றிய அடையாளத்தோடு அவை வெளிவரலாயின.

இந்தப் பின்புலத்தில்தான் 'தினமணி' ஆண்டு மலர்களைப் புதுமைப்பித்தன் பதிப்பித்திருக்கிறார்.

இவ்வரையறைக்குள்ளும் அவருடைய முத்திரை இல்லாமல் போகவில்லை. ந.சிதம்பர சுப்ரமண்யன் குறிப்பிட்டதுபோல பிரமுகர்களின் ஆதிக்கமில்லாத மலர்களாகவே அவை காட்சி தருகின்றன. நவீன சிறுகதைகளுக்கும், கவிதைச் சோதனை முயற்சிகளுக்கும் அவை இடந்தந்திருக்கின்றன. இலக்கியத்தோடு நின்றுவிடாமல் தமிழ் வாழ்வின் பல்வேறு கூறுகளும் அம்மலர்களில் பிரதிபலிக்கப்பட்டுள்ளன.

சான்றுக் குறிப்புகள்

1) டி.எஸ்.சொக்கலிங்கம், எனது ராஜிநாமா. கமலா பிரசுராலயம். சென்னை. 1943, ப.16

2) ரகுநாதன், புதுமைப்பித்தன் வரலாறு, மீனாட்சி புத்தக நிலையம், மதுரை, 1980, ப.49.

3) மேலது, ப.49

4) க.நா.சு. 'புதுமையும் பித்தமும்: புதுமைப்பித்தன் படைப்புகள் 1, முன்னுரை ஐந்திணைப் பதிப்பகம், சென்னை, 1988, ப. xxviii.

5) ந.சிதம்பர சுப்ரமண்யன், 'புதுமைப்பித்தன்: ஒரு வேதாந்தி, தினமணி கதிர். 10.7.1948.

6) க.நா.சு.. மயன் கவிதைகள், ஞானச்சேரி, சென்னை, 1989, ப.4, 185.

7) புதுமைப்பித்தன், 'என் கதைகளும் நானும். கலைமகள், ஆகஸ்டு 1942; ஆ.இரா. வேங்கடாசலபதி (பார்). புதுமைப்பித்தன் கட்டுரைகள், காலச்சுவடு பதிப்பகம், நாகர்கோயில், 2002, ப.173.

8) இக்கட்டுரையில் குறிப்பிடப்பெறும் கையெழுத்து ஆவணங்கள் பெரும்பான்மையும் இதுவரை வெளிவராதவை. புதுமைப்பித்தனின் மகள் திருமதி, தினகரி சொக்கலிங்கம் அவர்கள் பார்வையிடக் கொடுத்த இவ்வாவணங்கள் அனுமதியுடன் பயன்படுத்தப்பட்டுள்ளன.

9) ஆ.தசரதன், தமிழில் வசைப்பாடல்கள்: ஆண்டான் கவிராயன் தனிப்பாடல்கள், தமிழ் ஓலைச்சுவடிகள் பாதுகாப்பு மையம். சென்னை, 1996 (இரண்டாம் பதிப்பு)

10) புதுமைப்பித்தன். அதிகாரம் யாருக்கு? தமிழ்நாடு பிரசுரம் கம்பெனி, சென்னை, 1944, பதிப்புக் குறிப்பு.

'இளவரசியம்' இளவரசு மணிவிழா மலர்

இங்குருசிப் படிப்பும் இலக்கியப் பித்தனின் துடிப்பும்

எழிலமுதன்

“புதுமைப்பித்தன் மறைவின் ஐம்பது ஆண்டு நிறைவைக் கொண்டாடும் நாம் இன்று செய்யக்கூடியது என்ன? ஆங்கில மொழித் துறையில் இருக்கும் பேராசிரியர்களிடம் புதுமைப்பித்தன் போன்ற ஒரு சிறந்த எழுத்தாளன் நம்மிடையே வாழ்ந்து மறைந்ததை உணர்ந்து, தமிழ்ப் படைப்பிலக்கியம் மீது அவர்கள் அக்கறை கொள்ள வேண்டிய அவசியத் தையும் உணர்த்த வேண்டும்.”

‘காலச்சுவடு’ இதழில் (ஜனவரி – மார்ச் 1999) ‘புதுமைப்பித்தனும் க.நா.சு.வும்’ என்னும் தலைப்பில் வெளியாகியுள்ள அசோகமித்ரனின் வார்த்தைகள் இவை.

நான் ஓர் ஆங்கிலப் பேராசிரியர். ஆனால் பேராசிரி யராவதற்கு முன்னமேயே புதுமைப்பித்தனை உணர்ந்து விட்டவன். பித்தனின் ஒரு பித்தனாகவே பொதியவெற்பன் எனக்கு அறிமுகமானார்.

அசோகமித்திரன் வெளியிட்டுள்ள அந்த யோசனையை நானும் கொஞ்சம் அலசிப் பார்க்கிறேன். இலக்கியக் கல்வி தொடர்பாக எனக்குக் கிடைத்த பின்புலத்தை உங்களுடன் முதலில் பகிர்ந்தபடியே.

ஏறத்தாழ நாற்பது ஆண்டுகளுக்கு முன்பு புதுமைப்பித்தனின் நூல்களில் சிலவற்றை வாசிக்கத் தொடங்கினேன். அப்போது நான் ஓர் அறிவியல் மாணவன், புதுமைப்பித்தன் படித்த நெல்லை இந்துக் கலாசாலையில். அங்கே ஆங்கிலத் துறையில் பணியாற்றிக் கொண்டிருந்த என் அண்ணனுக்கு ஒரு பொருளியல் பேராசிரியர் மூலமாக அந்நூல்கள் அறிமுகமாயின; அந்த அறிமுகம் எனக்கும் தொடர்ந்து கிடைத்தது. நான்கல்வி பயின்ற சூழலில் எழுத்தாளர் எண்றாலே கல்கி; புனைகதை என்றாலே வரதராசனார்; செந்தமிழ் என்றாலே சேதுப்பிள்ளை; இந்தத் தரத்தில்தான் இலக்கிய வாசிப்புகள் எனக்குப் பழக்கமாகி யிருந்தன. புதுமைப்பித்தனின் எழுத்துக்களோ நமது தமிழ் இலக்கியப் பாரம்பரியப் பெருமைக்கே சவால் போலத் தோன்றின. எங்களது ஆங்கிலப் பாடத்திட்டத்துடன் தொடர்புடைய நூல்களில் சிலவற்றை, பரீட்சை என்கிற நோக்கத்தையும் மீறி, வாசித்தேன். அப்போதெல்லாம் 'தமிழில் இல்லாதன இல்லை இளங்குமரா என்ற கிழட்டுத் தத்துவம் – ஆழ்ந்த உணர்ச்சியற்ற போலித் தத்துவம் (Dilletantism) ஒழிய வேண்டும்' என்றும் புதுமைப்பித்தனின் கருத்தில் நியாயம் இருப்பதாக உணர்ந்தேன். (Dilettantism) என்பது தான் சரியான ஸ்பெல் லிங்.) ‘கிழட்டுத்தத்துவம்’ என்னும் தலைப்பில் ஒரு கட்டுரை எழுதி எங்கள் கலாசாலையின் ஆண்டுக் கதம்பத்தில் வெளியிட்டேன்.

எங்கள் தமிழாசிரியர்களில் ஒருவர் வித்துவான் கு. அருணாசலக்கவுண்டர். தொ.மு.சி. ரகுநாதனின் ‘புதுமைப்பித்தன் வரலாறு’ இவரைப் பற்றிக் குறிப்பிட்டிருக்கிறது.

கவுண்டரய்யா ஒரு நாள், எங்கள் வகுப்பில், தாம் எப்படி ஒரு சிறுகதை எழுதத் தொடங்கினாரென்று தமது சொந்த அனுபவத்தைக் கூறினார்:–

★ ‘புதுமைப்பித்தன் என்ன பெரிய கில்லாடியா, நாமும் கதை எழுதலாமென்று முயற்சி பண்ணினேன். ‘இரவு மணி இரண்டு அடித்தது. ராமசாமி எழுந்து ஜன்னலுக்கு வெளியே பார்த்தான்...’ இப்படி எழுதி யோசித்துக் கொண்டிருந்தேன்.

இத்தனை வருஷமாகியும். ராமசாமி அந்தச் ஜன்னலுக்கு வெளியே தான் பார்த்துக் கொண்டே இருக்கிறான்.

புதுமைப்பித்தன் போன்ற கில்லாடியால்தான் தரமான கதைகள் படைக்க முடியும். தமிழ் மொழியில் புலமை இருந்தால் மட்டும் போதாது; இலக்கியம் படைப்பதற்கு ஒரு கில்லாடித்தனம் தேவை..

புதுமைப்பித்தனே தமது 'சிறுகதை' என்னும் கட்டுரையில் ஒரு 'நண்பர்' பெற்ற அனுபவமாக இத் தமிழய்யாவின் முயற்சியைச் சுட்டிக்காட்டியுள்ளார். புதுமைப்பித்தனை, அவர் வாழ்ந்த காலத்திலேயே, ஓர் உயர்ந்த இலக்கியப் படைப்பாளியாக அங்கீகரித்த முதல் தமிழ்ப் பண்டிதர், நான் அறிந்த வரையில், கவுண்டரய்யா தான்!

ரொம்ப காலமாகவே தமிழ்ப் புலவர்கள் 'இலக்கியம்' என்பதற்கான 'இலக்கணம்' பற்றிக்கவலைப் பட்டதில்லை. நீதி,மதம்,பக்தி, மற்றும் இலக்கியச் சூத்திரம் முதலியனவையும் இலக்கியம்தானே என்று நினைத்துக் கொண்டார்கள். செய்யுளாக இல்லாத எதையும் அவர்கள் இலக்கியமாக் கருதவில்லை. ஆங்கிலப் புலமை பெற்ற தமிழபிமானிகளால்தான் இவர்கள் காலம் போக்கில் திருந்தினார்கள்.

இதுவரை தமிழ் இலக்கியம் தொடர்பாக வெளி வந்துள்ள நூல்களைத் தொடர்ச்சியாகக் கவனித்துப் பாருங்கள். ஆங்கில இலக்கிய மரபிலுள்ள அணுகு முறைகள் எவ்வாறு படிப்படியாக, அதிகப்படியாக, ஊடுருவியிருக்கின்றன என்று தெரியும். தமிழ் ஆராய்ச்சி நூல்கள் ஆரம்ப காலத்தில் ஆங்கிலத்தில் வெளிவந்தன; பிறகு அந்நூல்களுக்கு முகவுரைகள் மட்டும் ஆங்கிலத்தில்; ஒரு காலத்தில் அவை ஆங்கிலத் தலைப்புகளோடு அச்சடிக்கப்பட்டன; நல்லவேளை, சமஸ்க்ருத ஆய்வுகள் முற்றிலும் ஆங்கிலத்தில் வெளிவருகின்ற நிலை தமிழக்கு நேரிடவில்லை. தமிழ் இலக்கிய ஆய்வு நூல்களில் ஒன்று 'இலக்கியக் கலை' என்றும் தலைப்பில் அச்சேறியது. அ.ச. ஞானசம்பந்தன் அதன் ஆசிரியர். ('கழக வெளியீடு:

1953, 1956) 'எத்துணைத் துறைகளில் தமிழ் நூல்கள் பல்கி இருந்த போதிலும் இலக்கியத் திறனாய்வுத் துறையில் தமிழ் நூல்கள் இல்லை என்று கூறினால் தவறில்லை என்றே தோன்றுகிறது" என்று 'ஆசிரியன்' எழுதிய முன்னுரை கூறுகிறது. அந்நூலுக்கு 'அறிமுகம்' எழுதிய மு. வரதராசன் குறிப்பிடுவது போல், அந்நூலாசிரியரின் எழுத்துக்களில் ஆங்கில ஆராய்ச்சியாளர்களின் அரிய கருத்துக்களின் பிழிவை நுகரலாம்." 'இலக்கியம்' எப்போது 'கலை' என்னும் தகுதியை அடைகிறது என்பதை சிறப்புத் தமிழ் வகுப்பு மாணவர்கள் புரிந்துகொள்ள வேண்டுமென்பதற்காக அந்நூல் பதிப்பிக்கப்பட்டது. ஆங்கில நூல்களிலிருந்து எடுக்கப்பட்ட ஏராளமான மேற்கோள்கள் பொருத்தமான இடங்களில் போடப்பட்டுள்ளன. (பயன்பட்ட தமிழ் நூல்கள்: 39, பயன்பட்ட ஆங்கில நூல்கள்: 30, ப. 374) அந்நூலின் கடைசி அத்தியாயம் 'சிறுகதை' பற்றியது. அதில் அ.ச.ஞா. 'காலஞ்சென்ற புதுமைப்பித்தன், கு.ப. இராஜ கோபாலன், கல்கி என்பவர் கதைக்குள் சில சாவா இலக்கியத்தில் இடம் பெறுபவை' என்று குறிப்பிட்டுள்ளார்.

நாடகம், புதினம், சிறுகதை என்றும் நவீன இலக்கியங்கள் ஆங்கிலப் படிப்பினால் இங்கே இறக்குமதியாயின. இவை தமிழ்ப் பாடத் திட்டத்தில் இடம் பெறத் தொடங்கியது. இவ்விலக்கியங்களில் தமிழாசிரியர்களே சோதனை செய்த பிறகுதான். கல்வித் துறையைச் சேர்ந்த மு. வரதராசனின் கதைகளுக்கு அங்கீகாரம் விரைவாகக் கிடைத்துவிட்டது. இவரைவிடவும் நவீன இலக்கியத் திறனைக் கூர்மையாக வெளியிட்ட புதுமைப்பித்தனின் கதைகளுக்கு அங்கீகாரம் மிகவும் தாமதமாகவே கிடைத்தது. அவர் மறைந்து இருபது, இருபத்தைந்து ஆண்டுகள் கழிந்த பிறகே அவரது கதைகள் பல்கலைக் கழகத்திலும் பள்ளி இறுதி வகுப்பிலும் பாடங்களாக இடம் பெற்றன; பல்கலைக்கழக ஆய்வுப் பொருளாகவும் ஏற்றுக் கொள்ளப்பட்டன.

- *இக்கதைகளை ஆய்வு செய்த முதல் தமிழ் மாணவர் யார்?*

    பொதியவெற்பன்தான்!

பாளையங்கோட்டை தனித்தமிழ் இலக்கியக்கழகம் 'புதுமைப்பித்தன் கதைகள்' பற்றி கல்லூரி மாணவர்களுக்காக நிகழ்த்திய ஆய்வுக் கட்டுரைப் போட்டியில் (1976) – (தமிழகத்திலேயே முதலாவது முயற்சியாகவா?) முதல் பரிசை அவர்தானே தட்டிச் சென்றார்! புதுமைப்பித்தன் ஒரு தமிழாசிரியராக இல்லையே, அவரது எழுத்துக்களில் தமிழாசிரியர் பற்றிய கிண்டல்கள் இருக்கின்றனவே. அவரது தமிழும் தூய்மையாக இல்லையே என்கிற ஆவலாதிகளை மீறி ஒரு தனித்தமிழ் இயக்கமே அவரையும் ஒரு கவனத்திற்குரிய இலக்கியவாதியாக நினைக்கத் தொடங்கிவிட்டது!

- ***புதுமைப்பித்தனின் இலக்கியத் திறனைப் பாராட்டிய முதல் ஆங்கிலப் பேராசிரியர்?***

என்னுடைய ஆசிரியர்களில் ஒருவரான அ. சீநிவாச ராகவன் (1905–75)! புதுமைப்பித்தன் முதலான மணிக்கொடிக்கரர்களுடன் பழகியவர்அ.சீ.ரா.

பி. எஸ். ராமையா தமது 'மணிக்கொடி காலம்' என்னும் நூலில் அ.சீ.ரா. பற்றி எழுதியதாவது; 'ஆங்கிலம், தமிழ் என இருமொழி இலக்கியங்களில் நிறைந்த புலமையும், ரசனையும் படைத்த அவருடைய பாராட்டுகள் எங்களுக்கு எவ்வளவு தெம்பும் ஊக்கமும் அளித்தன என்பதை அளந்து காட்டவே முடியாது.

தூத்துக்குடி வ.உ.சி. கல்லூரியில் பட்டமேற் படிப்பிற்காக ஆங்கிலத்துறை விரிவாக்கப்பட்டதும் (1967) அதில் நான் அ.சீ.ரா. வின் மானாக்கனானேன். வகுப்பறைக்கு வெளியே சில சமயங்களில் அவரைச் சந்தித்து தமிழ் இலக்கியம் தொடர்பாகவும் உரை யாடியிருக்கிறேன். ஒரு முறை புதுமைப்பித்தனைப் பற்றிப் பேசினோம். புதுமைப்பித்தனின்கதைகளில் ஒன்றான 'பொன்னகரம்' எவ்வாறு முடிகிறதெனத் தெரியுமா என்று கேட்டார். 'என்னமோ, கற்பு, கற்பு என்று கதைக்கிறீர்களே! இது தான் ஐயா, பொன்னகரம்' என்று அவரையே 'ஐயா' போட்டழைக்கும் தொனியில் நான் பதிலளித்ததும் அவர்

ரசித்துச் சிரித்துவிட்டு அக்கதையின் கையெழுத்துப் பிரதியை தம்மிடம் புதுமைப்பித்தன் காண்பித்ததாகவும் தாமே பாரதியாரின் வார்த்தையோடு அக்கதையை நிறைவு செய்யச் சொல்லியதாகவும் நினைவுகூர்ந்தார். அ.சீ.ரா. வின்மொழிநடையை அறிந்து வைத்திருந்த என் போன்றோர்க்கு இந்நினைவுகூரலில் கற்பனை இருக்க முடியாதென்றே தோன்றும்.

நான் மாணவனான சில நாட்களில் நிகழ்ந்த ஒரு கருத்தரங்கு பற்றிய ஓர் அனுபவம் இங்கே இப்போது சொல்லத்தக்கதே.

'கவிதை என்றால் என்ன?' என்பதே எங்களுக்கு கொடுக்கப்பட்ட தலைப்பு. அரிஸ்டாடில், ஆர்னால்ட், கோல்ரிஜ், எலியட் முதலானவர்களின் கட்டுரைகள் அடங்கிய கனத்த நூல்களை அநேகமாக எல்லோருமே வாசித்துக் குறிப்பெடுத்துத் தயாரானார்கள். நானோ 'புதுமைப்பித்தன் கட்டுரைகள்' என்னும் சிறிய நூலிலிருந்து ஒரு சில வாக்கியங்களை மட்டும் ஒரு துண்டு தாளில் ஆங்கில மொழியாக்கம் செய்து அவற்றின் அடிப்படையில் அங்கே விவாதித்தேன். எங்களிடமிருந்து விலகி உட்கார்ந்து கொண்டிருந்த பேராசிரியர் ஒருவர் 'எந்தப் புத்தகத்திலிருந்து எடுத்துப் பேசுகிறாய்' என்று வினவினார். புதுமைப்பித்தன் பற்றி அங்கிருந்த எவருக்குமே தெரியா தென்கிற தைரியத்தில் 'என்னுடைய சொந்த வார்த்தைகளே' என்று தெரிவித்தேன். 'இவன் பேச்சிலிருந்து எல்லோருமே குறிப்பெடுத்துக் கொள்ளுங்கள். அருமையான விளக்கங்கள்!" என்று பாராட்டினார். புதுமைப்பித்தனின் நினைவாக இப்போது அசோகமித்ரன் ஆங்கிலக் கல்வியைத் தொடர்புபடுத்தித் தெரிவித்துள்ள அபிப்பிராயத்தை வாசிக்கையில், எனது மாணவப் பருவத்தின் மலரும் நினைவுகளை எப்படிச் சொல்லாமல் இருக்க முடியும்...

ஆங்கில இலக்கியம் எடுத்துப் படிக்கும் மாணவர் களுக்கு இலக்கியத் திறனாய்வு பற்றி அறிமுகப்படுத்த ஆர்னால்ட் எழுதிய 'த ஸ்டடி ஆஃப் போயட்ரி' என்பது பாடத் திட்டத்தில் தவறாமல் இடம் பெறும். கவிதை

என்பதே ஒரு மத நெறி என்பது போல் ஆர்னால்ட் வலியுறுத்துவார். புதுமைப்பித்தனது இலக்கியக் கொள்கையும் இம்மாதிரியானதே.

'அணிசெய் காவியம் ஆயிரம் கற்கினும்
ஆழ்ந்தி ருக்கும் கவியுளம் காண்கிலார்'

என்று பாரதியார் தமக்கு நெல்லையூரில் கிடைத்த 'ஆங்கிலப்பயிற்சி' பற்றி எழுதியுள்ளார். இலக்கியம் என்பதை ஒரு சிறப்புப் பாடமாக்கும் கல்வித் துறையினர் 'கவியுளம்' என்றும் இலக்கியச்சிந்தனை எப்படி யிருக்க வேண்டுமெனச் சொல்ல நினைப்பார்கள். இந்நேரத்தில் 'புதுமைப்பித்தன் கட்டுரைகளைப்' பயன்படுத்திக் கொள்ளலாம். ஸ்டார் பிரசுரம், சென்னை, 1954). இலக்கியக் கல்விக்கு அவை 'நன்னூல்' போல் பரிந்துரை செய்யத் தக்கவை!

ஆங்கிலக் கல்வியை பிரிட்டிஷ் இந்தியர்களுக்குப் பரிந்துரைத்த லார்ட் மொகாலே இக்கல்வி மூலமாக இம்மக்களின் ரசனையை (taste) ஆங்கிலேய மயமாக்க வேண்டுமென ஆலோசனை வழங்கினார். இந்த 'இங்குருசி' (English) படிக்கவேண்டுமென்ற ஆசையால் ஒரு 'தலித்' கிறிஸ்துவ மதத்திற்கு மாறியதை புதுமைப்பித்தன் 'புதிய நந்தன்' என்றும் கதையில் சொல்லியிருக்கிறார்.

இங்கு, 'ருசி'யை ஆங்கிலேய மயமாக்க ஒரு தூண்டு தலாக விளங்கியது ஆங்கில இலக்கியப் படிப்பு. நம் பட்டதாரி இளைஞர்கள் ஷேக்ஸ்பியரின் நாடகங்களைப் படித்ததன் மூலம் ஒரு பேரிலக்கியத்திற்குரிய அடிப்படைத் தன்மையையும் அவ்விலக்கியப் படிப்பால் உலகமெங்கும் பரவியுள்ள தினாய்வுப் போக்கையும் தெரிந்து கொள்ளும் வாய்ப்பினைப் பெற்றனர். பிரிட்டிஷ் மாணவர்களை விடவும் இந்திய மாணவர்கள் ஷேக்ஸ்பியரின் படைப்புகளில் அதிமான புலமையும் அபிமானமும் கொண்டிருந்தார். இதைக்கவனித்துப் பிரிட்டிஷ் பேராசிரியர்களே வியப்படைந்தார்களௌன அங்கேயே சென்று ஐ.சி.எஸ். படித்து வந்த ஏ.எஸ். பஞ்சாபகேசய்யர் (1899 – 1963) தமது நூலொன்றில் குறிப்பிட்டுள்ளார். 'சிருஷ்டி கர்த்தா' வுக்குக்

கொடுக்க வேண்டிய மரியாதையை ஷேக்ஸ்பியர் போன்ற இலக்கியப் படைப்பாளிக்கும் புதுமைப்பித்தன் வழங்கிடுவார்.

ஷேக்ஸ்பியரின் நாடகங்களில் பல நம் இளைஞர் களை வெகுவாகக் கவர்ந்தது. அவரது 'ரோமியோ அன்ட்ஜூலியட்' ஒரு காதல் ஜோடியின் உறவையும் சோகத்தையும் சித்திரிக்கிறது. நம் கல்லூரி மாணவர்கள் மத்தியில் ரோமியோவும் ஜூலியட்டும் உருவான அசட்டுத்தனத்தை புதுமைப்பித்தன் ரசித்தார். 'இந்தப் பாவி' என்னும் கதையில் இந்நாடகத்தை ஒரு பேராசிரியர் வகுப்பறையில் மாணவர்களுக்காக எடுக்கிறார்; அப்பேராசிரியருக்கு அப்போது தமது சொந்தக் காதலின் பெருமையையும் வேதனையையும் சொல்லாமலிருக்க முடியவில்லை. நவீன காதலினால் ஏற்பட்ட அசட்டுத்தனத்திற்கு இன்னொரு எடுத்துக்காட்டாக. 'சிற்றன்னை' என்னும் கதையில் ஒரு மாணவனை தன் ஆங்கிலப் பேராசிரியரின் வீட்டிற்கு 'மார்க் பார்க்க' வந்தபடியே அப்பேராசிரியரின் இளம் மனைவியைக கவர நினைக்கும் 'மன்மதனை' நாம் மனத்தில் நிறுத்திக் கொள்ளலாம்:–

★ மாணவர் உலகத்தில் சர்வ விவேக அளவுகோல் – கடவுள் தமக்கு அந்தத் தன்மையை பெறு வதற்கு எத்தனை மார்க் வாங்கினார் என்றுகூடக் கேட்கும் சர்வ சூன்ய மனத்தெம்பு படைத்தவர்கள். மாணவர்களும் அவர்கள் புத்தியை 'பாலிஷ்' சர்வகலாசாலைகள் வித்வத்தின் விசேஷத் தன்மை பூண்டு, தனித் திறமையால் பூத்து மலராமல் சப் மாஜிஸ்திரேட் கோர்ட்டின் எட்டாங்கிளைத் தாயாதியாக சிவப்பு நாடா வித்தையைச் செய்து வருவதால், மார்க்கை நம்பாத ஆசிரியர், பூஜை செய்யும் விக்கிரகத்தின் தெய்வீகச் சக்தியை நம்பாத பூசாரி மாதிரி ஆகி விடுகிறார்.'

இந்த மொழிநடை ஒரு சிக்கலான ஆங்லேயச் சிந்தனை ஓட்டத்தை நம் தாய்மொழியில் பாய்ச்சுவதால் ஏற்பட்ட பரிதாபத்தை அல்லது விபரீதத்தைக் காட்டுகிறதோ? (இந்நடை எல்லாச் சந்தர்ப்பங்களுக்கும் பயன்படுத்தத் தக்கதன்று. இதனை பொதியவெற்பனும் கையாண்டிக்கிறார். காவ்யா வெளியீட்டுள்ள 'புதுமைப்பித்தன் இலக்கியத்தடம்'

தொகுதியில் பொதியவெற்பனின் இம்மாதிரியான நடையைக் காணலாம். கட்டுரைத் தலைப்பு: 'பித்த வேதாளத்தின் கதைப் புதிரில் சிக்கித் தவிக்கும் விக்கிரக விநாசர்கள்').

புதுமைப்பித்தன் அந்த 'மன்மதனை' நமக்கு அறிமுகம் செய்யும் பொது Moffussal Graduate மோஸ்தர்' என்று விவரிக்கின்றார். (Mofussil) என்பதுதான் வழக்கிலுள்ள ஸ்பெல்லிங். இச்சொல் பல அகராதிகளில் கூட இடம் பெற்றிருக்காது. சொற்களின் சுத்தத்தைச் சோதித்து எழுத புதுமைப்பித்தனுக்கும் பொறுமை இருக்காது. இது ஐந்திணைப் பதிப்பகத்தாரின் அச்சுப் பிழையாகவும் இருக்கலாம்.

★ ஆயிரங்கால் மண்டபம் அமைக்க ஆரம்பித்து இரண்டு தூண்களை நிறுத்தி பின் காரியத்தையே மறந்து போனது போலக் கன்னத்திற்கு ஒரு தூண் கட்டிய கேரா. தண்ணீர் விட்டுத் தளதளப்பாக வளர்க்காதது போன்ற கனத்த மயிரை மீசையாக்கும் முயற்சி. வர்ணம் பூசிய வெள்ளைக்காரச்சி உதடு போல் சிவப்பேறிய உதடு. நீளக் கிராப்பு – சீவாமல் பேணாமல் இருந்தால் அகில இந்திய பேன் காங்கிரஸ் கூடுதற்கேற்ற இட வசதி. கழுத்திலே மனத்தின் பெட்டைத் தனத்தைக் காட்டும் மெல்லிய தங்கச் சங்கிலி. இங்கிலீஷ் ட்வில் ஷர்ட், கழுதைப் பொதி சுமந்த மாதிரி பாத் டவல் அலங்காரம் இடையில் நிர்வாணமில்லை என்பதை உய்விக்க வேஷ்டி, காலில் பெட்டை மாறி சிலிப்பர், (Second Rate cinema actor cum saloon barber appearance)

இவ்வளவு அதிகமான ஆங்கில வார்த்தைகள் விரவப்பட்டுள்ள புதுத்தமிழை நம் தமிழ்ப் பாடத்திற்குள் யாராலும் புகுத்திவிட முடியுமோ? ஆங்கிலத்திற்கு அந்நியமான சால்மன் ருஷ்டியும் அருந்ததி ராயும் ஏகப்பட்ட ஆங்கிலச் சொற்றொடர்களை தங்களது படைப்பு நோக்கத்திற்கேற்ப வெட்டி முறித்துத் தட்டிப் போட்டு அடுக்கியிருக்கிறார்கள். இது நம் தமிழுக்கு அடுக்குமா? தமிழ் இனத்திற்கென ஒரு தனிப் பண்பாடு இருக்கிறது; இப்பண்பைச் சிதைக்கும் சிந்தனைகளும், சம்பவங்களும் நிறைந்த தூய எழுத்துக்களுக்கம் கூட பாவ மன்னிப்பு கிடைத்துவிடலாம். ஆனால் புதுமைப்பித்தன் தமது சுதந்தரச் சிந்தனையை ஒரு

தன்னிச்சையான சொல்லாக்கத்தின் மூலமாக வெளியிட்டால் அது ஒரு தமிழ்த்துரோகமாகிவிடும் – இதனால்தான் புதுமைப்பித்தன் படைப்புகள் ஆங்கிலத் துறைக்கு உவப்பைத் தருமென்று அசோகமித்ரன் சொல்லுகிறாரோ

ஆங்கிலப் படிப்பினால் தமிழ் வாலிபனின் நடை, உடை, பாவனை மாறியதை இப்படியெல்லாம் புதுமைப்பித்தன் கிண்டலடித்திருக்கிறார். கல்லூரிக்குச் சென்று ஆங்கிலம் படித்த தமிழச்சியே லேசில் அவர் விட்டுவிடுவாரோ? அவர் எழுதிய 'காதல் பாட்டு'? ஒன்றிலுள்ள வரிகள் – 'காதல் மணங் கமழும் காலேஜுக்கன்னி, பேபி யெனப் பெயராள், பெதும்பைப் பருவத்தாள்…" உடனடியாக நம் நினைவுக்கு வரவேண்டியவை.

ஆங்கில இலக்கியக் களஞ்சியத்தில் அபாரமான ஈடுபாடு கொண்ட புதுமைப்பித்தனிடம் ஆங்கிலேய மோகம் தொடர்ந்து கொள்ளவில்லை. 'வாழ்க்கை' என்னும் கதையில் ஒரு 'தியாசபி (பிரம்ம ஞானி) கோஷ்டி' அழகுணர்ச்சி, ஆன்மிகம் என்றெல்லாம் 'கலியுக அவதார புருஷன் கிருஷ்ணாஜி' தலைமையில் அலட்டலான ஆங்கிலத்தில் உரையாடுகிறது. அக்கோஷ்டி இங்கிதம் கொஞ்சமும் இல்லாமல் ஒருபொது இடத்தில் – பொதிகையடியில் – பாலியல் உறவாடுவதை ஒரு குளுவக் குடும்பம் பார்த்துத் தங்களுக்குப் பழக்கமான, பாமரத்தனமான, உறவாடு தலைத் தயக்கமின்றி பகிரங்கப்படுத்துகிறது. இவ்விரு அநாகரிகக் கும்பல்களின் நடத்தையையும் உரையாடலையும் எரிச்சலுடன் ஒரு 'நாடோடி கவனிக்கின்றான்; பிறகு "ஒன்றிலும் லயிக்காது துயரந் தேங்கிய முகத்துடன்' மலைப் பாதையில் மறைந்து போகின்றான். இந்நாடோடியின் ரசனையுடனும் சோகத்துடனும் தான் பதுமைப்பித்தன் நமது பாராம்பரியத் தரித்திரக் கோலத்தையும் நவீன ஆடம்பரம் போக்கையும் அணுகியுள்ளார். அமெரிக்க ஆங்கிலேய நாகரிகத்தின் தாக்கத்தால் தமிழ்ச் சமுதாயத்தில் 'ஸ்நாப்ஸ்' தோன்றி வருகிறார்கள். இம்மாதிரியான கலாரசிகப் போக்கையும், போலியைக் கேலிசெய்யவும் புதுமைப்பித்தன்

தயங்க மாட்டார். 'அபிநவ ஸ்நாப்' என்றே தலைப்பிட்டு ஒரு கதை எழுதியுள்ளார். இதில் ஒரு நடைச்சித்திரம்:–

★ 'ஸ்நாப் என்றால் என்ன என்பதைச் சொல்லிவிடுகிறேன். நாகரிகமானவர்கள் நல்லவர்கள், (முக்கியமாக மெஜாரிட்டியினர்) அங்கீகரிக்கும் கொள்கைகளை செய்யும் காரியங்களை ஒப்புக் கொள்வதாக, தானும் பின்பற்றுவதாகப் பாவனை செய்தல் அஸ்திவாரமில்லாத கட்டடமாகையால் எப்பொழுதும் மூக்குக் கொஞ்சம் நெற்றிக்குமேல் உயர்ந்து காற்றில் மிதக்கும். நாசி நுணியில் பார்வையை நிறுத்தினால் என்னவெல்லாமோ என்பார்கள் யோகிகள். தங்க விளிம்புக் கண்ணாடி வழியாக மூக்கின் நுனியில் ஸ்நாப்களின் பார்வை குவிந்தேயிருக்கும். அவர்களுக்கு என்னவெல்லாம் தெரியும் என்பது எனக்கு தெரியாது. ஒன்று மாத்திரம் நிச்சயமாகத் தெரியும். எதிரில் நிற்கும் உம்மையும் நம்மையும் போன்ற சாதாரணப் பேர்வழிகள் மனிதப் பிராணிகளாகக்கூட அவர்களுக்கும் தோன்றாது."

குலோப்ஜான் காதல்' என்பது அவரது கட்டுரை (ஒன்றின்) தலைப்பு. அச்சில் வெளிவந்த அவரது முதல் படைப்பு. (காந்தி, 18 அக்டோபர் 1933) இதன் கடைசி வரிகள்:–

"நாகரிகமா டை, பூட்ஸ் போட்டவர் வேண்டுமானால் ஷேக்ஸ்பியரை திரும்பிப் பாருங்கள்.இனியும் சந்தேகமானால் நீங்கள் ஒரு தடைவையாவது காஞ்சி புராணம் கட்டாயம் படிக்க வேண்டும்."

ஆங்கில நாவல்களைப் படித்தால் இளைஞர்கள் காதல் கீதலென்று கெட்டுப் போய்விடுவார்களோ என்று பெரியோர்கள் கவலைப்பட்டுக் கொண்டிருந்த காலம் அது. பலதரப்பட்ட ஆங்கில நாவல்களையும் சிறு வயதிலிருந்தே ஆர்வமுடன் திண்ணையில், ஆற்றங்கரையில், கோவில் சுவரேறி; நூலகத்தில், சுருட்டின் நெருப்பு சுற்றுப்புறத்தில் பரவியது தெரியாமல், இரவு பகலானாலும், இரவானாலும், கையிலிருந்த காசு கரைந்தாலும் – படித்து வளர்ந்த சொ. விருத்தாசலம், எப்போதுமே இடக்கு மடக்காகப்

பேசி ஒரு 'கில்லாடி' என்று பேர்பெற்று புதுமைப்பித்தனாக ஓர் 'அமெரிக்க' அவதாரம் எடுத்தபோதிலும் நமது மரபு வழியிலான பாலியல் ஒழுக்கத்திலிருந்து தடம் புரளும் காதல் லீலைக் கண்ணோட்டத்திற்குள் நம் வாசகரை வரவழைத்த தில்லை. அவரது வாசிப்புகள் அவரது இலக்கியப் பார்வையைக் கூர்மையாக்கின. அவரது சமுதாயப் பார்வையோ யதார்த்தமானது. மானுட நேயம் மிக்கது. அவரே ஒரு கட்டுரையில் தெளிவாக்கியது போல், அவரது கதைகளில்'.. காதல் கத்திரிக்காய் பண்ணிக் கொண்டிருப்பது போன்ற அனுபவத்திற்கு நேர்முரணான விஷயம் ஒன்றும் இல்லை.' பாரதியாரின் 'வள்ளிப் பாட்டுகளில்' ஒலிக்கிற காதலுக்குக்கூட புதுமைப்பித்தன் இலக்கியத் தகுதியைத் தரத் தயாராக இல்லை. அவற்றை 'பாரதி பிரசுரம்' வெளியிட்ட போது 'மணிக் கொடி'யில் அவை 'பாரதியின் கற்பனையின் உச்ச நிலையைக் காட்டும் சின்னங்கள்' என்றும் பாரட்டினைப் பெற்றன; உடனையே புதுமைப்பித்தன் தமது கண்டனத்தையும் பிரசுரித்தார்:– "கல்வியை, வெறும் சதையுணர்ச்சியை இலட்சியமாக முயலும் இப் பாட்டுகளுக்கும் 'விறலிவிடு தூது' 'பால்ஜாக் கதைகளில் சில, 'லேடி சாட்டர்லியின் புருஷன், ரகத்தைச சேர்ந்த வெறும் காம நூல்களுக்கும் வித்தியாசமில்லை. (இப்பாட்டுகளை நான் 'பிள்ளைக் காதலில் பிறந்த விதைகளென' விமரிசித்து எழுதிய கட்டுரைக்கு அந்தக் கண்டனம் பக்கப்பலமாக உதவியது.) பாரதியாரையும், புதுமைப்பித்தனையும் பெரியதாகப் பாராட்டியவர்தான். ஆனால் இலக்கிய மதிப்பீட்டு நோக்கத்ததில் புதுமைப்பித்தனின் 'நக்கீரத்தனம்' தாண்டவமாடத் தயங்காதல்லவா? ஓர் எழுத்தாளனின் யதார்த்தமான ஆளுமை அவனது படைப்பிலக்கியத்தை விடவும் அவன் அந்தரங்கமாக அவனது உடன்பிறப்புக்கு எழுதிய கடிதங்கள் மூலமாக நன்றாகவே பளிச்சிடும். அத்தகைய கடிதங்களை புதுமைப்பித்தனும் எழுதியுள்ளார். ஆ.இரா. வேங்கடாசலபதியின் முயற்சியால் அவை இப்போது ஒரே தொகுப்பாகி 'காலச்சுவடு பதிப்பாக' நமக்குக் கிடைக்கின்றன. மீ. ப. சோமுவுக்கு புதுமைபித்தன் வரைந்த

ஒரு மடலிலிருந்து இரு மேற்கோள்களை மட்டும், தற்போதைய விவாதத்தையொட்டி, இங்கே காண்பிக்கின்றேன்:

★ 'ஏக்கம் காதலானது. பூரிப்புதான் காதல், இது தமிழ்த் தத்துவம் மட்டுமல்ல, பண்பு, வெள்ளக்காரன் காதலுக்கு Yearning என்ற அவசந்தான் ஆதார சுருதி; அதனால்தான் பிரிவும் அழுகையும் காதல் பாட்டாகி உடம்பை மறந்த பிசாசாக அது அலைகின்றது."

'மேற்கத்திய உலகத்திலே modern age. என்பது கனவுகளுக்கு காம மூலாதாரம் காட்டுகிறது. யந்திரம் பண்ணி வைக்கும் வம்புகளால் நினைப்புக்கு அடங்காத கோரமான கற்பனைகளை எழுப்புகிறது." இன்றைய இளைய தலைமுறை காதலும் காமமுமே கலை, கவிதை. கதை, கலாசாரம் முதலியவற்றிர்கு ஆதாரங்களென நினைத்துக் கொண்டிருக்கிறது. இலக்கிய வகுப்புகளுக்கு இவ்விரண்டுமே உற்சாகம் தரவேண்டுமென எதிர்பார்க்கிறது. 'திருவள்ளுவர் தினம்' தெரியாது வந்தால் தேவலை. 'காதலர்தினம்' தினமும் இந்நிலையில் புதுமைப்பித்தன் போன்ற இலக்கிய முற்போக்குவாதியே, காதலைப் பொறுத்த வரையில், ஒரு பழமைப்பித்து மிக்கவரென மாணவர்களை உணரச் செய்ய வேண்டும்.

ஆங்கில மொழிக் கல்வியால் தமிழ் இலக்கிய ரசனையில் எவ்விதத் தாக்கம் ஏற்பட்டதென முறையாக அறிந்து கொள்ள நான் ஓர் ஆய்வினை மேற்கொண்டேன். (இதற்கு பல்கலைக்கழக மானியக் குழுவும சிறிது உதவி அளித்தது. புதுமைப்பித்தனிடம் ஏற்பட்ட இத்தாக்கம் பற்றியும் அவரது மொழித்திறன் பற்றியும் நன்றாகத் தெரிவதற்காக அவரது நண்பரும் அவரைவிடவும் ஆங்கில நூல்களில் அதிக ஈடுபாடும் புலைமையும் வளர்த்துக் கொண்டவருமான க.நா. சுப்பிரமணியம் அவர்களை அணுகினேன். க.நா.சு. வுடன் ஒரு பேட்டி (1985) எடுத்தேன். அதிலிருந்து சில குறிப்புகளை இங்கே தருகிறேன்.

★ "நான் சரளமாக இங்கிலீஷ் பேசுகிற, எழுதுகிற, தரத்தில் புதுமைப்பித்தனின் இங்கிலீஷ் இருக்காது. நான்

இங்கிலீஷ் படிக்க எனக்கு பின்புலம் உதவிய அளவிற்கு புதுமைப்பித்தனிடம் பின்புலம் அமையவில்லை. அவர் நாவல்களை வரிக்குவரி, என்னைப் போல் முழுமையாக வாசித்திருப்பாரென்று சொல்ல முடியவில்லை. ரொம்ப வேகமாக வாசிப்பார். நான் படித்த நாவலை அவரும் வாசித்து விமரிசிக்கும் போது எனக்கு ஆச்சரியமாக இருக்கும். நான் உணராத சில விஷயங்களை அவர் எனக்கு எடுத்துச் சொல்லுவர். இலக்கியத்தரம் பற்றி என்னைவிடவும் கூர்மையாகப் படித்திருப்பார். பழைய தமிழ் நூல்களையும் பக்தி, சித்தாந்தப் பாடல்களையும் என்னைவிட நன்றாகப் படித்திருப்பார். மரபுகள், பண்பாடுகள், சம்பிராதாயங்கள் நண்கு அறிந்தவர். அவரது மேதைத்தனத்தை நான் எப்போதும் பாராட்டியது உண்டு. காலம் செல்லச் செல்ல அவரது பெருமை என் மதிப்பில் உயர்ந்து கொண்டே போகிறது."

'கசடதபற' க.நா.சு. சிறப்பிதழ் ஒன்றினை வெளியிட்டது. 'காஃப்காவும் ஒரு தமிழ் எழுத்தாளரும்' என்றும் தலைப்பில் க.நா.சு.வின் கட்டுரை ஒன்றும் அதில் இடம் பெற்று உள்ளது. அதிலிருந்து சில தகவல்கள்:

'காஃப்கா என்கிற பெயரை முதல் முதலாக நான் புதுமைப்பித்தன் மூலமாகத்தான் கேள்விப்பட்டேன் என்று எண்ணுகிறேன். 1937 மத்தியில் இருக்கலாம்.

நானும் புதுமைப்பித்தனும் 1937 மத்தியில் படித்த கூடுவிட்டுக்கூடு பாய்தல் – அல்லது மாற்றல் என்கிற கதையையும் பற்றிப் படித்துவிட்டு நாங்கள் பேசிக் கொண்டதும் எனக்கு ஞாபகம் இருக்கிறது.

இந்த கதை புதுமைப்பித்தனுக்கு எனக்கும்தான் ஒருவிதத்தில் பொருத்தமாக இருந்ததை நாங்கள் இருவருமே பேசிக்கொண்டோம். உணர்ந்தோம். புதுமைப்பித்தன் தன் தகப்பனாரிடம் சண்டை போட்டுக் கொண்டு வீட்டைவிட்டு வெளியேறியவர். தன் தகப்பனாருடைய அருவருப்பையும், அலட்சியத்தையும் சம்பாதித்துக் கொண்டவர். அதே போல ஆங்கிலத்தில் எழுதுவதற்கென்று பழக்கப்

படுத்தப்பட்டிருந்த நான் என் தகப்பனாரின் ஆலோசனையை அவமதித்து தமிழில் எழுதத் தொடங்கி அவர் விரோதத்தை, அலட்சியத்தை சம்பாதித்துக் கொண்டவன். புதுமைப்பித்தனின் தகப்பனாரும், என் தகப்பனாருமே ஓரளவுக்கு வெற்றி பெற்றவர்கள், நாங்கள் இருவரும் ஓரளவுக்கு தோல்வியுற்றவர்கள்.

"என் தகப்பனார் காஃப்கா படிக்க மாட்டார் என்று தன் உணர்ச்சியைச் சொன்னார் புதுமைப்பித்தன்.

"என் தகப்பனார் படிப்பார் என்றேன் நான்"

1906 – ஆம் ஆண்டில் பிறந்தவர் புதுமைப்பித்தன். அதே ஆண்டில் பிறந்த இன்னொரு தமிழ்நாட்டுக் கதாசிரியர்தான் ஆர்.கே. நாராயண். இந்திய ஆங்கிலப் புதின வரலாற்றில் ஆர்.கே.நாராயண் ஓர் உயர்வான இடம் வகிக்கிறார். இவரது 'பேச்சலர் ஆஃ ஆர்ட்ஸ்' என்னும் புதினம் பற்றி புதுமைப்பித்தன் வரைந்துள்ள 'யாத்ரா மார்க்கம்' (1937) இங்கே நினைவுகூறத் தக்கது. (நான் கோட்டையூர் சென்று ரோஜாமுத்தையா வீட்டின் நூலகத்திலிருந்து இதைத் திரட்டினேன்):

'தமிழ் நாட்டு மக்கள் கொஞ்சம் பெருமையைக் கொள்ளும்படியான விஷயத்தை ஸ்ரீ ஆர்.கே. நராராயண் சாதித்து இருக்கிறார். அவர் 'பட்டதாரி' என்ற நாவல் ஒன்றை ஆங்கிலத்தில் எழுதியிருக்கின்றார். சீமையில் அது பிரமாதப்படுகிறது. ஸ்ரீ இ.எம். பார்ஸ்டர் முதலிய பிரபல பிரிட்டிஷ் எழுத்தாளர் விமர்சகர்கள் சிலாகித்துப் பேசும்படியான ஒரு கிரந்தகர்த்தா. தமிழ் நாட்டிற்கு ஒரு அன்னியர்தான் என்று நினைக்க மிகவும் வருத்தத்தைத்தான் தருகிறது. அன்னிய பாஷை ஒன்றை லாகவமாக உபயோகிப்பதும் ஓர் திறமை என்பதை ஒப்புக் கொள்கிறேன். ஆனால் அது சதாவதானம், சர்க்கஸ் வித்தை போல் ஒரு திறமை தவிர வேற ஒன்றும் இல்லை. ஒரு நாட்டின் மக்களின் சதையோடு ஒட்டிய எண்ணங்களை அவர்களுக்கு அந்தரங்கமான பாஷையில்தான் சொல்ல முடியும். அதுதான் இலக்கியம்."

புதுமைப்பித்தன் ஏன் ஆங்கிலத்தில் கதைகள் படைக்க முன்வரவில்லை என்பதற்கான காரணத்தை இம்மதிப்புரை தெளிவுபடுத்துகிறது.

ஆங்கில மொழியின் வளமை அவருக்குக் கவர்ச்சியாக இருந்தது. ஆனால் அவரது உணர்ச்சிக்கு ஏற்றதாகத் தாய்மொழியே கைகொடுத்து. 'தமிழைப் பற்றி' என்னும் தலைப்பில் அவர் எழுதிய கட்டுரை ஒன்றில் தமிழ் ஓர் 'இன்ஸால்வெண்டு பாஷையல்ல' என்று உறுதிபடக்கூறியுள்ளார். இதை மெய்ப்பிக்கும் வகையில் அவர் ஏராளமான சொல்லாக்கங்களைக் குவித்துள்ளார். ஓர் எழுத்தாளரின் நடை அவனது ஆளுமைதான். புதுமைப்பித்தனின் நடை அவரது தனித்துவமான ஆளுமையை எதிரொலிக்கிறது. 'பாரிச வாய்வும் பக்க வாதமும் போட்டலைக்கும்' தமிழ் இலக்கிய உலகுக்கு புதிய சுவை. புதிய பொருள். புதிய சொல் வழங்கியதே அவரது தமிழ்ப் பணியாகிவிட்டது.

மணிக்கொடிக்காரர்களில் எவரது மொழித்திறன் சிறந்தது என்று யோசிக்கும் போது ஷேக்ஸ்பியரின் நாடகங்களில் எது உயர்வானது என்கிற கேள்வி நினைவுக்கு வருகிறது. ஷேக்ஸ்பியரின் 'ஹேம்லட்' நாடகத்திலிருந்துதான் அதிகமான மேற்கோள்கள் நம் நெஞ்சில் நிலைத்துள்ளன. ஆகவே 'ஹேம்லட்'தான் சிறந்ததென்று தோன்றும். புதுமைப்பித்தனை சிறுகதை மன்னன் என்று சொல்லுவதும் அவரது படைப்புகள் வழங்கியுள்ள மேற்கோள்களுக்காகவே!

ஒப்பியல் என்பது நம் பல்கலைக்கழக வட்டாரத்தில் ஓர் இலக்கியப் படிப்பாக வளர்ந்து வருகிறது. இதனால் ஆங்கிலப் பேராசிரியர்கள் தமிழ் இலக்கியத் திறனாய்விலும் ஆர்வம் காட்டத் தொடங்கியுள்ளனர். "கல்வி கேள்விகளில் சிறந்த கனவான்களும்" புதுமைப்பித்தனது மேதைத்தனத்தைப் பாராட்டும்படியான சூழ்நிலை ஏற்பட்டு விட்டது என்றாலும் "திறமையான புலமையெனில் வெளிநாட்டோர் அதை வணக்கஞ் செய்தல் வேண்டும்!" புதுமைப்பித்தனை வெளிநாட்டு இலக்கியவாதிகளுடன் ஒப்பிட்டால் அவர் ஒப்புக் கொள்ள மாட்டார். "ஏன் மேல்நாட்டுடன் அது

ஒப்பிட வேண்டிய காரியமோ தெரியவில்லை. நம்மூர் நாயர் ஓட்டல் இட்டலியையும் பரமசிவம் பிள்ளை ஓட்டல் தோசையையும் ஹண்ட்லிபாமர்ஸ் பிஸ்கோத்துடன் வெற்றிகரமாக ஒப்பிட்டு வரும் கருத்துக்களைக் காணப்பெறும் பாக்கியம் எனக்கு. அதுவரை சித்திக்கவில்லை" என்று எச்சரிக்கை விடுத்துள்ளார்.

பல்கலைக் கழகத்தில் இரு மொழித் துறையினரும் ஒருங்கிணைந்து செயற்பட வேண்டிய நிர்பந்தம் வளர்ந்து வருகிறது. (புதுமைப்பித்தன் பெயரில் இருக்கை ஏற்படுத்த வேண்டுமென அவரது நினைவு நாளையொட்டி நெல்லைப் பல்கலைக்கழகத்தில் இரு மொழித் துறையினரும் சேர்ந்து நிகழ்த்திய கருத்தரங்கில் வலியுறுத்தப்பட்டது.) புதுமைப்பித் தனது படைப்புகளிலுள்ள தழுவல்களையும் மொழி பெயர்ப்புகளையும் மதிப்பிட்டுப் பார்க்கவும் உலக அளவிலான இலக்கியக் கண்ணோட்டம் தமிழரிடம் வளரவும் ஆங்கிலத் துறைப் பேராசிரியர்களின் பணி தேவைப்படுகிறது.

முறையான கல்வித் தகுதி பெற்றிராத இலக்கியவாதி களின் தொண்டினை நம் பல்கலைக்கழகங்கள் பயன்படுத்தத் தொடங்கியுள்ளன. இவர்களது உழைப்பும் நவீனத்துவப் பார்வையும் பேராசிரியர் களை வியப்பில் ஆழ்த்துகின்றன. 'சிற்றிலக்கிய இதழ்களின் சேவைக்கு ஆதரவும் அங்கீகாரமும் கிடைக்க பல்கலைக் கழகங்கள் துணை செய்ய வேண்டும். இவ்விதழ்களில் ஈடுபட்டுள்ள இலக்கிய ஆர்வலர்களின் சேவை ஊக்குவிக்கப்பட வேண்டும் புதுமைப்பித்தனின் நினைவாகவே பொதியவெற்பனைப் பாராட்டுகிற போது இந்தச்சிலிக்குயில்களுக்கு வாழ்த்துரை வழங்கக் கடமைப்பட்டு உள்ளோம்!

பொதிகை–2000 பொதியவெற்பன் பொன்விழா மலர்.

புதுமைப்பித்தன் கதைகளில் காலத்தின் கலைவண்ணம்

சுந்தர ராமசாமி

புதுமைப்பித்தன் இந்த நூற்றாண்டின் முதல் பாதி நாற்பத்திரண்டு ஆண்டுகள் வாழ்ந்தவர். அவர் எழுதிய துறையில், முக்கியமாகச் சிறுகதைப் படைப்புகள் ஈடுபட்டிருந்த காலம் பன்னிரண்டு ஆண்டுகளே ஆகும். இச்சிறிய காலப்பகுதியிலும் அவர் சீராக இயங்கவில்லை. மிக ஆவேசமய ஆரம்பம்-முதலிரண்டு வருடங்களில் அவர் எழுதியுள்ள கதைகள் சுமார் எழுபது-பின் ஐந்தாறு வருடங்களில் ஒரு சில கதைகள், மறைவுக்கு முந்திய மூன்று நான்கு மூன்று நான்கு வருடங்களில் தமி பெருமைப்படும்படி சில சாதனைகள், ஆக, புதுமைப்பித்தன் கதைகள் என இன்று நாம் பெரிதும் இனங்காண்பது. அவரது ஐந்தடி வருடத்திய சாதனையேயாகும் இவற்றில் ஆரம்பகாலக் கதைகள் அவற்றின் சகல அம்சங்களிலும், தமிழ் மரபு மூளையால் ஜீரணிக்க முடியாதபடி, ஒரு பக்கம் அந்நியமானதும், மறுபுறம் புறக்கணிக்க முடியாதபடி தனது ஜீவனைத் தமிழ் மண்ணில் கொண்டிருப்பதுமான ஒரு கலைச் சக்தியைச் சந்தித்த அதிர்ச்சியைத் தந்ததாகவே இருந்திருக்க இயலும். ஆனால் அக்கதைகள், அநேகமாக கலைப்பூர்வமான அமைதி கொண்டவை அல்ல. தான் ஆற்றவிருக்கும் வித்தியாசமா பங்கை முன்கூட்டி உணர்ந்த மிகுச்சி தன்னம்பிக்கையோடு தன் மேதையைக் கிள்ளித் தெருவி நாற்புறமும் வீசிக்கொண்டு

ஓடுவதைப் போன்ற சித்திரத்தை எழுப்புகின்றன இக்கதைகள். இக்கதைகளை மட்டுமே. ஒருக்கால், இவர் எழுதியிருக்கக் கூடுமெனில் அது, கிளை விட கருகிப்போன ஒரு மேதையின் கதையாகி, இன்றைய பொருட்படுத்தலுக்கே இலக்காகத் தவறிப் போய்விடலாம் படைப்புக்களத்தில், கடைசி மூன்று நான்கு வருடங்கள் இவர்மூலம் வெளிப்பட்ட சாதனையின் வலுத்தான், ஒரு கலைஞனின் ஆளுமைப் பகுதியான இவரது பிற கதைகளை தூக்கிக்கொண்டு காலத்தைத் தாண்டி வந்து கொண்டிருக்கிறது

ஒவ்வொரு கலைஞனிலும் அவன் வாழ்ந்த காலம் ஏதோ ஒருவிதத்தில் பிரதிபலிப்புக் கொள்கிறது. இப்பிரதிபலிப்பு இயந்திர ரீதியில் நிகழ்வதில்லை. சிலேட்டு உடைந்ததில் விசும்பும் குழந்தையின் துக்கம் தீண்டக் கவிதை எழுதும் கவிஞன். குண்டு வீச்சுப் பற்றிப் பிரலாபிக்காதது என்ன எனக் கேட்கக் காத்துக் கொண்டிருக்கும் அரசியல் மொண்ணைகளுக்குக் கலைப் பிரதிபலிப்பின் சூட்சுமமோ, 'சிக்கலோ, தீயணைக்கும் படையினருக்கும் கலைஞர்களுக்கும் உள்ள வித்தியாசமோ தெரியாது என்பது வெளிப்படை. கலைஞனின் பிறப்பு, அவன் வாழும் இடம், காலம், நம்பிக்கைகள், அவனது சுயநலங்கள், அவன் சார்ந்து நிற்கும் மதிப்பீடுகள் போன்றவற்றுக்கு உள்நின்று காலத்தின் கோலங்கள் அவன் படைப்பில் பிரதிபலிப்புக் கொள்கின்றன. பிரதிபலிப்பின் இயல்புகள் ஒரு எல்லை திரையிலும் வகைப்படுத்த இடம் தருவன; பின் சூட்சுமத்தின் இருட்டில் மறைந்து நிற்பன. அனுபவங்கள் கலைஞனைப் பாதிப்பது போலவே, கலை ஆளுமையால் அனுபவங்களும் – பாதிக்கப்பட்டே கலைவெளிப்பாடு நிகழ்கிறது. கலைப் ஃபார்வைக்கு அனுபவம் உள்ளாவதே கலை. கலைஞன் கண்ணாடி அல்ல எனில் கலை இல்லை; கண்ணாடி மட்டும் தான் எனில் அப்போதும் கலை இல்லை. அனுபவங்கள், கலைஞனின் ஆளுமையால் பாதிக்கப்படும்போது அந்த ஆளுமையின் தன்மைக்கேற்பத் தளமாற்றங்கள் நிகழ்கின்றன. மௌனியின் எழுத்தில், புற உலகம் அதன் அங்கங்களை மறுத்துக்கொண்டு, மனவுலகின் நிகழ்களாகி மங்குகிறது. புற உலகம், ராமாமிருதத்தின் முன்னால் அவருடைய கலைத்

தேவைக்கு ஏற்பச் சுருங்கி, தன் பரப்பை, பன்முகங்களைச் சுவடு தெரியாமல் கழித்துக் கொள்கிறது. ராமாமிருதத்தின் உலகில் அலுவலகங்கள் இல்லை; அடுக்களை உள்ளிட்ட பின்கட்டு உண்டு; குழந்தைகளைப் பார்க்கக் கிடைக்காத குடும்பங்களில் ஹிந்து ஸ்திரீகள் பெரிய குங்குமப் பொட்டுடன் வீற்றிருக்கின்றார்கள்; இயந்திரங்கள் இல்லை; பித்தளைக் குடங்கள் உள்ளன; குழாய் இல்லை; கிணறு உண்டு.

புதுமைப்பித்தனோ புற உலகின் விஸ்தரிப்பால், பன்முகங்களால், அதன் பொருளாதார, இயந்திரங்கள் சார்ந்த, ஜாதி மத கலாச்சார, நாகரிக, மோஸ்தர் அழுத்தங்களால் தீவிரமாகப் பாதிக்கப்பட்ட கலைஞன். மௌனி, ராமாமிருதம் ஆகிய கலைஞர்கள், தங்கள் ஆளுமைக்கு உள்ளாகிய வாழ்வை, தங்கள் சாளரங்களைத் திறந்து பார்க்கிறபோது, புதுமைப்பித்தன் முழு வாழ்வின் விசாலத்தையும், அது தரக்கூடிய அதிர்ச்சிகளையும் எதிர்கொள்ள ஆசைப்பட்டு, நாற் சந்துகளில், வாழ்வின் சுழிப்புக்களில் நின்றுள்ளது போலவும் முழு வாழ்வையும் தழுவ முயன்ற முயற்சி யிலிருந்தே, வாழ்வின் வெற்றிகளிலிருந்தும், சரிவுகளிலிருந்தும், தன் கலை ஆளுமையைச் செழுமைப்படுத்திக் கொண்டுள்ளது போலவும் தோன்றுகிறது. ஒரு கலைஞனின் கலை ஆழம், புறஉலகில் அவன் பெறும் அனுபவ விஸ்தரிப்புக்குச் சமமாக இருக்கும் என்பது இங்கு குறிப்பல்ல. நம் எழுத்துத் துறையில் தமிழ்ப்பிரபலங்களின் ஆயத்த அணிகலன்கள் அனைத்தும் விஸ்தாரமான வெட்டாந் தரைகளுக்கு உதாரணமாகும். சதா ஊற்றுக் கொப்புளித்துக் கொண்டிருக்கும் நாழிக் கிணற்றுக்கு மௌனி உதாரணம். புதுமைப்பித்தனோ துறைமுகம் போன்றவர். அதன் ஆழத்தில், கோலாகலங்களில், உள்ளூர் வெளியூர் சத்தங்களில், புதுமைக் காட்சிகளில், அப்பால் அடிவானம் வரையிலும் காட்சி விரிந்து கொள்ளும் பரவசத்தில் அனைத்திலுமே.

இருபதாம் நூற்றாண்டின் முதல் பாதியைச் சார்ந்த தமிழ் வாழ்வின் ஸ்திதியைப் புதுமைப்பித்தன்போல் பிரதிபலித்துள்ள மற்றொரு கலைஞன் நம்மிடையே

இல்லை. இந்தப் பிரதிப்பலிப்பின் வீச்சை, அவரது கதைக் கருத்துக்களைப் பட்டியல் போடுவதன் மூலமோ, கதை நிகழ்வில் தரும் விவரங்களிலிருந்து சில வரிகளைப் பிடுங்கி வைப்பதன் மூலமோ, ஒவ்வொரு படைப்பிற்கும் பின்னிற்கும் நோக்கங்களை ஆராய்ந்து வகைப்படுத்துவதன் மூலமோ, முழுமையாக உணர முடியாது. அவர் கதைகளினூடே கொள்ளும் யாத்திரையின் மூலமே, அதிலிருந்து பெறும் பிளவுபடாத கலை அனுபவத்தின் மூலமே இவருடைய கலைப்பதிவுகளின் விசாலத்தையும் அடர்த்தியையும் நாம் உணர்ந்துகொள்ள முடியும்.

காலத்தின் நேர்மையான பதிவுகள்-புனைவியல் எழுத்திலும், நேர்ப்பதிவுகளிலும்-வேறு சிலவும் நமக்குக் கிடைத்துள்ளன. க.நா.சு., ஆர்.ஷண்முகசுந்தரம் ஆகியோரின் நாவல்களில் காலத்தின் கலைப்பூர்வமான பதிவுகள் இடம் பெற்றுள்ளன. ஆனால் இவர்களுடைய உலகம் புதுமைப்பித்தனுடையதைப் போன்று விசாலமானது அல்ல; பன்முகங்களைக் கொண்டது அல்ல. புதுமைப்பித்தன் இவர்களை விடவும், இவர்களை ஒத்த பிற கலைஞர்களைவிடவும், அதிக அக்கறைகள் கொண்டவர்; பல்வேறு அதிர்வுகளால் பாதிக்கப்பட்டவர்; தன் சுயசார்பு வட்டத்தின் வெளிவிளிம்பை நொறுக்கிக்கொண்டு, வெளியே மோதி விழுந்தவர். ஆனால் இவர்கள் எல்லோருமே கலை நோக்கம் முதன்மையாகக் கொண்டவர்கள்.

வ.ரா., ரகுநாதன் போன்ற கலை நோக்கமற்ற பிரச்சாரகர்களின் கையில், அவர்களை ஆட்கொண்டிருக்கும் பிரச்சினைகளில், உலகம் தீப்பற்றி எரிந்து கொண்டிருப்பதான பிரமையைத் தரும் அளவுக்கு, தன்னைச் சார்ந்த பிரதிபலிப்புக்களே நிகழ்கின்றன. உலகின் பரப்பில், தங்கள் கருத்துலக முடிவுகளின் விளக்கங்களைக்' கண்டு, தம்பட்டம் அடிக்கும் பிரதிபலிப்பு இவர்களுடையது. அனுபவம், முன் முடிவுகளுக்கு எதிராக வரும்போது, இவர்கள் தகர்த்துக் கொள்வது முன்முடிவுகளை அல்ல, அனுபவத்தை.

நேர்ப்பதிவுகளில், நேர்மையான பதிவுகளும் ஒருசில நமக்குக் கிடைத்துள்ளன. உ.வே.சா., நாமக்கல் ராமலிங்கம்

பிள்ளை, தி.சே.சௌ.ராஜன், திரு.வி.க. ஆகியோர் எழுதியுள்ள வாழ்க்கைக் குறிப்புக்களில் காலம் மிக நேர்மையாகப் பதிவு பெற்றிருக்கிறது.

மேலே கூறிய கலைஞர்கள், பிரச்சாரகர்கள், நேர்ப்பதிவாளர்கள் ஆகியோருக்கும் புதுமைப்பித்தனுக்கும் உள்ள வித்தியாசம் என்ன? பிற எழுத்தாளர்களின் பதிவுகளில் அவர் எதிர்கொள்ளும் உலகம், எதிர்கொண்டு நமக்குத் தந்துள்ள உலகம். அவரவர்களுடைய பிறப்பு. ஜாதி, மத நம்பிக்கைகள், கோட்பாடுகள், லட்சியங்கள் இவற்றால் பாதிக்கப்பட்டுச் சுருங்கியிருக்கிறது. அனுபவங்களைச் சிதைக்காமல் பார்வையில் முழுமையாகத் தரும் சுய அபிமானமற்ற தன்மை, தன்னிலிருந்தே விடுதலை பெற்று இயக்கத்தையும் விலகிநின்று விமர்சிக்கும் குணம் புதுமைப்பித்தனைப்போல் இவர்கள் எவரிடத்திலும் இல்லை.

புதுமைப்பித்தன் ஒரு மத்தியதரக் குடும்பத்தில் பிறந்தவர். தாயைச் சிறுவயதில் இழந்த இவரது இளமைக்காலம் சோதனைகள் நிறைந்தது; மனவடுக்களை ஏற்படுத்தியது. சிடுக்காய்ப் போய்விட்ட, இவருக்கும் இவருடைய தகப்பனாருக்குமான உறவு, இவருடைய திருமணத்திற்குப் பின் அறுந்துபோகிறது. மனமொப்பும் இலக்கியப் பணியை வாழ்வின் நோக்கமாகத் தொடர இவருக்குச் சந்தர்ப்பம் இல்லை. எழுத்துத் தொழில், கலைஞனுக்கு வருமானமற்றது; வருமானமற்றது என்பதால் சமூக மதிப்பு அற்றது. குடும்பத்தினரால் அலட்சியப் படுத்தப்படுவது. பிழைப்பை முன்னிட்டுச் சென்னை செல்லும் புதுமைப்பித்தன், சொந்த மண்ணிலிருந்து வேரொடு பிடுங்கி எறியப்பட்ட வேதனைக்கு ஆளாகியுள்ளதை இவருடைய சில கதைகள் வெளிப்படுத்துகின்றன.

புதுமைப்பித்தனைப் போன்ற ஒரு மேதை, மேலான உலக இலக்கியப் படைப்பாளிகள் சிலருடன் ஒப்பிட்டுப் பார்க்கத் தகுந்த மேதை, நோபல் பரிசு பெற்றுள்ள ஒரு சிலரையேனும் பின் தள்ளிவிடும் மேதை, செய்திகளை செய்திகளை மொழிபெயர்த்துத் தன் காலத்தைத் தள்ள நிர்பந்திக்கப்பட்டார் என்பது மிகவும் வெட்கப்படத் தகுந்த

தலைக்குனிவாகும். ஆனால் நம் கலாச்சாரத் தலைமை வெட்கமற்றது; சுயபோதம் அற்றது. தலைக்குனிவுகளுக்குரிய பொறுப்பின்மையில் திளைத்துக்கொண்டே மீசையில் கைபோட்டு வீறாப்புப் பேசக்கூடியது.

புதுமைப்பித்தனின் 'நான்' வரும் கதைகளில், அநேகமாக 'நான்' கள் எழுத்தாளர்களாகவே (தமிழ் எழுத்தாளர்கள்தான்!) இருக்கிறார்கள். இந்த 'நான்'கள் ஸ்டீவன்சன் கதை படமாக வந்திருப்பதின் கலைத்தரத்தைப் பற்றிப் பேசிக் கொள்கிறார்கள்; அதன்பின் அன்றையப் பாட்டுக்கு எட்டணா சில்லறை கைமாறுகிறது ('வெளிப்பூச்சு'). அவர்களுடைய லட்சியங்கள் சிறகு கட்டிப் பறக்கின்றன; ஆனால் வாழ்வின் எளிய செளகரியங்களைப் பெறக்கூட அவர்களுக்கு விதியில்லை ('ஒரு நாள் கூத்து'). படைப்பு, செய்திப் பத்திரிகை அலுவலகத்தில், அவசரத்தில், சில்லரை நிமிஷங்களைத் திருடிச் செய்யவேண்டிய காரியமாகிறபோதும், கற்பனைக் குதிரை ராஜாக்களின் உலகில் தெறிக்கப் பறக்கிறது ('கருச்சிதைவு'). எழுத்து, பிழைப்புக்கு வழிகோலவில்லை என்பது ஒரு பக்கமிருக்க, கலைஞனின் உழுத்தைப் பொருட்படுத்துவாரும் இல்லை ('கடிதம்'). அவருடைய லட்சியங்களுக்கும், அவன் எதிர்கொள்ளும் கசப்பான வாழ்வுக்கும், சம்பந்தமே இல்லை ('நிகழும் நினைப்பும்'). இவர்களுடைய வாழ்க்கை ஒரு பெரிய இழுபறி; இவர்களுடைய கனவு ஒரு பெரிய வாழ்க்கை.

புதுமைப்பித்தன் மறைந்து இன்று முப்பதாண்டுகள் ஆகிவிட்டன. இன்றும் இத்தமிழ்ச் சமுதாயம் அவரை உணர்ந்து கொண்டுள்ளதற்கான அறிகுறிகள் எதுவுமில்லை. தமிழ் மீதும், தமிழர் வாழ்விலும், மிகுந்த கவலை கொள்வதான பாவனை கொள்ளும் நம் கலாச்சாரத் தலைமை எத்தனை ருசி கெட்டது. போலியானது என்பதற்கு இந்த ஒரு உதாரணமே போதும். இந்த உன்னதக் கலைஞனின் படைப்புகள் நம்மிடையே இருக்க, இதனை மறந்து, அகிலனுக்கு மகுடம் சூட்டுகிறது ஒரு சுரணை கெட்ட பல்கலைக்கழகத் தலைமை.

புரட்சிகரமான கலைஞனை நம்மிலும் விவேகமுள்ள, சுரணையுள்ள, ருசியுள்ள சமுதாயங்கள் கூட அவன் வாழும் காலத்தில் ஏற்காதமைக்கு உதாரணங்கள் பல உள்ளன.

ஆனால் கலைஞர்கள் எங்கும் எதிர் கொள்ளப்படுகிறார்கள்; பரிசீலனைக்கு உள்ளாக்கப்படுகிறார்கள்; விவேகிகளால் மதிப்பிடப்படு கிறார்கள்; கலைஞனின் பார்வை நிகழ்த்தும் மாற்றத்தை ஆபத்தின் அறிகுறியாகவோ, அல்லது சுயநலங்களுக்கு எதிரானதாகவோ காணும் மடமை அவனைத் தூற்றுகிறது. தூற்றப்படுவதும் ஒரு எதிர்கொள்ளலே, பாதிப்பின் விளைவே. விளைவு நாகரிகமாக இல்லாதபோதும் பாதிப்பு உண்மையானது.

இங்கு கலைஞன்–பச்சைப் பொய்களின் விற்பனையாளர்களையும் கலைஞன் என்றே அழைக்கிறோம். அவன் கலைஞன் எனில், புரட்சிவாதி எனில், தனது முழுப்பிரக்ஞைக்கு நியாயம் சொல்லி, இயங்க முற்பட்டு விட்டான் எனில், இன்றைய ஓட்டை மரபுகளுக்கும், பொக்கான நிறுவனங்களுக்கும், போலியான அரசியலுக்கும் எதிராக இயங்கக் கூடியவன் எனில், அல்லது தனது எளிய துறைகளின் சிறு வட்டங்களில் கூட மனமொப்பும் உண்மையைத் தேடிச் சென்று விட்டான் எனில், அவனை நம் தமிழ்ச் சமூகம் எதிர்கொள்ளும் விதம் தந்திரபூர்வமானது. அவன் அலட்சியப்படுத்தப்படுகிறான்; முடிந்த வரையிலும் அவனது இருப்பே அறியப்படாத ஒன்றான பாவனை மேற்கொள்ளப்படுகிறது. பின் கலைவட்டத்தின் அங்கீகாரமோ, அல்லது அறிவாளிகளின் ஏற்போ, மதிப்போ அவனுக்கு உறுதியானதும், நம் கலாச்சாரத் தலைமை அவனை ஒப்புக்கு ஏற்று, புன்னகையுடன் குழிதோண்டிப் புதைத்து விடுகிறது. இவர்களின் கலாச்சாரக் கொலைகள், உயிர்க்கொலைகளில் திளைத்த உலக சர்வாதிகாரிகளைக் கூட நாணமுறச் செய்துவிடும். உ.வே.சாமிநாத அய்யர், எஸ்.வையாபுரிப்பிள்ளை, டி.கே.சி., புதுமைப்பித்தன் போன்ற பலரை ஒழித்துக் கட்டும் முயற்சி அடையாளமின்றி, அரவமின்றி நடந்து கொண்டு வருகிறது. தவிர்க்க முடியாத சந்தர்ப்பங்களில் இவர்களைப் பற்றி மிக உயர்வாகப் பேசி, நடைமுறையில் தொடர்ந்து புறக்கணித்த, தனிப்பேச்சுக்களில் கீழான முத்திரை குத்தி, காலத்தின் போக்கில் புதைந்து போய்விடும் போய்விடும் என்ற ஆசுவாசத்தில் காத்திருக்கும்

தலைமையின் தந்திரம் நமது பண்பாட்டின் பிரிக்க இயலாத ஒருபகுதி என்றே சொல்லலாம்.

பிரச்சாரத்தின் பொய்மையை ஏற்க மறுத்து, பிரக்ஞையின் உண்மையை அனுசரித்ததனால்தான் புதுமைப்பித்தன் புறக்கணிக்கப்படுகிறார் என்று தோன்றுகிறது. உண்மை நம் மக்களுக்கு அத்தனை கசப்பானது. அதேசமயம் புதுமைப்பித்தனின் உலகம் இன்றைய சமூகக் குணங்களுக்கு மிகவும் அனுசரணையானது, இன்றையத் தலைமையின் கோஷங்களுக்கு ஏற்றது என்றும் தோன்றுகிறதல்லவா? அரசியல், சினிமா, பத்திரிக்கைகள், பல்கலைக்கழகங்கள் ஆகிய சக்திகள் இன்று தங்களுக்குப் பொருத்திக் கொண்டிருக்கும் முகத்திற்கும், புதுமைப்பித்தனின் உலகத்திற்கும் ஒற்றுமைகள் உள்ளன எனத் தோன்றும்போதே இச்சக்திகளாலேயே அவர் புறக்கணிக்கப்பட்டு வருவது ஏன் என்ற கேள்வி பிறக்கிறது.

புதுமைப்பித்தனின் உலகம் ஆத்மிக உலகம் அல்ல; பொருள் சார்ந்த உலகம்; வாழ்வின் தன்னிறைவுக்குப் பொருளாதாரத் தன்னிறைவை வற்புறுத்தும் உலகம்; இன்றையப் பொருளாதார அமைப்பு பெரும்பகுதிக்கு எதிராக இயங்கிக் கொண்டிருக்கும் உண்மையையும், அதனால் விளையும் சீர்கேடுகளையும் பட்டவர்த்தனமாகச் சொன்ன உலகம்; ஜாதிக் கொடுமையை விவரித்த உலகம்; சமூக மாற்றங்களை, புதிய எழுச்சிகளை, கருத்தோட்டங்களைப் பிரதிபலித்த உலகம். இருந்தும் இன்றையக் கலாச்சாரத் தலைமை, வேறு பலரை உபயோகப்படுத்திக் கொள்வது போல் (உதாரணம் பாரதிதாசன்) புதுமைப்பித்தனை உபயோகப்படுத்திக் கொள்ளவில்லை. ஏன்?

புதுமைப்பித்தனின் நோக்கு கலைநோக்கு என்பதும் பிரச்சாரத்தின் கீழ்மைகளை ஒரு கலைஞனாக நின்று அவர் ஏற்கப் பிடிவாதமாக மறுந்துவிட்டதுமே காரணமாகக் காணமுடிகிறது. புதுமைப்பித்தன் எந்தக் கட்சிக்கும், இயக்கத்திற்கும், தத்துவத்திற்கும், நிறுவனங்களுக்கும் தன் முழு விசுவாசத்தைத் தர மறுத்துவிட்டவர்.

காந்திய அலை, தேசிய அலை இவரைக் கவர்ந்துள்ளது. ஜாதிக் கொடுமையை இவர் பிரதிபலித்துள்ளார்

(‘துன்பக்கேணி’, ‘நாசக்காரக் கும்பல்’). ஜாதிப் பாகுபாட்டை எதிர்ப்போருக்கும், எதிர்ப்பான வேஷம் போட்டு கொண்டே இயங்குபவர்களும் புதுமைப்பித்தனின் இப்பிரதிபலிப்புகள் திருப்தியைத் தரும்; அல்லது திருப்தியைத் தந்துள்ளதாகக் காட்டிக்கொள்ள முடியும். இத்துடன் புதுமைப்பித்தன், 'கோபாலய்யங்காரின் மனைவி' என்ற கதையும் எழுதுகிறார். பாரதியின் கதைக்கு அனுபந்தமாக எழுதிய கதை இது. கலாச்சார வேற்றுமை உள்ளவர்கள் திருமண உறவு கொள்ளும்போது, இருதரப்பிலும் எதிர்கொள்ளும் தத்தளிப்பை விவரிக்கும் கதை. ஜாதிக் கொடுமையைப் பிரச்சார தளத்தில் பார்ப்போருக்கு, ஜாதிகளை ஒழித்தல் எனும் பிரச்னையை ஒரு கோஷமாக மட்டும் பார்ப்பவர்களுக்கு, புதுமைப்பித்தன் இங்கு சேர்த்திருக்கும் மற்றொரு பரிமாணம்–பிரச்சாரத்தில் விட்டுப்போகும், பல சமயம் வேண்டுமென்றே மறைக்கப்படும் பரிமாணம்–அதிருப்தியைத் தரும். ஒரு கட்சி அல்லது ஒரு இயக்கத்தைச் சேர்ந்தவர்களுக்குப் புதுமைப்பித்தனின் ஒரு பகுதி பிடிக்கும்போதே மற்றொரு பகுதி பிடிக்காமல் போய்விடும். பிரச்சாரத்தின் அவசர நோக்கங்களை ஏற்று, அப்போதைய ஆமோதிப்புகளையும் கரகோஷங்களையும் கருதி, முக்கால் உண்மைகளை முழு உண்மைகளாகக் காட்டப் புதுமைப்பித்தன் மறுத்துவிட்டதையும், கசப்பான உண்மைகளை, விட்டுப்போகும் மறைக்கப்படும் உண்மை களைப் புலப்படுத்தி, கலைஞனின் மகத்தான தர்மத்தை இவர் ஏற்றுக் கொண்டிருப்பதையும் இவர் கதைகளில் நாம் காணலாம். நாஸ்திக வாதத்திலும், பகுத்தறிவு வாதத்திலும் இவர் மனச்சாய்வு கொள்ளும்போதே, புராணங்களில் கலைப்பூர்வமான ஈடுபாடு கொண்டுள்ளார் (‘அகலியை’, ‘சாப விமோசனம்’, ‘அன்றிரவு’); மனம் தருக்க நிலைகளுக்கு மீறி பயப்பிராந்தி கொள்ளுவதையும் (‘காஞ்சனை’) எழுதுகிறார். பிராமணர்களின் ஜாதிப் புத்தியையும், ஆஷாடபூதித்தனத்தையும் (‘எல்லாம் முடிவிலே இன்பம்’) கேலி செய்வது ஒருபகுதியைத் திருப்திப்படுத்தக்கூடும்; ஆனால், பிராமணர்களைப் போலவே பிற ஜாதியினரும் ஜாதித்துவேஷம் கொண்டவர்களாகப் புதுமைப்பித்தன் காட்டுவது (‘துன்பகேணி’, ‘நாசக்காரக்

கும்பல்') ஜாதிப் பிரச்னையை பிரச்சார தளத்தில் சந்திப்பவர்களின் அதிருப்தியைப் பெற்றுக்கொள்வதாகும். இதேபோல் மேல் ஜாதியினர் கீழ் ஜாதியினரைச் சுரண்டுவது போலவே கீழ் ஜாதியினரும் சந்தர்ப்பம் கிடைக்கும்போது மேல் ஜாதியினரை ஏமாற்ற எண்ணுவதைப் புதுமைப்பித்தன் காட்டுவது பிரச்சாரத்திற்கே உகந்த விஷயமல்ல. 'அன்றிரவு' கதைப்பொருள் சைவத் தமிழ்ப் புலவருக்கு விருப்பமான விஷயமாக இருக்கலாம். இதில் பெறும் திருப்தியை 'திருக்குறள் குமரேச பிள்ளையைப் படிக்கும்போது இவர்கள் இழந்து விடக்கூடும். புராணக் கருக்களில் நவீன முனிவரைப்போல் இவர் கம்பீரமான யாத்திரை மேற்கொள்ளுவது மரபில் ஈடுபாடு கொண்டவர்கள் மனதை வெகுவாகக் கவரும். ஆனால் சீதையை சோதித்த ராமனுக்கு, அகல்யைக்குச் சாப விமோசனம் தர என்ன தகுதி இருக்கிறது என்று புதுமைப்பித்தன் கேட்பது இவர்களுக்கு அதிருப்தியைத் தரும். பிரச்சாரகர்களால் கலைஞன் புறக்கணிக்கப்படுவது புரிந்து கொள்ளக் கூடியதுதான். ஆனால் பிரச்சாரகர்களை, போலிகளை, வர்த்தகர்களைக் கலைப்பிரதிநிதிகளாக ஏற்றுக்கொண்டிருப்பது நம் சமூகத்தின் விசேஷமான சீரழிவாகும்.

– (திருவனந்தபுரம் பல்கலைக்கழகக் கல்லூரித் தமிழ்த்துறை ஆய்வுப்பகுதிக் கருத்தரங்கில் 1977இல் வாசிக்கப்பட்ட கட்டுரை)

சுந்தர ராமசாமி கட்டுரைகள் 1984.

ஜாலயதார்த்தம் புதுமைப்பித்தனின் 'மேஜிக்கல் ரியலிஸம்'

பிரேமிள்

"புதுமைப்பித்தனின் 'சில்பியின் நரகம்' ராமையாவின் 'மணிக்கொடி' யில் 1935–இல் வெளிவந்தது. அதைப் போன்ற கதை உலகத்துச் சிறுகதைகளிலேயே வெகு சிலதான் தேடினாலும் கிடைக்கும் என்று எனக்குத் தோன்றியது... கலை என்புது மதவிஷயத்துக்கு ஆதாரமாக இருக்கவேண்டும் என்கிற மரபுக் கருத்தைக் கண்டித்தும், கண்டிக்காமலும், ஓரளவுக்கு இரண்டு சித்தாந்தங்களும் சரி என்று சொல்லுகிற மாதிரியும், அமைந்திருந்தது கதை. மேலெழுந்தவாரியாகப் படிக்கும்போது மதத்துக்கு அநுசரணையாக கலை இருப்பது சரியல்ல என்று ஆசிரியர் சொல்வது போலவும் இருந்தது. இதை மறுத்து நான் ஒரு கதை எழுதவேண்டும் என்று என்று எண்ணினேன். ஆனால் ஏழாண்டுகளுக்குப் பிறகுதான் (தெய்வஜனனம்) 1942–இல் எழுத முடிந்தது. – அதில் புதுமைப்பித்தனில் இருந்த பூரணத்துவம் வரவில்லை, த்வனியும் வரவில்லை என்பது எனக்குத் தெரிகிறது.

இதை எழுதியிருப்பவர் க.நா. சுப்ரமணியம். (முன்னுரை 1.6.1987, புதுமைப்பித்தன் படைப்புகள், சிறுகதைத் தொகுப்பு.) பிரஸ்தாப கதையின் மூலத்தலைப்பு 'சில்பியின் நரகம்' என்பதால் கீழே அவ்விதமே குறிப்பிடுகிறேன். (இத்தகைய

தவறுகள் புதுமைப்பித்தனை மறுபிரசுரம்– செய்வோரால் இழைக்கப்படுகின்றன.) 'சில்பியின் நரகம்'மை உலகின் அபூர்வமான சிறுகதைகளுள் ஒன்றாக உணர முடிந்த க.நா.சு. வினால் அதன் பொருள் தளங்களை உணர முடியவில்லை என்பது ஒரு விடம்பனம். மேலோட்டத்தில் மதத்துக்கு அநுசரணையாக கலை இருப்பது சரியல்ல' என்று பு.பி. கூறுவதாக க.நா.சு.வுக்குப் படுகிறது. அதேசமயம் அப்படி அநுசரணையாக ('ஆதாரமாக) இருக்கவேண்டும்/வேண்டாம் என்பதாகவும் அர்த்தம் தொனிக்கிறதாம் இந்தப்பார்வைகள் எல்லாமே மேலோட்டமானவைதாம்.

முதன் முதலில் நடராஜ விக்ரஹத்தைக் கருக்கொண்டவனாக பு.பி. சித்திரிக்கும் சாத்தன், சிற்பத்தில் வெளிப்பட்ட மகத்தான பாவங்களை தனது வாழ்வின் இன்ப துன்பங்களினது உக்ரங்களிலிருந்தே வடித்தெடுத்துள்ளான் என்பதும், 'கலைக்கண்' மூலம் சிலையை பைலார்க்கஸ் என்கிற கிரேக்கன் உணர்கிறான். ஆனால் 'எனக்கு மோட்சம்' என்று சிலையை நிமிர்ந்து கூடப்பார்க்காத பக்தர்கள் சிலையை உணரவில்லை என்பதும் கதை. சாத்தன் தனது கனவில் 'உயிரற்ற மோட்சச்சிலையே' என்று விக்ரகத்தை, உடைப்பது மிக நுட்பமாகப் பார்க்கப்பட வேண்டியது. சாத்தனின் இந்தக்கூற்று பு.பி. யின் ஆழ்ந்த தர்சனசக்திக்கான தடயம். இது மதத்தையும் கலையையும் கடந்த சமாச்சாரம் என்பது எனது துணிபு. இதற்குப் பொருத்தமாக ஏற்கெனவே 'லயம்' நிர் 3, ஜூலை செப்டம்பர் 1985 இதழில் 'சிருஷ்டியும் போதனையும்' கட்டுரையில் நான் கூறி யிருப்பதை கீழே தரலாம்:

"சில்பியின் நரகத்துச் சாத்தன், நடராஜ வடிவத்தினைக் கருக்கொண்டு வடிவமைத்த சிற்பி. அது வழிபடப்படுவதற்காகவே, அவனது புறமன இயக்கத்தின் சம்மதத்தையும் சம்மதத்தையும் பெற்று, கோவிலை அடைய நிற்கிறது. வெளியுலகில், அவனது உள் மனத்தின் பிரதிநிதியாக வருபவன், பைலார்க்கஸ்" என்ற கிரேக்கன். பைலார்க்கஸின் பார்வையில் இந்தச் சிற்பம் கலைப் பொருளாக ஆனந்தானுபவம் தருகிற ஒன்று, வழிபாட்டுக்குரிய

தல்ல. பைலார்க்கஸின் இந்தப்பார்வையைச் சாத்தனின் வெளிமனம் முழுமூச்சோடு எதிர்க்கிறது. முழுமூச்சோடு ஒரு மனநிலை எதிர்க்கப்பட்டால், அதற்கு எதிரான அதற்கு எதிரான மனோநிலை. மனத்தினுள் ஒளிந்திரு(க்கிறது)... 'எனக்கு மோட்சம்' என்று ஜபிக்கிறவர்களை மட்டுமே.. காண்கிற சாத்தன், சிலையை – கனவில்தான் – உடைக்கிறான். இதுதான் இவனது உள்மனநிலை. ஆனால் விழித்தெழுந்ததும் கனவைச் சபித்தபடி சாத்தன் நெற்றியில் திருநீறு இடுகிறான்." (பார்க்க: 'தமிழின் நவீனத்வம்' அநுபந்தம்).

தொடந்து 'லயம்' நிர் 6. ஏப்ரல் ஜூன் 1986 இதழின் 'மனோவியாதி மண்டலம்' கட்டுரையில் நான் கூறியிருப்பது:

"சிற்பி சாத்தன், நடராஜ வடிவத்தைக் கருக்கொண்டது வாழ்விலிருந்துதான்', இதை அவன் பைலார்க்கசுக்கு விபரமாகவே கூறுகிறான். இறுதியாக, சிற்பத்தின் புன்னகை, மகா வேதனை ஒன்றாகச் சம்பவித்த அவனது மனைவியின் மரணத்தில் கிடைக்கிறது. மரணத்தின் விளைவான வேதனையிலிருந்து பிறப்பது தான் தெய்வத்தின் புன்னகை என்ற மகத்தான கவித்வ தர்சனத்தை இங்கே உணரலாம். உயிர் வாழ்க்கையும் அதனிடமிருந்து இணைபிரியாத மரணமும் சாத்தன் என்ற சிற்பியினூடே நடராஜ வடிவமாக ஜனிக்கிறது. இந்த நடராஜவடிவம் வாழ்வு என்ற நடனமாகும். இதை நிமிர்ந்து பார்த்தே ஆக வேண்டும். கோவிலுள் அடைபடுவதைவிட அந்தப்புரத்து நிர்வாண வடிவங்கள் நடுவே இதற்கு அர்த்தம் உண்டு என்ற பைலார்க்கஸின் சீறலில் பொதிந்துள்ள அர்த்தம் அது. வாழ்வு வாழப்படுவதற்காகவே உள்ளது–பூரணமாக, முழு ஒளியில், முழு விழிப்புடன். கோவிலினுள் அடைபட்டதும் அது நிழலாகிறது. அதை நிமிர்ந்துகூடப் பார்க்காதவர்களும் நிழல்களாகவே அந்த நிழலின் முன் வருகின்றனர். வாழ்வைத் தரிசிப்பதைவிட்டு தலைகுனிந்தபடி அவர்கள் கேட்பது: 'எனக்கு மோட்சம்.' ஆனால் 'எனக்கு' என்ற தன்னிலைக்கு 'மோட்சம்' கிட்டாது. தன்னிலையற்ற பரிமாணத்தில்தான் மோட்சமோ ஏதோ நிலவ முடியும். இதை உணராத சூழலில் விக்ரகமும் 'உயிரற்ற மோட்சச்சிலை' ஆகிறது. உடைக் கப்படுகிறது." ('தமிழின் நவீனத்துவம்' அநுபந்தம்.)

இந்த மேற்கோள்களையும் தாண்டியதாக புதுமைப்பித்தனின் கதையுலகப்பாணி 'சில்பியின் நரகம்' போன்ற கதைகளில் எத்தகையது என்பதுதான் இப்போது இங்கே விசாரிக்கப்படுகிறது. புதுமைப்பித்தன் இதுபோன்ற கதைகளுக்காக ஒரு விசேஷ பாணிக்குரிய வரன்முறை வகுத்துக் கொண்டவரல்லர். எப்போதும், எங்கும், எவ்விதமான படைப்புத்துறையிலும், படைப்பு முன்னதாகவும், அதனை வகைப்படுத்தும் வரன்முறை பின்னதாகவும்தான் இருக்கும். இவ்விதமாக ஒரு வரன்முறைக்குள் கலைஞன் தனது இயக்கம் செயல்படுவதாக உணர்ந்து படைப்பதும் உண்டு. ஆனால் வரன்முறையை ஒரு மோஸ்தராகப் பின்பற்றுவது படைப்பில் வீர்யத்தைச் சாதிக்க முடியாதவர்கள் செய்யும் ஏய்ப்பு முறையாகும்.

இங்கே 'மேஜிக்கல் ரியலிஸம்' என்ற வரன்முறை, ஸ்பானிஷ் மொழி எழுத்தாளர்களான ஜோர்ஜ்லூயிஸ்போர்ஜஸ் (ஹோர்ஹே லூயில் போர்ஹே' என்பது மூலமொழி உச்சரிப்பு. இது எழுதப்படும் விதம் Jorge Luis Borges), கேப்ரியல் கார்ஸியா மார்க்கஸ் (GabrielGarcia Marquez) என்ற இருவரின் படைப்புகளினை வரன்முறைப்படுத்த முயன்றமையின் விளைவாகும். இந்த வரன்முறைக்குள்' இவர்கள் காலத்திலும் இவர்களுக்கு முந்தியும் வெவ்வேறு மொழிகளில் படைப்புகள் பிறந்துள்ளன. ரஷ்ய மொழியில் சோவியத் கட்டமைப்புக்குப் புறம்பாகப் பிறந்த எதிர்ப்பு இயக்கங்களைச் சேர்ந்த ஆப்ராம் டெர்ட்ஸ் மற்றும் மிகாயில் புல்காக்கவ், ஆர்ஜன்டைனர்வின் ஸ்பானிஷ் எழுத்தாளர் போர்ஹே மூவரும் ஒரு ஆரம்ப கட்டம். அடுத்த கட்டம், போர்ஹேயைப் போன்ற லத்தீன் அமெரிக்கர்களான மார்க்கஸ் மற்றும்

கார்லோஸ் பியுண்டஸ் உடன் மேற்கு ஜெர்மனியின் குந்தர் கிராஸ்–இதற்கு அடுத்த கட்டம் பிரிட்டனின் சால்மன் ருஷ்டீ கருப்பு இன எழுத்தாளர் பென் ஓக்ரி, மேற்கு ஜர்மனியின் ராபர்ட் சுஸ்கிண்ட் – இப்படி வெவ்வேறு மொழிகளிலே தாங்கள் உருவாக்கும் பாணியை அறிந்தும் அறியாமலும் படைப்பாளிகள் மேஜிக்கல் ரியாலிஸ வகையில் எழுதி உள்ளனர். இவ்விடத்தில்

இந்தவகை எழுத்தினை தமிழில் ஜாலயதார்த்தம் என்று குறிப்பிடலாம் என நினைக்கிறேன். மனோராஜ்யவியல் (Fantasy) தேவதாவியல் (Fairy Tale), யதார்த்தாதீதம் (Sur&realism), விஞ்ஞானக் கற்பிதம் (Science Fiction) புதிய புராணவியல் (Neo Mythology) என்று வெவ்வேறுவகைகளில் படைப்புகள் பிறந் துள்ளன இவற்றுள் ஒன்று ஒன்று இன்னொன்றிரண்டின் அம்சங் களைக் கொண்டதாகவும் இருக்கலாம். உதாரணமாக டால் கினின் லார்ட் ஆஃப் த ரிங்ஸ் (Lord of the Rings & J R R. Tolkien) என்ற படைப்பு, மனோராஜ்யவியல் முதலிய எல்லாவகைகளுக்கும் ஈடுகட்டுவதுடன் அங்கங்கே ஜாலயதார்த்தத்துக்கும் ஈடுசெய்கிறது. இது ஒரு மேதையின் விளைவு என்பது ஒருபுறமிருக்க இவ்விடத்தில் நான் குறிப்பிட விரும்புவது இதைத்தான். ஒரு தலைசிறந்த இலக்கியப் படைப்பு இந்த வகையை மட்டுமே சேர்ந்த ஒன்று என்று வகைப்படுத்துதல் செயற்கையான வேலை ஆகும். இதற்கு ஒரு அபார உதாரணம் புதுமைப்பித்தனின் படைப்பு இயக்கம், இதுபற்றி ஒரு உள் விபரம். ‘பிரம்ம ராக்ஷஸ்’ என்ற புதுமைப்பித்தனின் கதை அவரது யதார்த்தவியலுக்குள் அடங்காத ஒன்று. இதனை வகைப்படுத்த முயன்ற தொ.மு. சிதம்பர ரகுநாதன் இதற்கு ‘பயானகரஸம்’ என்று ‘புதுமைப்பித்தன் வரலாறு’வில் குறிப்பிடுகிறார் குறிப்பிடுகிறார். ஆனால் நவீரஸங்களுள் ஒன்றான பயானகம் பயத்தை வருவிப்பது, வெளியிடுவது. இதனை யதார்த்தவியல் மூலம்கூடச் சாதிக்க முடியும். சாதிக்க முடியும். ஏன் அமானுஷ்யமான் இடத்தில் தோன்றும் வழிப்பறிக்காரனைப்பற்றிய யதார்த்தச் சித்திரிப்பான. ‘சங்குத்தேவன் தர்மம்’ பயானக ரஸத்தை வெளியிடவில்லையா? எனவே இங்கே தெரிவது என்ன? யதார்த்தவியலின் பாற்பட்டவராக மட்டுமே வகைப்படுத்த முடியாமல் விரிந்து நின்ற புதுமைப்பித்தனை ரகுநாதன் பிரம்மராக்ஷஸ்’ஸில் இனம் கண்டமைதான் பயானக ரஸம் என்று அவர் அக்கதையைக் குறிப்பிட்டதில் தெரிகிறது.

யதார்த்தம் என்கிற எதுவும் படைப்பில் தோற்றுவிக்கப்பட முடியாத ஒன்று என்றும் யதார்த்தவியல் என்று கணிக்கப்படும் படைப்புகளில் நிஜவாழ்வை கலைஞன் தனது

கலைக்கண் மூலம் கண்டமைதான் நிறைவேறுகிறது என்றும் சொல்வதுண்டு ஹோர்ஹே லூயிஸ் போர்ஹேயிடமிருந்து ஒரு விதத்திலும் விளடீமர் நபக்கவ் இடமிருந்து வேறு ஒரு விதத்திலும் பிறந்த இந்த சூட்சுமமான பார்வை இன்று மேனாட்டின் விமர்சகர்களிடையே மிகுந்த செல்வாக்குப் பெற்றிருக்கிறது. போர்ஹேயைவிட திட்டவட்டமாக இந்த பார்வையை வெளியிட்டவர் நபக்கவ் (Strong Openions மற்றும் Lectures on Literature). யதார்த்தவியல் மரணித்துவிட்டது என்ற விமர்சனக் கூப்பாடு பிறக்குமளவுக்கு விமர்ச்சன உலகைக் கவ்விய இந்தப் பிரக்ஞையின் மூலகர்த்தாக்கள் இருவருமே கலைஞர்கள் என்பதைக் கவனிக்க வேண்டும் இது இன்று வெவ்வேறு வகையான லேபல்களுடன் பிரம்மாண்டமான இலக்கிய தத்துவ ஜோடனைகள் செய்யப்பட்டு வெளியே வ்ந்து நின்று சீனத்து யாளிமாதிரி நெளிந்து கொண்டிருக்கிறது எவ்வளவு பிரம்மாண்டமான யாளிக் கருத்தாயிருந்தாலும் அதன் சூஷ்மம் ஒரு பொறியளவு சிறிய ஒன்றுதான்

எனவே புதுமைப்பித்தனை யதார்த்தவாதி என்று வகைப் படுத்தியமைகூட மறுபரிசீலனக்குரிய ஒன்றாகிறது. இருந்தும் அவருக்கு முன்பு, R. 'சுப்ரமணிய பாரதி ஈறாக எவரும் வாழ்வைச் சித்திரிக்காத விதத்தில் அவர் படைத்தார். அவரது கதைகளில் உரைநடையே புதுவிதமான ஜனித்திருக்கிறது. இதன் விளைவாக க.நா. சுப்பிரமணியம் குறிப்பிடுகிற விசேஷமான 'த்வனி' புதுமைப்பித்தனிடம் பிறந்தது இவை யாவற்றையும் ஒட்டுமொத்தமாகக் கிரகிக்கிறபோது, நிஜவாழ்வுக்கும் அவரது கதைகளுக்கும் இடையே உள்ள நெருக்கம் அதிகம் என்று உணரலாம். இந்த நெருக்கத்தின் விளைவாக வாழ்வின் நிஜத்தன்மை வெளிப்பட்டு நிற்கிறது. இந்த நிஜத்தன்மை கலைஞனின் வீர்யமான பார்வையும் நிஜவாழ்வும் இணைந்தமையின் விளைவு. எனவே இது பச்சைவெட்டான நிஜம் அல்ல. அசட்டுத்தனமாக ஒரு எல்லையிலும் தகவல் தனமாக மறு எல்லையிலும் தோன்றுகிற ஒன்றுதான். இது தொடர்புசாதனங்களின் வழி வந்து 'செய்தி' ஆகலாம். நிஜத்தன்மையை நிஜவாழ்வும் பெறவேண்டுமானல்– கலைஞனின் விசேஷசக்திகளுக்கு அதுஆட்படவேண்டும். யதார்த்தவியல் என்று கூறப்படுகிற

வகையின் இலக்கணம் இது. அதாவது புதுமைப்பித்தன் சாதித்தது, அன்றாட வாழ்வின் நிஜத்தன்மையே ஆகும். இது பச்சையான நிஜமல்ல, அதாவது யதார்த்தம் அல்ல. இதற்கு யதார்த்தம் என்ற பெயர் கிடைப்பது இது கலையுருவின் வழிபெறும் நிஜத்தன்மையால்தான்.

'யதார்த்தவியல் செத்து விட்டது' என்கிற கூக்குரல் எவ்வளவுக்கு அசட்டுத்தனமானது என்பதை இவ்விடத்தில் உணரலாம். யதார்த்தவியலை பச்சை வெட்டான நிஜம் என்று கண்ட கணிப்பு காலாவதியாகி விட்டது என்பதே சரியான பார்வை. வாழ்வின் நிஜத்தன்மையை சாதிக்கும் யதார்த்தவியல் மறையவில்லை, மறையாது, மறையவும் கூடாது.

நிஜத்தன்மையை நிறைவேற்றுவதற்காக அன்றாட வாழ்வைக் கையாளும் கலை வடிவம் யதார்த்தவியல். இந்த யதார்த்தவியல் தன்னையே மீறி வேறு ஒரு பரிமாணத்துக்குப் போகிற போது அது யதார்த்தாதீதம் Sur-realism எனலாம். யதார்த்தரீதியான சாத்யக் கூறுகளை விஞ்ஞானக் கற்பிதமாக வெளியிடும் எழுத்து வகைகளுள் மிக சிறந்தது யதார்த்தாதீதமாகி விடுவதுண்டு. விஞ்ஞானக் கற்பித எழுத்துக்களை யதார்த்தாதீத எழுத்துவகையுள் தான் அடக்க வேண்டும் என்ற பார்வைகூட அங்கங்கே எழுந்துள்ளது. (New Maps of Hall-Kingsley Arniss.)

ஆனால் யதார்த்தாதீதம் ஓவியத்துறையையே பெருமளவுக்குச் சார்ந்த ஒன்று. இதன் உச்சகட்ட ஓவிய சாதனையாளர்கள் ஸல்வ டோரே டாலி, ஜோர்ஜஸ் சிரிக்கோ, யிவிஸ் டுங்கே; மீரோ முதலியோர். ஓர் ஓவியத்தில் ஒட்டகச் சிவிங்கி யதார்த்தமாக வரையப் பட்டு அதன் பிடரி முதுகுப் பகுதிகளிலிருந்து தீச்சுவா லைகள் எழும்புவது சேர்க்கப்படுகிறது. யதார்த்தமான மனித வடிவின் பாதணிகள், உடலின் பகுதியாகச். சேர்ந்து வளர்ந்திருக்கின்றன இன்னொரு ஓவியத்தில் டுங்கேயின் ஓவியங்களில் கற்கள் அந்தரத்தே நிற்கின்றன. சிரிக்கோ, பெரிய வெளிகள், கட்டிடங்கள், கரியநிழல்கள் முதலிய சாதாரணத் தோற்றங்களை யதார்த்தத்தின் எல்லைக் குள்ளேயே சித்திரிப்பவர். ஆயினும்

அவரது ஓவியங்களைப் பார்ப்பவனுக்குத் தொற்றும் பாவம் யதார்த்தாதீதமானது. சிரிக்கோ இச்சாதனைக்காக மிகவும் சிறப்பிக்கப்படுபவர். எவரும் இவரை யதார்த்தாதீதரல்லர் என்று கூறத் துணியவில்லை. கீழே வரும் விவாதத்துக்கு இது அவசியமாகும்.

★ ★ ★

அதாவது யதார்த்தாதீதம் என்பது பச்சைவெட்டாக தீப்பிடித்த ஒட்டகச் சிவிங்கிகளையும், அந்தரத்தில் மிதக்கும் கற்களையும் சித்திரிப்பதல்ல. அப்படிச் சித்திரிக்கிறபோதே ஒரு அசாதாரண பாவுசொரூபங்களாக அவை பிறந்தால்தான் ஓவியம் யதார்த்தாதீதமாகும். இந்த பாவத்தை விளைவிப்பது கலைத்தன்மையாகும் வெறும் ஃபார்முலா அல்ல. ஃபார்முலாவை முன்வைத்துக் கணித்தால் சிரிக்கோ ஒரு யதார்த்தா தீதர் அல்லர் என்றாகிவிடும். கலைத்தன்மையற்றவர்கள் நிறையவே யதார்த்தாதீத ஃபார்முலா பிரகாரம் ஓவியங்களைப் 'பண்ணி' இருக்கிறார்கள். இவை யதார்த்தாதீதமுமல்ல எந்த கணிப்புவகைக்கும்கூட உரியதுமல்ல. முதலில் கலைத்தன்மையின் வலிமைமூலம் ஒரு கிளர்ச்சிநிலையை ஒரு படைப்பு ஏற்படுத்தவேண்டும். இவ்விதம் ஏற்படும் கிளர்ச்சிதான் அந்தப் படைப்பு இன்னவகையானது என்று – வரன்முறைப்படுத்தப்படும். வெறும் ஃபார்முலாவை நிறைவேற்றி விடுவதன்மூலம் இந்தக் கிளர்ச்சி ஏற்பட்டுவிடாது. எனவே அவ்விதம் படைக்கப்பட்டது அந்த ஃபார்முலாவின் வகையைச் சேர்ந்தது என்று குறிப்பிடப்படும் தகுதிக்குக்கூட உரிய ஒன்றல்ல.

இக்கட்டுரையின் ஆரம்பத்தில் உள்ள க.நா.சு. மேற்கோளின் இறுதி வரிகளை இவ்விடத்தில் மீண்டும் நினைவு கூரவேண்டும். புதுமைப்பித்தனின் 'சில்பியின் நரகம்' கதைக்கருவை மறுத்து தாம் ஒரு கதையை (இது நமது இலக்கிய மரபில் 'வெட்டிப் பாடுதல்' என்று ஆகும்) எழுதியதாகக் குறிப்பிடும் க.நா.சு படி எழுதிய 'தெய்வஜனனம்' மில் 'புதுமைப்பித்தனில். இருந்த பூரணத்துவம் வரவில்லை, த்வனியும் வரவில்லை' என்று அனாயாசமான அடக்கத்துடன் கூறுகிறார். பிந்திய காலத்து – க.நா.சு வின் மீது மொய்த்து

அவரது ஆதாரமற்ற அபிப்ராயங்களை உறிஞ்சிய கொசு எழுத்தாளர்களுள் சிலருக்கு இத்தகைய அடக்கம் அடிபட்டு நசுங்கிய நிலையில் கூட வருவதில்லை. போகட்டும்.

'சில்பியின் நாகம்' ஒரு மேலோட்டப் பார்வையில் யதார்த்த ரீதியானது. மனோவியல் அடிப்படையில் எழுந்த யதார்த்தம் இது. ஆயினும் இதன் 'த்வனி', வாசகனது மனதில் இக்கதை எழுப்பும் கிளர்ச்சி நிலை, யதார்த்தத்தை மீறிய ஒன்றாகும். நடராஜ விக்ரஹத்தின் உற்பாதங்களாக சாத்தனின் வாழ்வில் நிகழ்ந்தவற்றை அவன் நினைவுகூறும் இடத்திலேயே யதார்த்தம் உள் வாங்கி வேறு ஒரு பரிமாணத்தை அடைகிறது. அவனது கனவில், இது ஜாலயதார்த்தத்தை வருவிக்கிறது. க.நா.சு. வின் தெய்வஜனனம்' கதை, ஃபார்முலா அடிப்படையில் ஜாலய்தார்த் தமாக கணிக்கப்படக்கூடியதெனினும் சாதிக்கப்பட்ட கிளர்ச்சி நிலையின் அடிப்படையில் 'சில்பியின் நாகம்' தான் இந்தக் கணிப்புக்கு உரியதாகிறது. ஜாலயதார்த்தம் என்கிற கணிப்பு ஏற்பட்டிராத சந்தர்ப்பத்தில் 'த்வனி' என்ற பதத்தைக் குறிப்பிட்டு, அது தமது கதையில் வரவில்லை என்ற க.நா.சு. கூறும்போதுகூட இதே அர்த்தம்தான் பிறக்கிறது.

லா.ச. ராமாமிர்தம் எழுதிய 'ஜனனி' கதை, க.நா.சு.வின் 'தெய்வஜனனம்'மை விட வார்த்தை ஜால – அடிப்படையிலும் சில்பியின் வர்ணனை வீர்யத்திலும் சிறப்பானதெனினும்கூட 'சிலம்பின் நரகம்' மைவிட இந்த 'த்வனி' விஷயத்தில் பின்தங்கியே நிற்கிறது.

இருந்தும், 'சில்பியின் நரகம்' யதார்த்தவியலின் அம்சங் களையே கொண்ட கதை. அதில் சித்திரிக்கப்படும் கனவு கனவாகவே கொள்ளப்படுமளவில், யதார்த்தபூர்வமான ஒன்றுதான் ஆனால் கனவின்மூலம் நிறைவேறுவதாக நான் முன்பு குறிப்பிட்ட அம்சங்கள் கதையின் யதார்த்தத்தன்மையை மீறி தத்துவப்பண்புகளாக மாறுகின்றன. இது இவ்விதம் பரிமாண மாற்றம் பெறுகிற நிலையில் ஜாலயதார்த்தமாக கதையே மாறுதலடைகிறது. எப்படி சிரிக்கோவின் ஓவியங்கள்,

யதார்த்தபூர்வமான அம்சங்களையே கொண்டிருந்தும்கூட யதார்த்தாதீதக் கிளர்ச்சியை ஏற்படுத்தினவோ அதேபோல் ‘சில்பியின் நரகம்’மும் யதார்த்த பூர்வமான அம்சங்களைக் கொண்டிருந்தும்கூட ஜாலயதார்த்தக் கிளர்ச்சியை ஏற்படுத்துகிறது.

இங்கே நான் ஏற்கெனவே குறிப்பிட்ட புதுமைப்பித்தனின் ‘பிரம்மராக்ஷஸ்’ ஜாலயதார்த்தத்தின் எல்லாவித சில்பியின் அம்சங்களையும் நிறைவேற்றுகிற படைப்பாகும். போல “உலகத்துச் சிறுகதைகளிலேயே வெகுசிலதான் தேடினாலும் கிடைக்கும்” என்று க.நா.சு. சொல்கிறமாதிரி ‘பிரம்ம ராக்ஷஸ்’ பற்றிச் சொல்லமுடியாது. காரணம் அதிலிருந்து ஏற்படும் கிளர்ச்சிநிலையின் பெறுபேறான தத்துவப் பரிமாணம் மிகவும் குறுகியது” என்பதுதான். அதாவது ஜாலயதார்த்தத்தின் ஃபார்முலாவுக்கு ‘பிரம்மராஷஸ்’, பொருந்தினாலும் அந்த பார்முலாவை பூர்த்தி செய்யாத அமைப்பைக்கொண்ட ‘சில்பியின் நரகம்’தான் ஜாலயதார்த்தத்தின் கிளர்ச்சி நிலைக்குப் பொருந்துகிறது.

ஜாலயதார்த்தத்தின் இலக்கணம் என்ன என்பதை இந்த விவாதத்தின் போக்கு காட்டக்கூடும். யதார்த்தாதீதத்துக்கும் ஜாலயதார்த்தத்துக்கும் இடையே வேறுபாடு மிகக்குறைவு. யதார்த்தாதீதமான அம்சமும் ஜாலத்தன்மையும் சேர்கிற ஒரு நிலை என்றுதான் ஜாலயதார்த்தத்தைக் குறிப்பிடலாம். யதார்த்தாதீதம் பெருமளவுக்கு வர்ணனைத் தளத்துக்கும் ஜாலயதார்த்தம், “பொருளம்சத் தளத்துக்கும் உரியது. ஜாலயதார்த்தத்தின் பொருளம்சம், மனோசக்திகளை யதார்த்தத்தளத்துக்கு இடம் மாற்றுகிற வேலையை செய்வதாகும். இந்தமனோசக்திகள் வெறும் பாரம்பரிய நம்பிக்கைகளாகக்கூட இருக்கலாம். இவை யதார்த்தப் பண்பைப் பெறும்விதமாகச் சித்திரிக்கப்பட்டால்தான் ஜாலயதார்த்தம் பிறக்கும். இந்த அடிப்படையில் வெறும் பாரம்பரிய நம்பிக்கை, மனோசக்தி என்ற தளங்களில் ‘பிரம்ம ராக்ஷஸ்’ஸம் நம்பிக்கைகளைத் தாண்டிய விசாரவடிவான மனோசக்தித்தளத்தில் ‘சில்பியின் நரகம்’மும் நிலவக்காணலாம்.

இவ்விரண்டு கதைகள் மட்டுமல்ல, ஜாலயதார்த்தத்தின் வெவ்வேறு சாயல்களை வெளியிடுவனவாக புதுமைப்பித்தன் எழுதிய இந்தக் கதைகளையும் காட்டலாம்: கனவுப்பெண், அன்று இரவு, கபாடபுரம், அகலிகை, ஞானக்குகை, சாபவிமோசனம், கடவுளும் கந்தசாமிப் பிள்ளையும், வேதாளம் சொன்ன கதை, எப்போதும் முடிவிலே இன்பம், நாரத ராமாயணம், கட்டிலை விட்டிறங்காக்கதை, காலனும் கிழவியும்.

இவற்றுள் பல்வேறு தரங்களும் ஆழங்களும் ரஸங்களும் உள்ளன. பயானகத்திலிருந்து ஹாஸ்யம்வரை இவை யாவற்றையும் தனித்தனியாக பார்ப்பது இங்கே இயலாது. ஒரு சில திசைகாட்டிக் கூற்றுகளை மட்டும் தரலாம், அதுவும் ஒரே ஒரு கதை விஷயத்தில்:

'காலனும் கிழவியும்' கதை தமது 'எங்கிருந்தோ வந்தான்' கதையிலிருந்து பெறப்பட்டது என்று கூறியிருக்கிறார் மௌனி. (இது அவர் என்னிடமே நேரில் சொல்லி நான் அவரிடம் மறுதலித்த விஷயம்) இது 'தாய்' பத்திரிக்கையில் (1982) மௌனியின் மௌனம் கலைகிறது' என்ற பேட்டியில் வெளிவந்து இப்போது 'மௌனி இலக்கியத்தடம்'மிலும் சேர்க்கப்பட்டிருப்பது எனக்கு வியப்பளிக்கிறது. கதையின் சிறப்பம்சங்களைப் பொறுத்தவரை எங்கிருந்தோ வந்தான்' குறைபாடானது. ஒரு கதைக்கான குறிப்புகளின் சிதறலான தொகுதியாகவே எங்கிருந்தோ வந்தான் தொனிக்கிறது. இக்கதையில் உள்ள பின்வரும் பகுதியைக் கவனித்தால்–

"கூனப்பாட்டி செத்துப்போய் விட்டாள்" என்றேன்...

"பொய் சொல்லுகிறாய், பாட்டியைக் காணோம். ஆனால் வருவாள். அதோ பார் அவள் தடிக்கம்பு இருக்கிறதே.

'அதை எடுக்க வரமாட்டாளா? எப்போதாவது வருவாள்' என்றான்.

ஒருவர் உபயோகித்த பொருளைப் பார்த்ததும் அவரது நினைவு வருவது இயல்பு. இந்த இயல்பு மேற்படி உரையாடலில் வெளிப்பட்டுள்ளது என்பதுக்காக இந்த இயல்பு இந்த உரையாடலை எழுதியவரது காபிரைட்

ஆகிவிடமுடியாது. ஆகுமானால் எந்த மனித இயல்பும்கூட எவராலும் கையாளப்பட முடியாத தாகும். இந்த இயல்பை கருவாகக்கொண்ட 'காலனும் கிழவியும்' என்ற புதுமைப்பித்தனின் கதையில் யமதர்மராஜனின் பாத்திரசிருஷ்டிதான் மிக முக்கியமானது. விஷயத்தில் நேர்ந்த தோல்வியும், தலைக்குமேல் தொங்கும் வாளை அவன் அவ்வப்போது அண்ணாந்து பார்ப்பதும், அந்த வாள் ஒளிகுன்றி இருப்பதும், யமதர்மராஜனை தேவதா உலகிலிருந்து இடம்மாற்றி ஒரு சிக்கலான நிலையிலுள்ள யதார்த்தவுலகத்து மேலதிகாரியின் இடத்துக்குக்கொண்டு வருகிறவை. இவற்றை நான் நேர்ப்பேச்சில் மௌனிக்குக் கூறியபோது அன்று அவர் ஒப்புக்கொண்டிருக்கிறார். ஆனால், -மீண்டும், என்னிடம் சொல்லியதை பின்வருமாறு 'தாய்' பேட்டியில் கூறியுள்ளார்:

"என் 'எங்கிருந்தோ வந்தான்' கதையைப் படித்துவிட்டு புதுமைப்பித்தனின் கதையைப் படியுங்கள்."

இந்த வரிகளில் மௌனியின் தொனி, 'காலனும் கிழவியும்' கதை அப்படியே 'எங்கிருந்தோ வந்தான்'னின் பிரதி என்றே கூறுகிறது. இது மடத்தனமான தொனி. ஆனால் அவர் கூற வந்தது இதை அல்ல.

"எங்கிருந்தோ வந்தான்" சிறுகதையின் இரண்டு வரிகளைக் கொண்டு மிகவும் புத்திசாலித்தனமாக அக்கதையைப் புதுமைப்பித்தன் எழுதியிருக்கிறார். உண்மையிலேயே நல்ல கதையாக அது அமைந்து விட்டது.

எதைச் சொல்ல வருகிறோம் என்ற தெளிவுகூட அற்று ஆரம்பத்தில் கதைத்திருட்டு என்ற பொருளைத் தந்துவிட்டு, பிறகு இரண்டு வாக்கியங்களுடைய உரிமைக்குத் தேய்ந்து, இருந்தாலும் புதுமைப்பித்தன் பரவாயில்லை என்று முடியும் இந்தக் கூற்று பரிசுத்தமான குழப்பத்தைக் கவசமாகக் கொண்ட போக்கிரித் தனத்தைத்தான் வெளியிடுகிறது. இதே மாடலில் தான் அறைபட்டு செத்துக்கொண்டிருக்கும் போதுகூட தாங்கள் யாளிகளாக உறுமுகிறோம் என நம்பி 'நொய்' என்கிற கொசுக்களும் அபிப்ராயங்களை

விளம்பிக்கொண்டிருக்கின்றன. விசேஷமாக ஒரு முன்றில் கொசு புதுமைப்பித்தன் என்கிற யாளியையே காப்பாற்றுகிற வேலை தன்னது என்று நம்பிக் கொண்டிருந்தமை ஒரு ஜாலயதார்த்த விடம்பனம்.

இக்கட்டான நிலையில், ஏற்கெனவே தோல்விகண்ட மனத்தினனாக ஒரு யமனை நிறுத்திச் சித்திரிக்கும் புதுமைப்பித்தனின் அனாயாசமான எழுத்தாற்றலை மௌனி யிடத்தில், அதுவும் அவரது ‘எங்கிருந்தோ வந்தான்’னில், காணமுடியாது. ஆனால் சொல்கிறார் மௌனி, புதுமைப்பித்தன் இக்கதையை ‘புத்திசாலித்தனமாக’ எழுதியிருப்பதாக. அதாவது இதில் மேதைமை சார்ந்த கலைப்பண்பு இல்லை என்கிறார் மௌனி. ‘புத்திசாலித்தனம்’ என்ற பதத்தை அவர் எப்போதுமே நேர்ப்பேச்சில் இப்படித்தான் விளக்குவார். என்னிடம் பேசும்போது இந்தப்பிரயோகத்தை அவர் புதுமைப்பித்தனுக்கு பயன்படுத்தியதே இல்லை. ஆனால் சுந்தரராமசாமியின் எழுத்துக்கு பயன்படுத்துவார். அது பொருத்தம் என்பது என் பார்வையும்கூட. என்னுடன் ‘பேசும்போது ‘புதுமைப்பித்தனில்’ ஏதோ இருக்கிறது’ என்று தான் அவரது தீர்ப்பு இருக்கும். இந்த ‘ஏதோ’ என்ற பிரயோகம் அவரது பேச்சில் மிக உயரிய, ஆழ்ந்த, இனம்காண முடியாத தன்மைக்கான பரிபாஷைச் சொல் ஆகும். அவ்வப்போது பாரதிக்கும் இந்த ஒற்றைப்பத அர்ச்சனையை அவர் செய்வதுண்டு. அந்தக் காலத்திய மௌனியை நான் அன்று பதிவுசெய்துவிட்டு, அப்பதிவின் அபூர்ணத்தன்மையால் அதிருப்தியுற்று அழித்திருக்கிறேன். இதன் பிறகு பிந்திய காலத்திய தேய்வடைந்த குறளிச் சிந்தனையாளரான மௌனியை அதுவும் விதரணையற்ற சிலர் விவஸ்தையற்ற விதத்தில் பதிவுசெய்து, இவர்தாம் மௌனி என்று இலக்கியக் கருத்துலகத்தின்மீது சுமடேற்றியுள்ளனர். என் அன்றைய தவறுக்குப் பரிகாரமாக அங்கங்கே மேற்கூறிய விபரங்களைத் தருவது என்கடமை நிற்க.

பொருளம்சத்தின் அடிப்படையில் பார்க்கலாம். மரணித்தவரின் ஞாபகம், உயிரோடு உள்ளவருக்கு இருக்கும்– இதற்கு ‘உபகரணமாக மரணித்தவர் உபயோகித்த பொருள்கள்

இருக்கும் என்பது அநாதியான ஒரு நம்பிக்கையையும் அன்றாட உண்மையையும் ஒரே சமயத்தில் வெளியிடுகின்றன. இதில் எவருக்கும் பாத்யதை இல்லை. மேலும், உயிரோடு உள்ள உள்ள ஒருவரது பொருள் கூட அவரை ஞுதுக்கு கொண்டுவரவே செய்யும். இந்த ஞாபகம், உணர்வுபூர்வமான நெகிழ்ச்சியாக இருக்கும்போதுதான் அதற்கு அர்த்தம் உண்டு. ஒருவர் மரணித்த பிறகு அவரது பொருள்மூலம் கிட்டும் இந்த நெகிழ்ச்சியை அவர் உயிரோடு ஆனால் எதிரில் இல்லாதபோது கூட அவர் உபயோகிக்கும் பொருள்மூலம் பெறலாம். இது அன்புறவுகளின் அன்றாட உண்மை. இந்த ஆராய்ச்சிகளில் ஈடுபட முடியாத சிறுபிள்ளைப் பருவப் பாத்திரங்கள் மௌனியுடையவை. எனவே அவர் எளிதாக அந்த வரிகளை எழுதிவிட்டார். ஆனால், புதுமைப்பித்தனின் கதாபாத்திரங்கள் உலக வாழ்வில் ஊறிப் பழுத்த கிழவியும் தர்மத்தின் அதிபதியான யமனும், இந்தப் பாத்திரங்கள் மூலம் மேற்படி பிரச்சினையை எழுப்பிச் சந்திப்பது ஒரு அபாயகரமான சவால். கதை பிசக்கிவிடக் கூடிய அபாயம் இங்கே உண்டு.

இந்த சவாலைச் சந்திப்பதற்காகத்தான் முந்திய தோல்வி ஒளிமழுங்கும் அந்தரத்து வாள் ஆகியவற்றின் மூலம் மனக்கிலேசம் கொண்ட ஒரு யமனைச் சிருஷ்டிக்கிறார் புதுமைப்பித்தன். இவன் பூமியில் இறங்குவது எவ்வளவுக்கு பயானகரஸம் கொண்ட யதார்த்தாதீதச் சித்திரமாகிறதோ அவ்வளவுக்கு எதிரிடையான சாமான்ய யதார்த்தத்தன்மையுடன் யமனை. தனது பேரப்பயலாகவும் அவனது வாகனத்தை தன் வீட்டு எருமையாகவும் கருதும் கிழவியின் பேச்சு அமைந்துள்ளது. இந்த இடத்தில், தேவன் ஒரே வீச்சில் மனிதனாக்கப்படுகிறான். அநாயாசமான ஒரு மேதையின் வீச்சு இது. காலனும் கிழவியும்' மின் வெளியீட்டுச் சிறப்பு, கட்டமைப்பு, ரஸங்கள் முதலியவைபற்றி இப்படி இன்னும் சொல்லலாம். பொருளம்சத்துக்கு வருவோம்.

காலனுக்கு பதில் சொல்லும் போது, தான் இருந்த நினைப்பை– ஞாபகத்தை– அவனால் அழித்துவிட முடியுமா என்றுகேட்கிறாள் கிழவி. உண்மையில் யமனின்

வேலை ஒருவரது உயிரை எடுப்பதுடன் முடிந்து விடுகிறது. அவர் இருந்த நினைப்பை அழிக்கும் வேலை அவனுக்கு இல்லை. யமன் இதைக் கிழவிக்கு பதிலாகக் கூறி அவளது உயிரைப் பறித்திருக்கலாம். மௌனியின் சிறுபிராய பாத்திரங்களின் பேச்சில் இந்த அபாயம் இல்லை. இந்த அபாயத்தைத் தவிர்த்து யமனைக் கிழவியின் முன்னால் பேச்சிழக்க வைத்து அவனை வெறுங்கையுடன்' திரும்ப வைக்கிறார் புதுமைப்பித்தன். இதற்காகவே அவனது பழைய தோல்வி முதலிய அம்சங்களின் மூலம் அவனை கிலேசம் கொண்டவனாக்கியுள்ளார் அவர். இதனைச் சாதிப்பதற்கு பூர்வாங்கமாக, அவன் கிழவியின் இறுதி விருப்பம் என்ற அடிப்படையில் தனது வாகனத்தை தொழுவத்தில் கட்டி அதற்கு பருத்திக் கொட்டைத் தீனியைப் போடுகிறான். கிழவியினிடத்தில் யமன் தோற்கப்போவதின் ஆரம் பம் இங்கேயே நிறுவப்படுகிறது. வீசவேண்டிய பாசக் கயிறு கூட செயலற்ற நிலை இது. 'காலனும் கிழவியும் மின் சாதனைத் தளங்கள் இவைதாமேயன்றி, 'இருந்த நினைப்பு' பற்றிய வாயடிப்பு அல்ல. "உண்மையிலேயே நல்ல கதையாக, அது அமைந்து விட்டது" என்று மௌனி கடைசியில் சொல்லியே ஆக வேண்டிய நிர்பந்தத்தை ஏற்படுத்துகிறது காலனும் கிழவியும் என்பது கவனத்துக்குரியது.

முடிவாக, புதுமைப்பித்தனைப் பொறுத்த அளவில் ஜால யதார்த்த வகை ஏன் பிறந்தது என்று கேட்டுப்பார்க்கலாம்– பதில் திட்டவட்டமாக இராதெனினும்கூட.

யதார்த்தத்தின் தீவிரமான தேவைதான் புதுமைப்பித்தனை ஜாலயதார்த்தவாதி ஆக்கிவிட்டதா? பார்க்கப் போனால் யதார்த்தவியலின் எல்லையைத் தொட்டவர் அவர். பு.பி. காலமான சமயம் கல்கி ரா. கிருஷ்ணமூர்த்தி அவர் எழுத்து பற்றி "இவர் ஏன் இதை எல்லாம் எழுதுகிறார் என்று நம்மை நினைக்கவைக்கும் எழுத்து' என்ற பொருளில் கூறியதை இங்கே நினைவுகூரலாம். இது ஒரு நிந்தாஸ்துதி. புதுமைப்பித்தனின் யதார்த்த தீட்க்ஷண்யத்தைத் தாங்க முடியாத ஒரு மனோபாவம் கல்கியின் குரலிலேயே தன்னை வெளியிடும். இந்த எல்லைக்குப் போகக் கூடிய வீரியம்

இந்த எல்லையை மீறுவது இயல்பு. யதார்த்தத்தன்மையை மீறினால்தான் யதார்த்தமான ஒரு நுட்ப விஷயத்தைச் சொல்ல முடியும் என்ற காரணமும் இதற்கு இருக்கலாம். யதார்த்தபூர்வமாக உள்ளபோதே பு.பி. யின் உலகம் அன்றாடத் தன்மைகளின் அடியில் மறைந்துள்ள மனித நுட்பங்களைக் கொண்டதாகும். அவரது பாத்திரங்களுள் பல தாங்களே உணராத உள்மன உத்வேகங்களினால். முடுக்கப்படுகின்றனர். உள்-வெளி, முரண் சில்பியின் நரகம் கதையில் தத்துவார்த்தப் பிரதேசம் ஒன்றினைத் தன்னகத்தே கொண்டிருக்கிறது. இங்கே ஒரு பெரும் கலாச்சார நிறுவனத்தின் உள்-வெளி முரணை ஒரு சிற்பியின் மனோரூபங்களில் ஆவாகணித்து அதன்மீது ஒரு தத்துவ மெய்மையைப் பெய்கிறார் புதுமைப்பித்தன். இந்தத் தேவைதான் யதார்த்தத்தின் எல்லையை மீறும்படி அவரை உந்துகிறது. இவ்விதமான தேவைதான் ஜாலயதார்த்த வகையான எழுத்துக்குக் காரணமாகவும் வேண்டும்.

'லயம்' 13, அக். 1995

புதுமைப்பித்தனின் வாடாமல்லி:

ஒரு மன அலசல் வாசிப்பு

க. செல்லப்பாண்டியன்

Key words: Desire, Phallus, Sign Subjectivity, Symbolism.

இங்கு புதுமைப்பித்தனின் கலைஞானத்தை ஆய்வுப்பொருளாக எடுக்கவில்லை. மாறாக அச் சிறுகதையின் மையச்சொல்லாடல் சிலவற்றை வாசிக்க அவற்றை ஆய்வுப் பொருளாக்கப்பட்டிருக்கிறது.

ஆய்வுப் பொருளைக் கட்டுடைக்க லெக்கானியம் என்ற ஆய்வுக் கருவியை உபயோகித்தால் அதிர்வோசை எந்தத் திசையில் இருக்கும்?

சொல்லாடலின் வரிகளுக்கடியில் உறைந்துள்ள இயற்கை இணைவு; வரிகளூடாக ஊடுபாவாக ஓடும் கதை சொல்லியின் மனப் போக்கையும் அறியமுடிகிறது.

புதுமைப்பித்தனின் அதீத கோபம், மனக் கொந்தளிப்பே இந்தச் சிறுகதை இரண்டு பக்கக் கேன்வாசில் – இச்சமூக மேல்சாதியின் கொடூர கலாச்சார வக்ரத்தை சித்திரமாக்கி விட்டிருக்கிறார்.

இனி அச்சிறுகதை அப்படியே கொடுக்கப்பட்டிருக்கிறது.
வாடா மல்லிகை

அவள் பெயர் ஸரஸூ; ஒரு பிராமணப் பெண். பெயருக்கு தகுந்ததுபோல் இருக்க வேண்டும் என்று

நினைத்தோ என்னவோ பதினேழு வயதிற்குள்ளேயே சமூகம் அவளுக்கு வெள்ளைக் கலையை மனமுவந்து அளித்தது. அவள் கணவனுக்குக் காலனுடன் தோழமை ஏற்பட்டுவிட்டால் அதற்குச் சமூகம் என்ன செய்ய முடியும்?

ஸரஸூ ஓர் உலாவும் கவிதை. இயற்கையின் பரிபூரணக் கிருபையில் மலரும் பருவம். காட்டிலே ரோஜா யாருமின்றி உதிர்ந்தால் அதைப் பற்றிப் பிரமாதமாக யாரும் கவலைப்படமாட்டார்கள். ஆனால் நந்தவனத்திலே, மனத்தின் களிப்பில் குலாவக்கூடிய இடத்திலே, தனிமை என்ற விதி ஏற்பட்டால் அதைப் பற்றிப் பரிதவிக்காமல் முடியுமா? இயற்கையின் போக்கைத் தடைசெய்துகொண்டு அவள் தியாகம் செய்கிறாள்; அவள் பரிசுத்தவாதி என்று சமூகம் களித்துக்கொண்டு இருப்பது அதன் ரத்தவெறிதான். அவளுக்கு இந்தச் சமூகத்தில் உரிமையே கிடையாதா? அவள் நிலைமை என்ன? சாம்ராஜ்யப் பிரஜையின் நிலைதானா? சமூகம் என்ன செய்ய முடியும், வேதம் சொல்லுகிறது. தர்ம சாஸ்திரம் சொல்லுகிறது என்று பேத்திக்கொண்டிருக்கும்...?

ஸரஸூவுக்கு இதெல்லாம் தெரியாது. அவள் ஒரு ஹிந்துப் பெண். வாயில்லாப் பூச்சி. பெற்றோரையும், புருஷனையும், முன்னோரையும் நம்பித்தான் உயிர் வாழ்ந்து வந்தாள். பெற்றோர் கலியாணம் செய்து வைத்தார்கள். புருஷன் வாழ்க்கையின் இன்பத்தைச் சற்றுக் காண்பித்துவிட்டு, விடாய் தீருமுன் தண்ணீரைத் தட்டிப் பறித்த மாதிரி, எங்கோ மறைந்துவிட்டான். அவனை இந்த உலகத்தில் இனிக் காண முடியாது. பிறகு . கண்டால்தான் என்ன? அது போகட்டும். இப்படித்தான் இருக்க வேண்டும் என்று சொல்லிவைத்துவிட்டுப்போன முன்னோர்கள் கணவன் சென்றவிடத்தில் இருக்கிறார்கள். ஸரஸூ பெற்றோரைத் தட்டியது கிடையாது. பிறகு முன்னோரை எப்படி எதிர்க்க முடியும்? அவளும் பெண்தானே! அச்சம் என்பதுதான் அவளுக்கு அணிகலன் என்று சமூகம் சொல்லுகிறதே. பிறகு அவள் வேறு என்னவாக இருக்க முடியும்? அவள் “உயர்தர"ப் படிப்புப் படித்த பெண்ணா? நாலு விஷயங்களைத் தானாக ஆராய்ச்சி செய்து கொள்ள அவளுக்குத் திறன்

ஏது? இயற்கையின் தேவை கட்டுக்கடங்காமல் மீறி ஒரு மிருகத்தின் முரட்டுத் தைரியத்தைக் கொடுக்கவில்லை. கொடுத்திருந்தால் அவளைச் சமூகம் தூற்றுவதற்குத் தயார். எந்த அமைப்பிலேயும் விதிவிலக்குகளான சிறுபான்மையோர் கஷ்டப்படத்தான் வேண்டும் என்று தத்துவம் பேசலாம். தத்துவம் நன்றாகத்தான் இருக்கிறது! ஸரஸூவின் உணர்ச்சிக்கு உரிமையில்லை – அவள் விதிவிலக்கு.

ஸரஸூ எப்பொழுதும் மாடியின்மேல் காலை ஏழு மணிக்கே தலையை உலர்த்த வருவாள். அப்பொழுதே ஸ்நானமாகிவிடும். பெற்றோரின் பாசம், அவளைச் சமண முனி மாதிரி, ஒரு பெண்மையின் கோரமாக்கத் துணியவில்லை. அதை எடுத்திருந்தாலும் அவள் கவலைப்பட்டிருக்க மாட்டாள். வாழ்க்கைக்கே வசதியில்லாமலிருக்கும் பொழுது சிகை போவது தானா பிரமாதம்?

அவளைப் பார்த்தால் யாருக்கும் கண் கலங்கும். அவள் கண்களிலே ஒரு நிரந்தரமான துயரம், போக்க வழி யில்லாத துன்பம் குடிகொண்டிருக்கும். அவள் சிரிக்கத்தான் செய்கிறாள். குதூகலமாகப் பேசத்தான் செய்கிறாள். இவை யாவற்றிற்கும் பின் சோகந்தான் நிலவும்.

பிரம்மசாரியாக, உண்மையான பிரம்மசாரியாக நீ இருந்து பார்த்திருக்கிறாயா? வேறு ஓர் உயர்ந்த இலட்சியம் உனது உள்ளத்தைக் கொள்ளை கொண்டு, உன்னை அப்படியே விழுங்கிவிடாவிட்டால் பிரம்மசரியம் உன்னைக் கொன்றுவிடும். உன்னை மிருகமாக்கி உனது உள்ளத்தைப் பேயாகச் சிதற அடித்துவிடும். ஆனால் கட்டாயத்தின் பேரில் இப்படிக் கன்னிகையாகக் காலங்கழிக்க வேண்டிய நிலைமையை என்ன சொல்வது?

அன்று ஸரஸூவின் தம்பி துரைசாமிக்குச் சாந்திக் கலியாணம். முதலிலே ஸரஸூவுக்குத் தாங்க முடியாத குதூகலம் – தங்கள் வீட்டில் விசேஷம் வருகிறது என்றுதான், தம்பியின்மீது இருந்த ஒரு ஹிந்துத் தமக்கையின் அளவு கடந்த பாசத்தினால்.

அன்று பகல் வந்தது.

அன்று இரவு வந்தது. ஊரில் இருள். வீட்டில் ஒளி.

வீட்டில் ஒளி: ஸரஸூவின் உள்ளத்தில்?

அவளுக்கு என்னென்னவோ நினைவுகளெல்லாம் குவிந்தன. அப்படித்தானே மூன்று வருஷங்களுக்கு முன், முதல் முதலாக அவருக்கு... என்னென்னவோ தோன்றின. நேரமாக நேரமாக அவள் மனத்தில் அந்த மூன்று வருஷங்களுக்கு முந்திய சந்தோஷகரமான வாழ்க்கையை ஓர் இன்ப ஒளியாக்க முயன்ற அந்த இரவின் ஒவ்வொரு சிறு சம்பவமும். . . அவர் முதலில் என்ன கூச்சப்பட்டார்! பிறகு அந்த உரிமை என்ற தைரியம்தானே. – இவ்வளவு சீக்கிரம் அவள் வாழ்க்கை இருட்டிவிடும் என்று அப்பொழுது கண்டாளா? என்னவோ சாசுவதமான அழியாத நித்திய வஸ்துவென்றல்லவோ.

துரைசாமியையும் அவன் மனைவியையும் அழைத்துக் கொண்டு சென்றனர். கூச்சலும் அமளியும் அவளுக்குப் பொறுக்க முடியவில்லை.

தன்னை மீறிய, கட்டுக்கடங்காத ஓர் ஆவேசம் அவளைப் பிடர் பிடித்துத் தள்ளியது. பின்புறம் புழக்கடைக்குச் சென்றுவிட்டாள்.

நானும் பின்தொடர்ந்தேன். அவள் நிலைமை எனக்கு ஒருவாறு தெரிந்தது. அவள்மீது ஒரு பரிதாபம். அதனால்....

புழக்கடையில் ஒரு பெண் தேம்பிக்கொண்டு இருந்த சப்தம் கேட்டது. நெருங்கினேன், அவள்தான்!

”ஸரஸூ!”

பதில் இல்லை.

இன்னும் நெருங்கித் தோளில் கையை வைத்தேன். உணர்ச்சியற்ற கட்டைபோல் இருந்தாள், உடல் தேம்புவதினால் குலுங்கியது.

"ஸரஸூ! நான் இருக்கிறேன், பயப்படாதே!" என்றேன்.

"நான் ஒரு ஹிந்துப் பெண்!" என்று கூறிவிட்டுச் சடக்கென்று உள்ளே சென்றுவிட்டாள். நான் திகைத்து நின்றேன். ஹிந்துப் பெண் என்றால் உயிர்வாழ உரிமையில்லையா? நான் எவ்வளவு நேரம் நின்றேனோ!

மறுபடியும் அவள் வந்தாள்.

"ஸரஸூ! என்னை மன்னித்துவிடு. நான் கூறியது வேறு. நீ அர்த்தம் பண்ணிக்கொண்டது வேறு. நான் உன்னை மணம் செய்து கொள்ளுகிறேன்!" என்றேன்.

"கொள்கைக்காக நீர் தியாகம் செய்துகொள்ள முயலுகிறீர். அது வேண்டாம்– மிஞ்சினால் நான் உமக்குப் போகக் கருவியாகத்தான், உமது தியாகத்தின் பலிபீடமாகத்தான் நீர் கருதுவீர். அது எனக்கு வேண்டாம். நான் காதலைக் கேட்கவில்லை. தியாகத்தைக் கேட்கவில்லை. நான் தேடுவது பாசம்"....

"அது என்னிடம் இருக்கிறது" என்றேன். அவளிடம் இவ்வளவு எதிர்பார்க்கவில்லை.

"அப்படியானால் திருமணம் வேண்டாம்... பாசம் இருந்தால் போதும்" என்று சொல்லித்தலை குனிந்தாள்.

"என்ன ஸரஸூ இப்படிச் சொல்லுகிறாய்–இரகசியம் பாபம் அல்லவா? கலியாணம் இதை நீக்கிவிடுமே!"

"எனக்கு உமது தியாகம் வேண்டாம். உமது பாசம் இருந்தால் போதும்!"

"நீ ஒரு பரத்தை!"

"உமது தியாகத்திற்கு நான் பலியாக மாட்டேன்–அதில் எப்பொழுதும் உமக்கு இந்தக் காலத்து நன்மதிப்பு ஏற்படும். தைரியசாலிஎன்பார்கள். அதை எதிர்பார்க்கிறீர். நான் பரத்தையன்று–நான் ஒரு பெண். இயற்கையின் தேவையை நாடுகிறேன்!" என்றாள்.

எனது மனம் கலங்கிவிட்டது. வெளியேறினேன்...

மறுநாள் அவள் பிரேதம் கிணற்றில் மிதந்தது. அதன் மடியில், "நான் எதிர்பார்த்தபடியே" என்று எழுதிய ஒரு நனைந்த கடுதாசி இருந்தது,

ஊழியன்.7.1934.

எப்போதும்
முடிவிலே
இன்பம்.

– புதுமைப்பித்தன்.
– காலச்சுவடு பதிப்பகம்.

ஒரு பெண்ணின் தன்னிலைத்தன்மையை (subjectivity) வாடாமல்லி என்று பெயர் சூட்டிக் கதையாடுகிறார்.

'வாடாமல்லி' என்பது மனஅலசல்படி ஒரு சிம்பாலிசம் (symbolism) அல்லது குறி (sign) எனலாம்.

வாடாமல்லி என்ற சிம்பாலிசம் சரசு என்ற பெண்ணின் குறிப்பான தன்னிலைத்தன்மையை பிரதிநிதித்துவம் செய்கிறது.

கதை சொல்லியை, கதைப்பாத்திரம் பாதித்து (affect) விட்டது. ஒரு காயடிப்புச்சிக்கலால் பதட்ட மேற்பட்டுவிட்டது. இந்தச் சிம்பாலிசம் சித்தத்தின் (அகத்தின்) முரண்பாட்டால் (intra psychicaLConflict) பிரக்ஞை, நனவிலிக்குமிடையிலான பிளவில் ஏற்படும் சக்தி (energy) பிரவாகமாகி, அவைகள் மனத்தின் அதிக ஒடுக்கப்பட்ட பகுதியை (part) கட்டமைக்கிறது. அது முழுமையான, ஒரு திசை நோக்கிய சிம்பாலிசமாக (symbolism) கட்டப்படுகிறது.

Only what is repressed is symbolized. Only what is repressed needs to be symbolized" - Ernest jones. 1910.

“பதினேழு வயதிற்குள்ளேயே சமூகம் அவளுக்கு வெள்ளைக் கலையை மனமுவந்து அளித்தது.” ‘மனமுவந்து’ என்ற பதத்தில் பிறர் துன்பத்தை கண்டு மகிழ்வு அடையும் சமூகமிது என்கிறார் கதைசொல்லி. அதாவது சமூகத்தின் வக்கிரத்தை அப்படிக் கிண்டலடிக்கிறார்.

அவள் ஒரு வாடாமல்லி.

இங்கு அது ஒரு குறியாக (sign) / சிம்பாலிக்காக வெடித்திருக்கிறது. அந்த மலர் ஒரு பிரதி நிதித்துவம்; அது சரசுவை பிரதிநிதித்துவப்படுத்துகிறது.

சரசுவின் தன்னிலைத் தன்மையை பிரதிநிதித்துவம் செய்கிறது.

வாடாமல்லி உயிருடன் இருக்கும் போதே அது சற்று காய்ந்திருப்பதாகப்படும் மற்ற மலர்களோடு ஒப்பிடும் போது.

அது விதவையான பின்பும் கூட அதன் தன்மையை இழக்காமல் இருப்பதே வாடா மல்லி.

இதைத்தான் வாசகருக்கு புதுமைப்பித்தன் slide show வாக 1934இல் காட்டியிருக்கிறார்.

விதவைப் பெண்ணின் பால் விருப்பத்தை (desire) தடை செய்து கொண்டு... பரிசுத்தவாதி என்று சமூகம் களித்துக்கொண்டு இருப்பது அதன் ரத்த வெறிதான்" என்கிறார்.

அவள் இப்போது காயடிக்கப்பட்டவளாக, எந்த அதிகாரமும், பேசும் சுதந்தரமும்–தன்னிலையாக–இல்லாதவள். அவளிடம் மொழி கூட இல்லை, அவள் தன் phallic யை இழந்துவிட்டாள். புதுமைப்பித்தன் கூறியபடி சமூகத்தின் ரத்தவெறிக்கு அவளின் phallus பறிபோய்விட்டது.

இப்போது அவள் சமூகத்தின் ஒரு பொருள் (object) அவ்வளவே.. நல்லது/கெட்ட/ சுபகாரியம் மூச்! அனைத்தும் பறிக்கப்பட்டவள். வரிக்க/ தரிக்க உரிமையற்றவள்.

புதுமையின் லட்சணத்தை கதைசொல்லி இப்படி வரைகிறார். "புருஷன் வாழ்க்கையின் இன்பத்தைச் சற்று காண்பித்து விட்டு, விடாய் தீருமுன் தண்ணீரைத் தட்டிப் பறித்த மாதிரி, எங்கோ மறைந்துவிட்டான்.

புதுமைப்பித்தன் துயருறுபவர் மனத்தினூடே பயணிக்கும் கலையை கற்றுத்தேர்நதவராக இருந்திருக்கிறார் என்பதற்கான அத்தாட்சி இதுதான். "பிரம்மச்சாரியாக, உண்மையான

பிரம்மச்சாரியாக நீ இருந்து பார்த்திருக்காயா? வேறு ஓர் உயர்ந்த இலட்சியம் உனது உள்ளத்தைக் கொள்ளைகொண்டு, உன்னை அப்படியே விழுங்கி விடாவிட்டால், பிரம்மச்சர்யம் உன்னைக் கொன்றுவிடும்".

பால் வேட்கைக்கு உயர்ந்த லட்சியம் / பதிலி (sublimation) இல்லாவிட்டால் வேட்கை உன்னை அழித்துவிடும் என்பது ப்ராய்டின் 1900களின் கண்டுபிடிப்பு. கிட்டத்தட்ட அதே காலத்தில் அது இலக்கியப் பிரதியாக தமிழில் சுவடுகளைப் பதிப்பித்திருக்கிறது.

கதையின் 3ஆம் பக்கத்தில் 8ஆம் பாராத் துவக்கத்தில் "நானும் பின் தொடர்ந்தேன்". இந்த "நான்" யார்? கதைசொல்லியா / புதுமைப்பித்தனா? அசரீரியாக சரசுடன் வாழ்ந்த அண்டை அசலானா?

இனி ஓரங்கநாடகம்.

"ஸரசு! நான் இருக்கிறேன், பயப்படாதே!"

"நான் ஒரு ஹிந்துப் பெண்!"

அவனின் கூற்றை அவள் வாசித்துவிட்டு பதிலை குறியீடாக "நான் ஒரு ஹிந்துப் பெண்" என்கிறாள்.தான் ஒரு Grandiose self என்ற மற்றமை (ஹிந்து) அடையாளத்தை முன்னிறுத்துகிறாள்

புதுமணத்தம்பதிகளின் குதூகலம் அவளைப் பாதித்துவிட்டது (affect). இப்போது அவள் ஒரு நியுராட்டிக் . இந்நிலையில் ஆடவன் "நானிருக்கிறேன்" என்பதும், அவள் உடனடி மறுவினையும் வெளிப்படுகிறது. அவள் மனம் தன் கடந்த காலம் நோக்கி கொண்டுசென்றுவிட்டது.

(புது வாழ்க்கை வந்தவுடன் கடந்த காலம் அழிந்து விடுவதில்லையே.)

"நான் உன்னை மணம் செய்து கொள்கிறேன்."

அவன் சமூக யதார்த்தத்திலிருந்து இப்படிக் கூறுகிறான். விதவைக்கு என்ன வேண்டும். பொதுவழக்கு திருமணம்/ மறுமணம் என்பதாகத்தானே இருக்கிறது.

ஆனால் இவள் வேற.

ஆனால்,

சரசுவின் (Grandiose) தன்னிலை வேண்டியது... ”நான் தேடுவது பாசம்".

இங்கே அவள் தேடுகின்ற 'பாசம்' என்பது ஒரு குறிப்பான். குறிப்பீடல்ல. அச்சொல் நனவிலியாய் அவள் தன்னிலையை (subject) பிரதிநிதித்துவம் செய்கிறது.

மனஅலசல்படி :

பாசம் ஒரு சிம்பாலிசம் (symbolism) / குறி (Sign).அது 'தாய்' –சேய் கருத்தை அல்லது உறவை பிரதிநிதித்துவப்படுத்துகிறது.

இந்தக் குறிக்கு இப்போது 2வது குறித்தலையும் (secondary signification) பெறுகிறது.

அதாவது 'தாய்' என்றும் அல்லது தாயுமானவர் (Moth-eror) என்றும் அர்த்தம் பெறுகிறது.

இக்கணத்தில் சரசு வேண்டுவது தாய்ப்பாசம் / வாஞ்சை. அது குறியாகிறது. பாசம் என்பதை சிம்பாலிசம் என்று கூறுவதற்கான முகாந்திரம் மன அலசல் கோட்பாடுதான்.

பாசம் /குறி தொடக்க காலத்தை (primary element) (சரசுவின்) பிரதிநிதித்துவப்படுகிறது. பாசம்/குறிக்கு பருண்மையான பண்பு உள்ளது.

அல்லது பருண்மையாக வெளிப்படும் (சரசுக்கு etc& Ernest jones.

நான் ஒரு பெண். இயற்கையின் தேவை". சரசுவின் ஆசை (Desire) எத்திசையை நோக்கியிருக்கிறது என்பது புலனாகிறது. சரசுக்கு தலைசாய்க்க தாய்மடி வேண்டும் அவ்வளவே.

அவனிடமும் அதைத்தான் எதிர்பார்த்தாள். ஆனால் மனைவி அந்தஸ்து (சமூக) கிடைக்கிறது. முடிவு ”நான்

எதிர்பார்த்தபடியே" என்ற சொல்லுடனும் கனத்த மனத்துடனும் முடித்துக்கொண்டாள்.

இதுவும் ஒரு பெண்தன்மைதான். பெண்ணியம் தான். ஆனால் தளம் வேறு. தேடினால் கிட்டும்.

புதுமைப்பித்தனின் மனத்தை வெகுவாகப் பாதித்த சம்பவத்தின் தாக்கத்தை எதிர்காலத்தில் ஏற்றிவைத்துப் பார்த்ததால் பயந்து வரலாறு புனைவாயிருக்குமோ என்று தோன்றுகிறது.

[பி.கு: இப்போது அவர் இருந்து அதே காத்திரத்துடன் இருந்திருந்தால் தர்மபுரி கல்லூரி மாணவன் இளவரசனின் காதல், திருமணம், சமூகம், அவன் இறுதி மூச்சை தண்டவாளத்தில் விட்டதை எப்படி எதிர் கொண்டிருப்பார்?

"அந்த இலக்கியப்பிரதி என்ன சொல்லும்"]

'மற்றமை' 6-19/02/2014

புதுமைப்பித்தன் சோதனைகளும் மேதைமை வீறும்

வே.மு. பொதியவெற்பன்

"கலை சார்ந்த மொழிக்கு இன்று முக்கியத் தேவை சோதனை செய்து பார்ப்பது, செய்துவிட்ட கலைப்பொருள் வலுவானது என்றால் தனக்கான வாசகர்களை, இரசிகர்களைத் தானே உருவாக்கிக் கொள்ளும். இதுதான் சோதனை. வேறு வழியில் சொன்னால் இதுவரை இல்லாத ஒரு நடைமுறைச் சூழலை உருவாக்கித் தரும் விளைவை அச்சோதனைப் படைப்பு, தந்துவிடும். அந்நிலையில் செய்தவனும் செய்தியைப் பெற்றவனும் தங்களுக்குள் சமதொடர்பு கொள்வார்கள். இந்தத் தொடர்பு நிகழ்ச்சி சில சமயங்களில் நூற்றாண்டு வரை சென்றுவிடுகின்றது. சில சமயம் இருபதாண்டுகளில், சிலசமயம் மூன்று நான்கு ஆண்டுகளில், சிலசமயம் உடனடியாகவே இது நிகழ்ந்து விடுகின்றது.

- லியோதார்த்

இன்றைய பொருத்தப் பாட்டில் அவருடைய நூற்றாண்டின் விளிம்பில் நின்றவாறே புதுமைப்பித்தச் சோதனைகள் பற்றியும் மேதைமை வீறு குறித்தும் திரும்பிப் பார்க்கிறோம். தாம் நடத்த விரும்பிய இதழிற்கு அவர் ஆசையாய்ச் சூட்டி வைத்திருந்த பெயர்கூட 'சோதனை' என்பதுதான்.

சி.சு. செல்லப்பா தம் 'எழுத்து' இதழின் குறிக்கோள் வாசகமாக க.நா.சு.வின் மேற்கோள் ஒன்றையே எடுத்தாண்டார். 'சுவடு தெரிகிற தடத்திலே செல்லமறுத்து, புதுத்தடம் போட்டுக்கொண்டு இலக்கியத்தின் எல்லை களைச் சற்று விரிவடையச் செய்ய முயன்றவர்களைத் தான் சோதனைக்காரர்கள் என்று சொல்ல வேண்டும்' என்பதே அவ்வாசகம்.

தனக்கான ரசிகர்களைத்தானே உருவாக்கிக் கொள்ள வல்ல கலைப் பொருளின் வல்லமை; கால எல்லை கடந்தும் செய்தவனும் செய்தியை எய்தியவனும் சமதொடர்பு கொள்ளச் சாத்தியப்பட்ட வாசிப்புகளில் தலைப்பட்ட செவ்வி; அவர் படைப்புக்களின் அருகே அளக்கமாட்டாமல் கிடத்தப்பட்டுக் கிடக்கும் கோட்பாட்டு விமர்சனத் தோல்விகள் – இவை எல்லாவற்றிற்கும் ஊடாக வீற்றிருக்கும் புதுமைப்பித்த மேதைமையின் வீறு இவை குறித்தெல்லாம் காணப் புகுந்ததே இங்கென் பாடெனலாம்.

அவரது சமாந்தரக் கலைஞர் மத்தியில் மேலைப் புதுமையில் தோய்ந்த அளவிற்கு கீழைமரபின் ஆக்கக் கூறுகளில் ஊடாடியும் பழந்தமிழ் மரபுப் பயிற்சியுடனும் படைப்பாக்கத்தில் ஈடுபட்டவர் மற்றெவருமிலர். மணிக்கொடியின் கடைசிக் கொழுந்தெனப்படும் எம்.வி. வெங்கட்ராமை மட்டுமே அவருக்கடுத்து இந்தரீதியில் இனங்காண இயலும். மேலைமரபில் தோய்ந்தது தவிர மௌனி சனாதன இந்துமதத்தின் குரலாகவும், அரசியல் ரீதியாக இந்துத்வாவின் குரலாகவும்; ந. பிச்சமூர்த்தியும் எம்.வி. வெங்கட்ராமும் அரசியல் ரீதியாக காங்கிரஸ்காரர்களாகவும் மதரீதியாக இந்து மதத்தவராயும் இருப்பினைத்தக்க வைக்கும் குரல்களாகவும் வெளிப்பட்டோரே. ஆனால் இத்தகைய சகபயணியர் மத்தியில் மேலைமரபின் பின்னைப் புதுமைகளும் கீழை மரபின் முன்னைப்பழைமை மூலப்படிவங்களும் சங்கமித்த சங்குமுகமாக மட்டுமல்லாமல் இருப்பினைக் கேள்விக்குள்ளாக்கும் மாற்றுமரபின் பொங்குமாங்கடலான ஆழிப்பேரலை போலும் ஒருதனிக் குரலாக ஒலித்ததே புதுமைப்பித்த மேதைமை வீறு எனலாம்.

'கண்ணாடி' (நவ. 85) இதழிற்கு க.நா.சு. வழங்கிய செவ்வியல், 'புதுமைப்பித்தனைத் தமிழகத்தில் தோன்றிய ஓர் அசாதாரணமான மேதையாகக் கருத வேண்டும். அவர் தோன்றியதற்குச் சூழலோ, பயிற்சியோ, அவர் காலக்கட்டமோ காரணம் இல்லை. இந்த மாதிரித் தமிழ் இலக்கியத்தில் காலம், சூழல், பயிற்சி இவற்றை எல்லாம் மீறிய ஒரே ஒரு மேதை தான் 2000 வருடங்களில் இருந்திருக்கிறார் என்பது என் கணிப்பு. அவர்தான் திருவள்ளுவர். பாரதியைக்கூட, அந்த அளவு மேதை என்று சொல்ல எனக்கு மனமில்லை' எனக் கணித்துரைப்பார். மட்டுமல்லாமல் புதுமைப்பித்தனையும், மௌனியையும் தமிழ்ச்சமூகம் சரியாக இனம் கண்டுகொள்ளவில்லையே என்கிற ஆதங்கமும், அவர்களின் முக்கியத்துவத்தை உணர்த்தியாக வேண்டும் என்கிற உத்வேகமுமே தம்மை விமர்சகனாக நிர்ப்பந்தித்தன என்கிற ரீதியில் தொடர்ந்து தம் 'ஞானரதம்' இதழிலும் தமது நூல்களிலும் திரும்பத்திரும்ப அவர் வலியுறுத்தியே வந்தார். அவருக்குப் பிடித்தமான சிறந்த புதுமைப்பித்தன் சிறுகதைகளை ஆங்கிலவாக்கம் செய்தார். இது ஓர் அறைகூவலான முயற்சியே எனலாம். புது தில்லியில் புதுமைப்பித்தன் பற்றிய ஆங்கிலக் கருத்தரங்கு ஒன்றிணையும் நிகழ்த்தினார். தமிழகம் கடந்த அளவில் இவ்வாறு எல்லாம் புதுமைப்பித்தனை அறிமுகப்படுத்தியதில் க.நா.சு. வின் பங்களிப்பே கணிசமானதென 'மாமழை போற்றுதும்' எனும் நூலில் அசோகமித்திரன் குறிப்பிடுவார். புதுமைப்பித்தன் படைப்புகள் I ('ஐந்திணை' வெளியீடு) நூலில் க.நா.சு. புதுமைப்பித்தனின் ஆங்கில இலக்கியப் பரிச்சயம் குறித்தும் விரிவாக முன்வைத்துள்ளார்.

இத்துடன் தம் 'சுந்தர ராமசாமி கட்டுரை'களில் சுந்தர ராமசாமி இதுபற்றி இனம்காணும் பகுதிகளையும் ஒருசேர ஒப்புநோக்கலாம்:

"புதுமைப்பித்தனின் வெற்றியும், தோல்வியும், சோதனையும், நவநவமான அம்சங்களை இழைத்துத் தொழில்படும் போக்கும் வளமண்டிக் கிடக்கும் ஒரு காலப்பகுதியின் விளைவு போலத் தென்படுகிறதே அன்றி

ஒரு தனிப்பட்ட கலைஞனின் தனிப்பட்ட காரியமாகத் தோன்றவில்லை.

ஓர் அர்த்தத்தில் புதுமைப்பித்தன் அவருடைய காலத்தில் ஓங்கிநின்ற தனிமரம். சிறுகதை வல்லுநர்கள் என நாம் இன்றும் நம்பும், நம்பிக்கை வைக்கும் பலருடன் சேர்ந்துதான் இவரும் தொழில்பட்டார் என்றாலும், திறமை எனும் வார்த்தையைச் சிறுமைப்படுத்திவிடும் மேதாவிலாசம் இவர் ஒருவருக்குத்தான் சித்தியாகியிருந்தது...

புதுமைப்பித்தன் கதைகளைப் படிக்கும்போது சுத்தி மேதாவிலாசம், அந்தரங்க சுத்திதரம் என்ற மூன்று வார்த்தைகளையும் நமது அடிமனம் உச்சரித்துக் கொண்டுதானிருக்கும்...

...புதுமைப்பித்தனுக்கு ஈடான ஒரு கலைஞன் இந்திய மொழிகள் எதிலும் காணக் கிடைக்கவில்லை. தாகூர், பிரேம் சந்த் என்று புகழ்படுத்தப்பட்டுள்ள ஆசிரியரின் சிறு கதைகளையும் நினைவில் வைத்தே இதனைச் சொல்கின்றேன்”

என்றெல்லாமும் இனம்கண்டு போற்றுவார் சுந்தர ராமசாமி என்ற போதிலும் இத்தகைய அவரால் கூட புதுமைப்பித்தனின் ஆன்மிக உலகினை இனங் காண இயலவில்லை என்பதுதான் அவருக்கும் நேர்ந்து போன அவலம். இதுபற்றி இனிக் காணலாம். சுந்தர ராமசாமியை அடிஒற்றியே பின் தொடர்ந்தது ராஜ மார்த்தாண்டனின் 'புதுமைப்பித்தனும் கயிற்றரவும்' நூலும்.

‘புதுமைப்பித்தனின் உலகம் ஆன்மிக உலகம் அல்ல; பொருள் சார்ந்த உலகம் என்ற சுந்தரராமசாமி பார்வையின் அடிப்படையிலேயே அந்த வரிகளை; மேற்கோள் காட்டியே, பல சந்தர்ப்பங்களிலும் புதுமைப்பித்தன் கதைகளைப் பற்றிக் குறிப்பிட்டு வந்திருக்கிறேன், ஜெயமோகனின் புதுமைப்பித்தன் உலகியல்வாதி மட்டும்தானா என்ற கேள்வியுடன் மீண்டும் புதுமைப்பித்தன் கதைகளைப் படித்துப் பார்த்தபோது, புதுமைப்பித்தன் உலகம் பொருள் சார்ந்தது மட்டும் தானா என்ற கேள்வி எழுவதையும் தவிர்க்க முடியவில்லை.. மீண்டும் புதுமைப்பித்தனின் மொத்தப் படைப்புக்களைப்

பார்க்கும்போது அவருக்குத் தீவிரமான ஆன்மிகத் தேடல் இருந்ததாகத் தெரியவில்லை' எனத் தொடரும் 'கயிற்றரவான' அவரது புரிதலை முன்வைக்கின்றார். ஆக இருவருக்கும் நேர்ந்துபோன சிக்கல்தான் யாதெனில் ஆன்மிகம் பற்றிய அவர்களது புரிதல்களே கயிற்றரவானவைதாம் என்பதுதான்.

ஏனிவ்வாறு நேரலாகிறதென அறிய 'இனி புதிதாய்' முன்னுரையில் தஞ்சை ப்ரகாஷ் பார்வைகளையும் இங்கு காண்போம்: "புதுமைப்பித்தன் எழுதிய கேள்விக்குறி என்ற கதை உண்முகப்பயணம் செய்த கதை மேலும், அவதாரம், கயிற்றரவு, பிரம்மராக்ஷஸ், சிற்பியின் நரகம் போன்ற புதுமைப்பித்தன் கதைகளும் ஆன்மிகத்தேடலை உள்ளடக்கிய தத்துவக்கதைகள் தாம். அகத்தேடல் என்பது ஏதோ பக்திமான்கள் தெய்வ நம்பிக்கைக்குள்ள தத்துவவழி என்று பலர் தவறாக எண்ணுகின்றனர்" என்பார். இதுதான் இங்கு நேரும் சிக்கல். இப்படித் தவறாக எண்ணியவர்களில் நானும் ஒருவனாக இருந்தபோதில், புதுமைப்பித்தனைக் கருத்து முதல்வாதக் கடவுள் நம்பிக்கையாளர் என்கிற ரீதியில் சா. தேவதாஸ் 'தினமணி'யில் ஒரு கட்டுரை எழுதியதற்கு எதிர்வினையாக நான் 'இலக்கு' இதழில் ஆன்மிகச் சிமிழுக்குள் அகப்படுவாரா?' என்றெழுத நேர்ந்தது. அதில் புதுமைப்பித்தனின் பொருள்முதல் வாத நோக்குகளை மட்டுமே முன்னிறுத்தியே அதனை எழுதினேன். அப்புறம் எனக்கு ஆன்மிகம் குறித்து ஏற்பட்ட புரிதல்களின் பலன் எனது அக்கட்டுரையை இன்று நான் உடைமை நீக்கி (Disown செய்து) நான் உரித்தநா'னென நிராகரித்தாயிற்று.

ஆன்மிகம் குறித்த என் புரிதல்களுக்கு வாயில் சமைத்தவை பிரேமிளின் பார்வைகளே. என்பதனாலேயே நான் 'எனைத் தடுத்தாட் கொண்ட பிரேமிள்' எனச் சுட்டலானேன். அவர்தம் செவ்விகள் மற்றும் கட்டுரைகளுக்கு ஊடாக இது பற்றி முன் வைத்த பார்வைகளை இங்கே தொகுத்துக் காண்போம்.

"இலக்கியம், ஆன்மிக சிருஷ்டிகரத்தின் நிழல்களுள் ஒன்று. பிரபஞ்ச விசாரணையின் பல்வேறு சொரூபங்களும் ஆன்மிகத்தின் நிழல்கள்தாம்...

தமிழ் பெருமளவிற்குத் தொடர்ந்து ஞானார்த்திகளிடமும் சித்தர்களிடமும் புழங்கிப் புடம்பெற்று வந்திருக்கின்றது. தமிழின் சாமான்யமான பிரயோகங்களே ஆன்மிகப் பரிபாஷைகள்தாம்..

நான் ஆன்மிகம் என்று சொல்வதற்கும் பழமைவாதிகள் தங்கள் அதிகாரங்களைக் காபந்து பண்ண உச்சரிக்கும் ஆன்மிகத்திற்கும் சம்பந்தமில்லை. அக – புற உலகின் அனுபவங்களையும் கொள்கைகளையும் முடிவுகளையும் இடைவிடாமல் கேள்விக்கண் கொண்டு கண்டபடி இருக்கும் விழிப்புநிலைதான் நான் குறிப்பிடும் ஆன்மிகத்தின் ஊற்றுக்கண்.

...உண்மையில் ஆன்மிகம் என்பது மரபுகளுக்கு அப்பாற்பட்டது. மரபுகளை மறுப்பவர்களுக்குத்தான் ஆன்மிக தர்சனம் ஏற்படும்'

என்றெல்லாமும் நம்முள் ஆன்மிக ஊற்றுக் கண்களைத் திறந்து வைப்பாரவர். மதஅதிகாரப் பூசாரி மரபைக் கேள்விக்குள்ளாக்கி விழிப்புணர்வோடு ஞானமரபினைப் பேணித் தகவமைப்பதே அவர் பாடெனலாம். ஆக இங்கே தம் அதிகாரங்களைக் காபந்து பண்ண மதப்பூசாரிகளால் முன்வைக்கப்படும் ஆன்மிகம் வேறு; மாறாக அதிகாரங்களைக் கேள்விக்குள்ளாக்கும் ஆன்மத்தேடலான விழிப்புணர்வு ஆன்மிகம் வேறு எனக் கண்டோம். வேறு வார்த்தைகளில் சொல்வதானால் மதவாத ஆன்மிகமென்பது என்றும் இருப்பினைத் தக்கவைக்க முயல்வதாய் மூடுண்ட வகையில் நம்மைக் கட்டமைப்பது. மாறாக விழிப்புணர்வின் ஆன்மிகமோ இருப்பினைக் கேள்விக்குள்ளாக்கித் தகர்த்து மாற்று மரபை முன்மொழிந்து திறந்த முனையாய் இயங்குவது.

'கிளர்ச்சியாளன்: ஆன்மிகத்தின் ஆதார சுருதி" எனும் தம் நூலில் 'பாரம்பரியத்திற்கு எதிரானதாக நடைமுறைகளுக்குப் புறம்பானதாக, தொன்மையான மரபுகளுக்கும் எதிரானதாக, வேதங்களுக்கு எதிராக இருந்தாலும் அதையெல்லாம் அவன் பொருட்படுத்த மாட்டான்' என இந்திய மண்ணின் தலைமை அதிகாரமாக முன்னிறுத்தப்படும் வேதஅதிகாரம் வரை

கேள்விக்குள்ளாக்கும் கிளர்ச்சியாளனையே ஆன்மிகத்தின் ஆதாரசுருதி என அடையாளப்படுத்துவார் ஓஷோ.

ஓஷோவின் வலியுறுத்தலை அடுத்து இன்னும் தெளிவாக இனம் காண நாம் 'சாப விமோசன'த்தினையே எடுத்துக் கொள்வோமே. புதுமைப்பித்தன் சாப விமோசனம் எழுதத் தலைப்பட்டபோது ராமாயணப் பரிச்சயமுள்ளவர்களுக்கு இக்கதை பிடிக்காமல், பிடிபடாமல்கூட போகலாம். இதை நான் பொருட்படுத்தவில்லை' எனப் பிரகடனம் செய்தே ஆரம்பிப்பாரே அதுதான் விழிப்புணர்வின் ஆன்மிகம். சாப விமோசனம் எழுத ராமாயணத்தில் சோதனை செய்து பார்க்கப் புதுமைப்பித்தனுக்கு உரிமையில்லை என மறுதலித்தாரே ராஜரிஷி ராஜாஜீ அதுதான் அவரது மதவாத ஆன்மிகம். முன்னது இருப்பினைத் தகர்ப்பது, பின்னதோ தக்கவைக்கும் தந்திரோபயமே.

'தமிழின் நவீனத்துவ'த்தில் உள்ள 'அக உலகக் கலைஞர்கள்' மற்றும் 'லயம்' இதழில் இடம்பெற்ற 'சிருஷ்டியும் போதனை'யும் இரண்டிலுமே இதுபற்றி பிரேமிள் எழுதியுள்ளார். தொடர்ந்து 'தீட்சண்யம்' இதழில் கால. சுப்பிரமணியம் கேள்விக்குப் பதில் சொல்லுமுகமாகப் புதுமைப்பித்தனின் ஆன்மிகப் பார்வை குறித்த பதிலால் மிகத் தெளிவாக இதனை விளக்குகின்றார், 'அகஉலகக் கலைஞர்களில் நான் உபயோகித்த அணுகுமுறை எனது விமர்சனத்தின் மூலம் ஒரு விமர்சனச் சித்தாந்தத்தையே வெளி யிடுகின்றது. இந்த விமரிசனத்தின் பெயர் 'ஆர்க்கிடைப்பல் கிரிடிஸம்' மூலப் படிவத்திறனாய்வு, இது பொதுவாக அத்யாத்மிகமான விஷயங்களைக் கவனிக்கும் பார்வையின் விளைவாக உருப்பெறும் சித்தாந்தமாகும்.. லௌகீக அம்சங்களை ஒரு கலைஞனுடைய படைப்பில் கண்டு விமர்சிப்பது 'ஹிஸ்டாரிகல் கிரிடிஸம்' (வரலாற்றில் திறனாய்வு) ஆகும்... வெங்கட் சாமிநாதனும் சுந்தர ராமசாமியும் என்ன செய்கிறார்கள்? மௌனி ஆத்மிக விஷயங்களுக்கு அதிகாரமுள்ள ஜாதியைச் சேர்ந்தவர். ஆகவே அவர் எழுத்து ஆத்மிகம். புதுமைப்பித்தன் வெள்ளாள ஜாதியைச் சேர்ந்தவர். ஆகவே புதுமைப்பித்தன் எழுத்து

லௌகிகம் என்பதாக. ஆகவே வெ.சா., சு.ரா. இருவரும் கடைப் பிடிக்கும் விமர்சனச் சித்தாந்தம் 'காஸ்ட்டிஸ்ட் கிரிடிஸம்' (இனக்குழூத் திறனாய்வு) என்றே குறிப்பிட வேண்டும். இது விமர்சனமே அல்ல. விமர்சனாஸ்ரமம் என்றிருவருக்கும் எதிர்வினை புரிந்துள்ளார்.

பிறிதொரு சந்தர்ப்பத்தில், 'மரபான, லௌகிக நம்பிக்கைகளை வலுப்படுத்தும் நமது கடவுள் சொரூபங்களை நிதர்சனத்திற்கு முன் அவை எவ்வளவு வலுவிழந்தவை என்பதைக் காட்டுகிறார் புதுமைப்பித்தன். இந்திய உப கண்டத்திலேயே புதுமைப்பித்தன் மட்டும் தான் இவ்வளவு தீவிரமாய்ச் சிதறடித்து நிதர்சனத்தின் மெய்ந்நிலையைக் காட்டியிருக்கின்றார்' எனவும் குறிப்பிடுவார்.

பரமாத்திக அணுகுமுறைகளுக்கு இடைப்பட்ட வேறுபாடுகளை மணிக்கொடிக் கலைஞர்களை முன்வைத்து இனங்காணப் புகுந்த முனைவர் சி. கனகசபாபதி எம் 'முனைவன்' மணிக்கொடி பொன்விழா மலர்க் கட்டுரையில், 'உலகியலை விடவும் உலகியலை மறுக்கும் முறையில் மிகுதியாக, ஆன்மிகவியலான பரமாத்திகம் பற்றியும் அதன் தொடர்பாகத் தனிமனி தத்துவ உணர்ச்சி விவகாரம் பற்றியும் மாயாவாதம் பற்றியும் மௌனியும் (அழியாக்கோபம், பிரபஞ்ச கானம்) க.நா.சு.உம் (மயன் கவிதைகள்) எழுதி யுள்ளனர். ஆனால் மணிக்கொடிக்காரர்களில் பரமாத் திகம் பற்றித் தொட்டு எழுத வந்தாலும் அதில் உலகிய லான சமூகவியலான குறிப்பாற்றல் விளங்கும்படிப் படைத்துள்ளனர், புதுமைப்பித்தனும் (கடவுளும் கந்த சாமிப்பிள்ளையும்) ந. பிச்சமூர்த்தியும் (பெரிய நாயகி உலா) அந்த இருவரும்' என்பாரவர் வித்தியாசமாக.

உலகியலுக்கும் ஆன்மிகத்திற்கும் இடைப்பட்ட முரணியக்கத்தை உணரமாட்டாத, மார்க்சியத்தின் பேரால் யாந்திரிகமாக இதனை எதிர்கொள்கிற சிலரும் புதுமைப்பித்தன் ஆன்மிகவாதியில்லை சமூகக் கண் ணோட்டமிக்கவர் எனப் பேசுவதும் உண்டு. இங்கிதனைச் சீக்கியத் தத்துவ நோக்கிலும் ஒப்பிடலாம். மீரி எனில் உலகியல், பீரி எனில் (உலகைக் கடந்த) ஆன்மிகம் எனப்

பொருள்படும். உலகியலும் ஆன்மிகமும் முரண்பட்டவை அல்ல. ஆன்மிகம் உலகியலாலும் உலகியல் ஆன்மிகத்தாலும் செழுமைபெற வேண்டும் என்றெல்லாம் சீக்கியத்தின் மீரி பீரிதத்துவம் குறித்து விளக்கிச் செல்லும் 'சீக்கிய' ஆய்வு முன்னோடி முத்துமோகன் விளக்கங்கள் இதனை இன்னும் தெளிவாக உணர வழிவகுக்கும்.

'தமிழ் மரபுக்கும் போக்குக்கும் புதிதாகவும் சிறப்பாக வழி வகுத்தவர் ஒருவரைச் சொல்ல வேண்டும் என்றால் மௌனி என்ற புனைபெயரில் எழுதி வருபவரைத்தான் குறிப்பிட வேண்டும். அவரைச் சிறுகதையின் திருமூலர் என்று சொல்ல வேண்டும். கற்பனையின் எல்லைக்கோட்டில் நின்று வார்த்தைக்குள் அடைபட மறுக்கும் கருத்துக்களையும் மடக்கிக் கொண்டு வரக்கூடியவர் அவர் ஒருவரே' என மௌனி பற்றி கட்டியங் கூறினாலும் கூறினார், இது குறித்து ஏகப்பட்ட வியாக்கியானங்கள் முனைவர் தி.சு. நடராசன் தம் 'தமிழ் அடையாள'த்தில், 'திருமூலர் மௌனியைப் போல் சிறு குழு மனப்பான்மையாளரோ இருண்மையாளரோ அல்லர், மாறாக உயர் வகுப்பினர் மொழியையும் அவர்தம் நிறுவனம் சார்ந்த மறை, சடங்கு, நம்பிக்கை முதலியவற்றையும் கவிழ்ப்பு செய்து மக்களின் மொழியை மையமிட்ட ஒரு மாற்று மரபை முன் மொழிந்த பின்னால் வந்த சித்தர்களுக்கு முன்னவராகவும் உந்துதலாகவும் இருந்தார்' என்று சுட்டுகின்றார். இதில் பின்னால் வந்த மாற்று மரபுச் சித்தர் மரபுக்கு முன்னோடி என்ற வரிசுட்டுவது மட்டுமே பகுதி உண்மை. இங்கான சிறுகதைத் திருமூலர்' எனும் ஒப்பீட்டின் உட்கிடை திருமந்திரத்தின் குறியீட்டு மொழி (Twilight language) மற்றும் மறை மெய்யியல் (Mysticism) குறித்த ஒப்பீடே... பெரிய புராணத்தைக் கட்டவிழ்ப்புச் செய்கையில் ஆகமம் என்பது சமய நடவடிக்கைகளை வைதிகமுறையில் புனிதப்படுத்துகிற ஒரு மொழிதல் (அ) சொல்லாடல் (discourse) என இனம் கண்டு சுட்டிய அவரால் திருமந்திரத்தைக் கட்டவிழ்க்க இயலவில்லை. என்பதனாலேயே உயர்வகுப்பினர் நிறுவனம் சார் மறை, சடங்கு, நம்பிக்கை முதலியவற்றைக் கவிழ்ப்பு செய்த திருமூலரே மற்றொரு உயர் வகுப்பினர்க்கான மறை, சடங்கு நம்பிக்கைகளைக் கட்டமைக்கவும் செய்த

சைவாகமப் பிதாமகனாகவும் வீற்றிருக்கும் கோலமெல்லாமும் தி.சு.ந.விற்குப் பிடிபடவில்லை.

ஏதோ இது தி.சு.ந. விற்கு மட்டுமே ஏற்பட்ட சிக்கல் மட்டுமேயன்று. மறைமெய்யியல் பற்றி மட்டு மல்லாமல் திருமந்திரம் மற்றும் அதன் குறியீட்டு மொழி பற்றிய புரிதல்களில் குறுக்கிடும் சவால்களாகவும் இவை தமிழகப் புத்திஜீவிகள் மத்தியில் தொடர்வதாகின்றன. முனைவர் தமிழவன் 'உயிர்நிழல்' எனும் புகலிடச் சஞ்சிகைக்கு வழங்கிய செவ்வியில் திருமந்திர மறை மெய்யியலை மறுதலித்துள்ளார். அதற்கான எதிர்வினையாக நான் 'இந்திய அவைதிக மரபும் பின்னை நவீனத்துவமும்' என உயிர்நிழலிலேயே என் பதிவினையும் முன்வைத்துள்ளேன். எஸ்.ராமகிருஷ்ணனும் தாம் தீராநதி'க்கு வழங்கிய செவ்வியில் யோகநெறியை வணிகார்த்தமாக்கி வரும் பௌத்த நிறுவனப் போக்குகளைக் கண்டிக்குமுகமாக பௌத்தத்தின் மறைமெய்யியலையே கொச்சைப்படுத்தினார். யோக நெறியை வணிகார்த்தமாக்கி வரும் நிறுவனப் போக்குகள் கண்டத்திற்குரியனவே. ஆனால் குறிப்பாக பௌத்த நிறுவனங்களை மட்டும் கண்டித்து விட்டு தமிழ்ச் சூழலில் நிலவும் அப்போக்குகள் பற்றி மட்டும் எச்சரிக்கையாக மௌனம் சாதித்து விடுகின்றார். என்ன செய்வது அத்தகையவர் கட்டுரைகளும் ஆனந்த விகடனில் தொடர் கட்டுரைகளாக வருகையில் எதற்கு வீண்வம்பென்ற எச்சரிக்கை உணர்வால்தான்...

முனைவர் ராஜ் கௌதமனுக்கோ சித்தர் மரபைச் சைவத்தின் ஞானக்கிளையாக மட்டுமே காண முடிகின்றது. ‘நாரத ராமாயண’த்தை இந்துப் புத்தி வகைப்பட்ட பிம்பம் பதிவாகியுள்ள இன்னொருகதை என்பதாக மட்டுமே பிறழ முன்வைக்க நேர்கின்றது (புதுமைப்பித்தன் என்னும் பிரம்மராக்ஷஸ்). சித்தர் மெய்யியல் மற்றும் மறைமெய்யியல் பற்றிய அவரது புரிதல்களின் போதாமையாலும் பிறழ உணர்தலாலும் அவர் இத்தகைய அவலங்களுக்கு ஆளாக நேர்கின்றது.

பேரா. அ. மார்க்ஸ் பகுத்தறிவை மறுப்பது என்ற பெயரால் Mysticm ஆகியவற்றில் விழுந்து விடுவதில்

எச்சரிக்கை தேவை. 'மாஜிக்கல்'. என்ற சொல்லுக்கு ஈடாக 'மாயா' (அ) மாந்திரிக' என்பன போன்ற மதக்கறை படிந்த சொற்களைப் பாவிக்கவே தயக்கமாய் இருக்கிறதென அதனையும் இந்துத்துவப் படுகுழியில் புதைத்துவிட்டுத் தாமும் பகுத்தறிவின் பயங்கரவாதத்திலிருந்தும் விடுபட முடியாமல் கிடந்து தடுமாறுவார். (என் 'மீய்காய் கரு' சுழல் நெடுங்கதை – SpiraLNovella முன்னுரையில்.) இந்துத்வாவுடன் மறைமெய்யியலையும் புதைக்க முயலும் அ. மார்க்ஸின் 'உல்ட்டா சாதனை'யினை என்னென்பது? சூஃபியிசத்தின் மறைமெய்யியல் மதக்கறையை எந்த டெடர்ஜண்ட்டால் வெளுப்பாராம் அ. மார்க்ஸ்?

குறியீட்டு மொழி பற்றி முனைவர் த.ந. கணபதியின் விளக்கத்தினைக் காண்போம். த.ந. கணபதி தத்துவத்துறையில் பேராசிரியராக அரைநூற்றாண்டுக்கு மேலாக ஆழம் கால்பட்ட புலமையாளர். சித்தராய்வில் முன்னோடி. அவர்தம் 'தமிழ்ச் சித்தர் மரபில்' இதுபற்றிக் குறிப்பிடுவார். 'சித்தர்களின் குறியீட்டு மொழி துல்லியம், கவனம், கமுக்கம், மறைபொருள் தன்மை ஆகிய பண்புகளைக் கொண்டது. அதில் இடம்பெறும் பொருள் சார்புடைய குறியீடுகள் அருள் சார்ந்த இன்பத்தைக் குறிப்பால் உணர்த்துகின்றன. அவை சித்தர்களின் கையில் கலை வடிவம் பெறுகின்றன.

'..உயர்ந்த பொருள் ஒன்றைத் தமிழ்ச் சித்தர் தாழ்ந்த உறை ஒன்றில் மூடி வைப்பார்கள். வறட்டு வேதாந்த விசாரணையில் ஈடுபட்டிருப்போருக்கான அதிர்ச்சி மருத்துவமாகப் பயன்படுத்துவர்' என்றெல்லாம் அகழ்ந்துரைப்பார். மட்டுமல்லாமல் இக்குறியீட்டுமொழியினை 'சூன்ய சம்பாஷனை' எனத் திருமந்திரமும்; 'சந்தி' (அ) 'சந்தமொழி' எனத் தந்திர நூல்களும், 'தம்ம மொழி' எனத் திரிபிடகமும்; 'கோ ஒன்' (KOAN) எனச் சென்பௌத்தமும் குறிப்பிடுமெனச் சுட்டிக்காட்டியவர் கபீரின் 'தலைகீழ்மொழி' (Ulatbams) யுடனும் ஒப்பிட்டுக் காட்டுவார்.

அடுத்து மறை மெய்யியல் பற்றிப் புரிதல் மிக்க பிரேம்: ரமேஷ் 'உன்னதம்' கட்டுரை ஒன்றில் குறிப் பிடுவதனையும் இங்கு கவனங் கூர்வோம்: 'தாந்திரிகம் உடல், புலன், மனம்,

கற்பனைகள், உயிராற்றல் இவற்றை வெவ்வேறு சேர்க்கைகளில் மாற்றி உரு வமைத்து உயிர்ப்பற்ற பழகுதன்மையிலிருந்து அதிக இயக்கம் உடைய மனம், உடல், புலன் என்பதைப் பரவ விடுகின்றது. இதுவும் புத்த மதத்தின் ஒரு பகுதி தான். அதீத மன ஆற்றலைப் பயன்படுத்தும் பயிற்சிமூலம் இயற்கையுடனும் பொருள்களுடனும் வினோதமான உறவுகளை ஏற்படுத்துவது மாந்திரிகம் என்று கூறலாம். இதுவும் புத்த மதத்தின் ஒரு பகுதிதான். ஆனால் இவை யாவும் இந்துச் சனாதன பிராமணிய நிறுவனங்களால் பரிக்கப்பட்டுத் தமக்காக மட்டும் வைத்துக் கொள்ளப்பட்டதினால் புத்தமதத்திலிருந்து இவை மறைக்கப்பட்டன.

இத்துடன் முனைவர் ந. முத்துமோகன் பார்வையும் இங்கு ஒத்துநோக்கத் தக்கதொன்றே.' இந்தியமறை ஞானச் சிந்தனை உருவாக்கத்தில் சித்தர்கள், சூஃபிகள், சந்தர்கள் ஆகியோர் முதன்மையான பங்களிப்புச் செய்தனர். மறைஞானச் சிந்தனை மரபுகள் சடங்கு எதிர்ப்பு, தீட்டு எதிர்ப்பு, அகத்தூய்மை, இறைமை உணர்வையும் அற உணர்வையும் ஒன்றுபடுத்தல் என்பன போன்ற மதிப்புகளை உற்பத்தி செய்தன. இந்திய மறை ஞானமும் பிராமண எதிர்ப்புத்தன்மை கொண்டுள்ளது (இந்தியத் தத்துவங்களின் அரசியல்,) ஆக இத்தகைய பார்வைகள் மறைமெய்யியல் குறித்த நமது புரிதல்களுக்கான புதுப்புது வாயில்களைத் திறப்பனவாகின்றன.

'கவிதாசரண்' இதழில் 'கோயில் சாதி நிலம்' குறித்து அவைதிக சமைய நோக்கில் பொ. வேல்சாமி முன்வைத்து வரும் தொடர் கட்டுரைகள் கருத்தூன்றிக் கவனங்கூரத் தக்கன. ஆயினும் அதற்கூடாகவும் முனைவர். கரு. ஆறுமுகத் தமிழனின் 'திருமூலர்: காலத்தின் குரல்' நூலுக்கான மதிப்புரையிலும் திருமூலரை வடநாட்டுப் பார்ப்பனர் எனப் புறமொதுக்கியும் திருமந்திரத்தை மிகை எளிமைப்படுத்திப் போகிற போக்கில் கூறிப் போகின்றார். அவருக்கு வடநாட்டுப் பார்ப்பனர் மாட்டு மட்டும் ஒவ்வாமை போலும், 'பழங்குடி தெய்வ வணக்கமான மந்திர ஆற்றல் வாய்ந்த தெய்வ வழிபாடும், இறந்தவர்களைக்

கடவுளாக வணங்கும் வழிபாடும் இணைக்கப்பட்டன. இதற்குக் கடவுள் அவதாரக் கோட்பாடும் வேதங்களி னின்றும் தோன்றியதாகப் புனையப்பட்ட ஆகமப் புனைவும் வழிகோலின. திருமூலரின் வேலை இதனைத் தமிழில் நூலாக்கித் தந்தது தான்' என்றிவ்வாறு திருமந்திரத் தமிழ் மூவாயிரத்தையும் ஓரிரு வரிகளில் ரத்தினச் சுருக்கமாக அருளிச் செய்ய வேல்சாமியாரால் மட்டுமே இயலும்.

திருமூலர் எந்நாட்டுப் பார்ப்பனர் ஆயினும் ஆகட்டும்.

'சத்தியம் இன்றித் தனிஞானம் தானின்றி
ஒத்த விடையம் விட்டு ஒரும் உணர்வின்றிப்
பத்தியும் இன்றிப் பரன் உண்மை இன்றிப்
பித்தேறும் மூடர் பிராமணர் தாமன்றே' எனவும்

'மூடம் கெடாதோர் சிகைநூல் முதற் கொள்ளில்
ஆடம்பர நூல் சிகை அறுத்தால் நன்றே'
எனவாங்கு நிகழ்த்தும் 'கவிழ்ப்பினை' எல்லாம்
வேல்சாமியார் எவ்வாறு எதிர்கொள்வாராம்?

திருமந்திரம் ஒரு பல்பொருள் இணைவுப் பணுவலே. வேதாந்தம், சித்தாந்தம், நாதாந்தம், போகாந்தம், கலாந்தம், யோகாந்தம் ஆகிய கொண்முடிபுகள் யாவும் திருமந்திரத்தின் பாற்பட்டடங்கும். பத்தாம் திருமுறை என்கிற வகையில் தோத்திரப்பாடல் ஆகவும்; சிவாகமம் எனும் வகைமைப்பாட்டால் சாத்திரம் ஆகவும் ஒருசேர அமைந்து கிடப்பது.

வேதாந்தம் ஒழிந்த வேடவேதியரைச் சாடி சித்தர் மரபின் வேதிய எதிர்ப்புக்கு மூலவித்தாகும் திருமந்திரமே மறுபக்கத்தில் நாற்பாலார்க்குமான அர்ச்சனை லிங்கம் வகுத்து வர்ணாஸ்ரமத்தையும் வழிமொழிகின்றது.

11 சன்மார்க்கப் பாடல்களும் அதில் உள. சன்மார்க்கத்தின் உண்மை தெரியவும் திருமந்திரத்தைக் கவனிக்க வேண்டும் என வள்ளலாராலேயே வலியுறுத்தப்படுவது. அரிய மருத்துவ நுட்பங்களும் யோகநெறியும் அமைந்து கிடப்பது. அப்பாலைக்கும் அப்பாலான சொற்பதங் கடந்த அற்புதங்களான மறைஞானப் புதிர்களின் மாயப்பிரபஞ்

சமாகவும் அமைந்து கிடப்பது. சித்தர் மெய்யியல்வற்றியும் அதன் வளர்சிதை மாற்ற வரலாற்றையும் சித்திரிக்கும் என் 'மனமிறக்கும் சாகாக்கலை' எனும் நூலில் திருமந்திரப் பன்முகங்கள் குறித்து விரிவாக முன்வைத்துள்ளேன்.

திருமந்திரம் மற்றும் அதன் குறியீட்டு மொழி; சித்தர் மெய்யியல், மறைமெய்யியல் பற்றிய என் புரிதல்களே எனக்கு மௌனியின் குறியீட்டு மொழியைத் திறக்கத் திறவுகோல் தருவதாகின்றன. எம்.வி. வெங்கட் ராமின் மறைமாயம் (Occult) எனும் மனங்கடந்த மரபின் மனசஞ் சார மனோபாவங்களில் ஊடாடித் திளைக்கவும் அவரையே எழுத்துருவாக்கி 'மீய்சாய்கரு' எனும் சுழல் நெடுங்கதையினை (SpiraLNavella) நான் படைக்க என்னுள் வாயில் சமைத்தன. புதுமைப்பித்த ஞானக் குகைகளின் பிரம்ம ராக்ஷஸ்களிடம் பிரபஞ்ச ரகசியங்களைக் கற்க என்னைப் பயிற்றுவித்தன. பிரேமிளின் மீ பொருண்மை (Meta Physical) அலைபாய்தலுக்கு ஊடே ஊடாடும் சிற்பமொழியின் பொருண்மையான மூலப்படிவ உட்கிடைகளை அகழ்ந்தெடுக்க எனை ஆற்றுப்படுத்துகின்றன. ரமேஷ்: பிரேமின் 'பரதேசி' யரோடு பரிமாறிய வண்ணமே 'இறைவனை ஈசனைத் தின்னவும் கடிக்கவும் ஏன் திருத்தவும்கூட' எனக்குக் கைகூட வைப்பதாகின்றன.

மீண்டும் நாமிங்கே விட்ட இடத்தில் தி.சு. நடராசனிடம் திரும்பி வருவோம். புதுமை, பரிசோதனை முயற்சிகள் என்ற அடிப்படையில் புரிந்து கொள்ளப்பட்ட புதுமைப்பித்தன் கதைகள் பின்னால் வந்தவர்களுக்குப் பெரும் உந்துதலைத் தந்திருக்கின்றன என இனம்காண முடிந்த அவரால் சிறுகதைத் திருமூலர் மௌனி என்ற ஒப்பீட்டின் உட்கிடையினை உணர முடியவில்லை.

'எளிமை, தெளிவு, நேரடித்தன்மை முதலியவை உதாசீனப்படுத்தப்பட்டு, கடுமை, மறைவு, உயர் வகுப்பு மனப்பான்மை முதலியவை உயர்வு செய்யப்படுகின்றன. மௌனியைப் பாராட்டுவதன் மூலம் தீவிர வாசிப்பு என்ற தோரணையில் உயர்வகுப்பு மனப்பான்மையைப் புனிதப்படுத்துகிற ஒரு முயற்சியைத் தான் புதுமைப்பித்தன்

செய்திருக்கிறார். அவர் வரித்துக் கொண்ட புதுமை (அ) நவீனத்துவம் என்பது அத்தகையதொரு நிலைப்பாட்டுக்கு அவரை உந்தித் தள்ளியருக்கிறது' என்றெல்லாமும் தாம் வரித்துக் கொண்ட தத்துவ வழி பாட்டின் தன்னிலை ஆகவே நின்று இப்படியும் எழுதித் தீர வேண்டிய நிலைக்கு தி.சு.ந. உந்தித் தள்ளப் பட்டிருப்பதனை நம்மாலும் புரிந்து கொள்ள முடிகின்றது. இங்கேதான் எழலாகின்றன சில கேள்விகள். தீவிரவாசிப்பென்பது எப்படித் தோரணையாக முடியும்? மாறாக பின்னை நவீனத்துவத்தில் மேலதிகப் புரிதலுக்கான முன் நிபந்தனையாக அது இடப்படுத்தப்பட்டிருக்கின்றதென பிரேம்: ரமேஷ் சுட்டிக் காட்டுவரே? எளிமை, தெளிவு, நேரடித் தன்மை மட்டுமே எழுத்துக்களுக்கான அளவு கோல்களா? மறைவென்பது உயர் வகுப்பு மனப்பான்மைக்கே உரிய ஒன்றா? தி.சு.நா. பார்க்கத் தவறிய பக்கங்களை நாமிங்கே ரொலான் பார்த் குறிப்பிடுவதன் மூலம் காண்போம்.

'உரித்துக்காட்டப் படுவதாலேயே ஒரு மொழியை இயல்பான தென்றோ, நடுநிலையுடன் இருப்பதாகவோ, தெளிவானதாகவோ நாம் கொள்ள முடியாது. ஓர் எழுத்தாளன் எழுதுகிற மொழியானது கொஞ்சம் சுவீகரிக்கப்பட்டது. கொஞ்சம் அவனது சுபாவம் கலந்தது. ஆழ்மனத்தில் வலைப்பின்னலாக உருக்கொண்டிருக்கும் வார்த்தைப் புழக்கம், மோகம் ஆகிவற்றால் உருவானது."

அவரது சமாந்தர காலந்தொட்டே அவர் மீதான விமர்சனப் பார்வைகள் பல்வேறு நோக்கு நிலைகளில் தொடர்ந்திடலாயின. சனாதனப் பிராமண நோக்கு சைவ சித்தாந்த நோக்கு – மார்க்சிய நோக்கு – தலித்திய நோக்கு – பொருள் முதல்வாத நோக்கு என இன்ன பிறவாறெல்லாம் அவரை அளக்க முயன்ற விமர்சகர்களின் அளவுகோல்கள் யாவும் அவரது படைப்புக்களின் அருகே கிடத்தப்பட்டன. ஆக யானையைப் பார்த்த குருடர்களின் நிலையாகவே இத் தத்துவ வழிபாட்டின் தன்னிலையான பூசாரிகளின் முயற்சிகளும் முடிவதாயின. காலந்தோறும் இவ்வாறு வரை அளக்கமுயன்ற விமர்சனங்களையே கேள்விகளாகவும் அவற்றிற்கான விடைகளைப் புதுமைப்பித்தன் எழுத்துக்களில்

இருந்தே எடுத்து முன்வைத்தும் ஒரு செவ்வி வடிவில் ஏலவே 'சதங்கை' இதழில் முன் வைத்தேன். இதன்மூலம் மேலோட்டமான மற்றும் உள்நோக்கமான பார்வைகள் அம்பலமாயின.

வாழ்க்கை எந்த ஒரு கொள்கைக்குள்ளும் முற்று முழுதாகப் பட்டடங்கக் கூடிய ஒன்றன்று. புதுமைப்பித்தன் தம் 'கைவண்டிச் சரக்கு' எனும் கட்டுரையில் இதுபற்றி அருமையாக முன்வைத்தார்.

'கொள்கை என்பது உயரத் தூரத்தில் தூக்கிப் பிடித்த தீப்பந்தம் போல, எட்ட இருப்பதாலேயே வெளிச்சம் நன்றாக விழுகிறது. அது எட்ட இருப்பது அவசியம், இந்தக் கொள்கை என்பது நாம் ஏற்றி வைத்த தீப்பந்தம்தான் என்பதை மறக்கும்படி செய்விக்கிறது வெளிச்சத்தால் அதற்கு ஏற்படும் கௌரவம்.

அது ஏற்றப்படுவதற்குக் கருவியாக இருந்த அறிவையே மங்கவைத்து விடுகிறது. அதுநம்மைத் தாங்குகிறது என்ற மனப்பானமையை ஏற்படுத்தி நமக்கு வழிகாட்டியாக இருக்க முயல்கிறது' என்றெழுதிச் செல்வார். இதனால் அவரவர் ஏந்திய தீப்பந்த வெளிச்சத்தில் அவரவர்க்கும் புதுமைப்பித்தன் அகப்படவில்லை.

'ஏனிந்த நிலை?' வாசகனின் பிரயாணத்திற்கு வழி விட்டுத் திறந்திருக்கும் அவரது படைப்புலகை நாம் பிற தர்க்கங்களை வைத்து மட்டுமே அர்த்தப்படுத்திவிட முடியாது... ஒரு பின்நவீனக் கலைஞன் அல்லது எழுத்தாளன் என்பவன் ஒரு தத்துவஞானியைப் போன்றவன். அவன் எழுதுகின்ற ஒருபிரதி அவன் உருவாக்குகிற படைப்பு ஆகியவை முன்பே நிர்ணயிக்கப்பட்ட விதிகளினால் ஆளப்படுவதில்லை. முன்பே அறியப்பட்ட கருத்தாக்கங்களைப் பிரயோகித்து அவற்றை மதிப்பிடவும் முடியாது... புதுமைப்பித்தனைத்தம் அரசியல் பரிவர்த்தனைக்கு ஆட்படுத்த முயன்றவர்கள் அந்தப் பிரம்மராக்ஷரின் முன் நன்னயப் பட்டன்களாய்க் கருகிக் கிடந்தனர்.

மூன்று நூற்றாண்டுகளுக்கு மேலாக, அறிவின் மகத்துவத்தை நம்பி வந்த மேற்கத்திய சிந்தனை உலகம் அதன் மாயைகளை உணர்ந்து அறுபதுகளில் தான் பின் நவீனத்துவ அணுகுமுறைகளுக்குள் நுழைந்தது. ஆனால் அந்த அணுகுமுறைகளில் தென்படும் தத்துவ அடிப்படையை நாம் புதுமைப்பித்தனின் 'கைவண்டிச் சரக்கு' எனும் கட்டுரைகளில் பல பத்தாண்டுகளுக்கு முன்பாகவே காணமுடிகிறது கலையும் விஞ்ஞானமுமாய் கலந்து விரியும் படைப்புக்கள் ஊடே உருவாகும் மனிதன் கலாச்சாரப் பூகோள எல்லைகளைத் தகர்த்து விடுவது சாத்தியம்தான் என்பதனை இது காட்டுகிறது" என இனம் காண்பார் ரவிக்குமார்.

ராஜ்கௌதமனின் ஒப்புதல் வாக்குமூலம் இதனையே வலியுறுத்தும். கொள்கைத் தத்துவம் என்ற அடிப்படைகளிலிருந்து அளவுகோல்களைத் தயாரித்துக் கொண்டு புதுமைப்பித்தனின் ஆழ அகலங்களை அளக்கப் புறப்பட்டவர்கள் எல்லோரும் விழுப் புண்களோடு திரும்பி வந்திருக்கிறார்கள்.' இத்தகைய விழுப்புண் பெற்றவர்கள் பட்டியலில் அவருக்கும் எனக்கும் கூட இடமுண்டு.

விமர்சகர்களின் அகவய நோக்கும் புறவய நோக்குமே அவரவர் விமர்சனப் போக்குகளைத் தீர்மானிக்க வல்லன. அகவய நோக்குக் கோட்பாட்டு விமர்சகர்கள் தத்தம் கோட்பாட்டின் தன்னிலைகளாகி நின்று அதற்கேற்பப் பிரதிகளை அணுகத் தலைப்படுகின்றனர். புறவய நோக்காளர்களே பிரதியை அதன் உள்இயங்கும் அறிதல் முறைகளுக்கூடாக வாசிக்கத் தலைப்படுகின்றனர். வேறு வார்த்தைகளில் சொல்வதானால் அகவய நோக்கினர் தத்தம் சித்தாந்த நோக்குநிலையில் மட்டுமே கருத்தூன்றி நின்று பிரதி யைக் கதற அடிக்கின்றனர். புறவய நோக்கின் வெட்ட வெளி அணுகுமுறையினரே அதனதன் இயல்பில் அதனதனையும் அடையாளம் கண்டு அதற்கூடாக புதிய விமர்சனக் கோட்பாட்டையுமே கண்டடைகின்றனர்.

இங்கே நான் இனி இவ்வாறு புதுமைப்பித்தனில் செவ்வி தலைப்பட்ட வாசிப்பின் பிரதிகளைத் தொகுத்தளிக்கின்றேன்.

எனது பதிவுகள் ஏலவே சுட்டிய என்நூலில் விரிவாக இடம் பெற்றுள. எனவே ஏனைப் பிற சகபயணிகளின் பதிவுகளையே இங்கே தரலானேன். பிரதியை அதன் உள்ளியங்கும் அறிதல் முறைகளின் வழியாக வாசிக்கும் முயற்சியிலான தம் அணுகுமுறையினால் இந்தியக் காலனிய கால நவீன இலக்கிய அடிப்படையாகக் கீழைத்தேயத் தொன்மமும், மேலைத்தேயத் தர்க்கமும் முயங்கி மயங்கிய கண்ணோட்டம் 'சில்பியின் நரக'த்திலும் 'நாரத ராமாயணத்திலும் ஊடாடிக் கிடப்பதனை வெளிக் கொணர முயலும் ஜமாலன், 'ஒரு சிறந்த படைப்பாளி தனது படைப்பின் சிக்கலான இயக்கத்தில் அதன் எதிர்காலம் பற்றிய அறிகுறிகளைச் சுவடுகளாக விட்டுச் செல்லமுடியும்' எனச் சுட்டிக்காட்டி நாரத ராமாயண' நிகழ்வுகளை இன்றைய 'பாரத ராமாயண' இந்துத்வ எழுச்சியின் குறுக்கீடாக ராமர்கோயில் மாற்றப்பட்டிருப்பதன் அங்கமாக வைத்துப் பார்க்க முடியும் எனில் தனது படைப்பாற்றலின் ஒளி வீச்சில் எதிர்காலம் பற்றித் தனக்கான குறியீட்டு மொழியில் வெளிப்படுத்தும் தொல்குடி மாந்திரிகனைப் போலப் புதுமைப்பித்தன் செயல்பட்டிருப்பதாகப் படைப்பின் ஆழ் தளங்களிலிருந்து அகழ்ந்து எடுத்து முன்வைக்கின்றார் ஜமாலன் தம் 'மொழியும் நிலமும்' எனும் அரிய நூலில் ராஜ்கௌதமன் பார்க்கத் தவறிய பக்கமிது.

சாப விமோசனத்தில் அகலிகை கல்லாவதனை காப்காவின் கதையில் கரப்பான் பூச்சியாக மாறும் புனைவுடன் ஒப்பிட்டு நோக்க இடமுண்டு. இவ்வாறு சாப விமோசனத்தை அயலாதலின் (Alienation) அடையாளமாக இனம் காண்பார் விமலா மானுவல் (Man in Modern Tamil Fiction) ஜாலயதார்த்தத்தின் (Magical Realism) பல்வேறு அம்சங்களைச் சுட்டிக்காட்டி அவை எவ்வாறெல்லாம் புதுமைப்பித்தன் கதைகளில் இழையோடிக் கிடக்கின்றன என விதந்தோறும் பிரேமிள் தமிழைப் பொறுத்தவரை ஜாலயதார்த்தம் என்பதனையே 'பித்தஜாலம்' என்றே வழங்கலாம் என்பார். 'லயம்' இதழ்க் கட்டுரை ஒன்றில்...

“மேஜிக்கல் ரியலிசம். இந்த வகை எழுத்தினைத் தமிழில் மனோராஜ்யவியல் (Fantasy) தேவதாயியல், (Fair Tale), யதார்த்தாதீதம் (Surrealism), விஞ்ஞானக் கற்பிதம் (Science Fiction), புதிய புராணவியல் (Neo Mythology) என்று வெவ்வேறு வகைப் படைப்புகள் பிறந்துள்ளன. இவற்றுள் ஒன்று இன்னொன்றிரண்டின் அம்சங்களைக் கொண்டதாகவும் இருக்கலாம்.

யதார்த்தாதீதம் பெருமளவு வர்ணனைத் தளத்துக்கும் ஜாலயதார்த்தம் பொருளம்சத்திற்கும் உரியது. ஜால யதார்த்தத்தின் பொருளம்சம், மனோசக்திகளை யதார்த்தத் தளத்துக்கு இடம் மாற்றுகிற வேலையைச் செய்வதாகும். இந்த மனோ சக்திகள் வெறும் பாரம் பரிய நம்பிக்கைகளாகக் கூட இருக்கலாம். இவை யதார்த்தப் பண்பைப் பெறும் விதமாகச் சித்திரிக்கப் பட்டால்தான் ஜாலயதார்த்தம் பிறக்கும்.

இந்த அடிப்படையில் வெறும் பாரம்பரிய நம்பிக்கை மனோசக்தி என்ற தளங்களில் பிரம்ம ராக்ஷஸ்ஸும், நம்பிக்கைகளைத் தாண்டிய விசார வடிவிலான மனோசக்தித் தளத்தில் சில்பியின் நரகமும் நிலவக் காணலாம். பிரம்மராக்ஷஸ் ஜாலயதார்த்தத்தின் எல்லாவித அம்சங்களையும் நிறைவேற்றும் படைப்பாகும். ஜாலயதார்த்தத்தின் ஃபார்முலாவுக்கு பிரம்மராக்ஷஸ் பொருந்தினாலும் அந்த ஃபார்முலாவைப் பூர்த்தி செய்யாத அமைப்பைக் கொண்ட் சில்பியின் நரகம்தான் ஜாலயதார்த்தத்தின் கிளர்ச்சி நிலைக்குப் பொருந்துகிறது.

மேஜிகல் ரியலிஸத்தின் ஆதார வீர்யம் மனம் போன கற்பனையல்ல – கவித்துவமான உரைநடை இது போர்ஹே யிடம் அபார அளவில் உண்டு. மார்க்கஸிடம் கம்மி.

உரைநடையின் கவித்துவ வீர்யங் கொண்ட பித் தனீய ஜாலவித்தைகளாகப் பிறந்தவைதாம் பிரம்ம. ராக்ஷஸ், கபாடபுரம் போன்ற கதைகள். ஜால யதார்த் தத்தின் வெவ்வேறு சாயல்களை வெளியிடுவனவாகப் புதுமைப்பித்தன் எழுதிய இந்தக் கதைகளையும் காட்டலாம்.

கனவுப் பெண், அன்றிரவு, கபாடபுரம், அகலிகை, ஞானக்குகை, கடவுளும் கந்தசாமிப் பிள்ளையும், வேதாளம் சொன்னகதை, எப்போதும் முடிவிலே இன்பம், நாரத ராமாயணம், கட்டிலை விட்டிறங்காக் கதை, காலனும் கிழவியும்.

மேஜிகல் ரியலிஸத்தின் ஓர் அம்சம் கவித்துவமான என்றால் இன்னொன்று, மாயாஜாலத் தன்மையுள்ள அம்சங்களை நம்பத் தகுந்தவையாக்கக் கூடிய வர்ணனை வீர்யம். இதையே ரியலிஸம் என்றபடி குறிப்பிடுகிறது. யதார்த்தவியலின் பரிபூரண சக்ராதிபத்தியத்தைச் சாதிக்கவல்ல சக்திமானால் மட்டுமே மேஜிக்கலாகவும் எழுதி அதை நம்பத் தகுந்த தாக்க முடியும். இவ்வகை சக்கரவர்த்தி அவர் என்ற சிறப்பும் புதுமைப்பித்தனுடைய மேஜிக்கல்ரியலிஸத்திற்கு ஆதாரமாகிறது' என்றெல்லாமும் ஜால யதார்த்தத்தின் பல்வேறு நுட்பமான அம்சங்களையும் அவை புதுமைப்பித்தன் கதைக்கோலங்களில் பாங்கினையும் உணர்ந்தோதி விரிவாக இனம் காண்பார் பிரேமிள்.

தமிழ்ச் சூழலில் யதார்த்தவாதம் செத்துவிட்டது என்று மரணச்சான்றிதழ் விநியோகித்துக் கொண்டிருப்போர் கவனிக்கத் தவறிய பக்கம் இது எனலாம். பின்னை நவீனப் படைப்பில் வெளிப்படும் யதார்த்தப் பாங்கு குறித்து மார்கவெஸ்ஸூக்கு ஊடாக ரவிக் குமார் குறிப்பிடுவதனையும் இத்துடன் ஒருசேர ஒப்பு நோக்கலாம். ‘ஒரு கதைக்குள் படைப்பாளி உண்டு பண்ணுகிற யதார்த்தமென்பது புறநிலையில் நாம் பார்க்கிற யதார்த்தமல்ல. அது கவித்துவத்தோடு மாற்றியமைக்கப்பட்ட யதார்த்தம்' என்கிறார் காப்ரியோல் கார்ஸியா மார்க்வெஸ். இப்படிப் படைப்புக்கள் மாற்றி அமைக்கப்பட்ட யதார்த்தம் உண்மையில் தான் வேரூன்றியுள்ளது. என்றபோதிலும் புறநிலையில் காணப்படும் யதார்த்தத்துக்கும் அதற்குமான உறவு ஒன்றுக்கு ஒன்று என்பது போல நேர்க்கோட்டுத் தன்மை கொண்டதல்ல. படைப்பில் வெளிப்படும் யதார்த்தம் கனவில் வெளிப்படுவதை ஒத்தது. இதுவே மேஜிக்கல் ரியலிஸம் என்ற பின் நவீனத்துவ எழுத்து முறையாகும்.

இத்தகைய கூறுகள் புதுமைப்பித்தன் படைப்புகள் பலவற்றில் காணப்படுகின்றன. ‘உபதேசம்’ கதையிலும் அவற்றின் தடங்களை நாம் எதிர்கொள்ள முடியும்’ என இனம் காண்பார் ரவிக்குமார்.

இவ்வாறல்லாமல் தமிழ்ச் சூழலின் சில புத்தி ஜீவிகளுக்கு போர்ஹேஸையும் மார்க்வெஸ்ஸையும் அவர்களுக்கூடாக மட்டுமே மாஜிக்கல் ரியலிஸத்தையும் இனம்காண இயலும், ஆனால் புதுமைப்பித்த பித்தஜாலங்கள் பிடிபடாதென்றால் அப்பெரு மக்களை நோக்கி நான் எழுப்ப விரும்பும் ஒரே கேள்வி இதுதான்: எவற்றின் நடமாடும் நிழல்கள் நாம்?

'எழுதுவது என்பது அர்த்தத்தையும் ஒழுங்கையும் வலியுறுத்தும் விதமாக இலக்கை.. ஒழுங்கை மோதிப் போராடுவதாகும்... லயத்தோடு முட்டி முதலில் தன்னை ஒரு தீவிர எழுத்து என்பது தன்னைத்தானே கேள்விக்குள்ளாக்கிக்கொள்ள வேண்டும். தன்னைச் சுற்றியுள்ள சமூகச் சூழலை நிர்ணயிக்கும் கலாச்சாரம் நிறுவும் ஒழுங்கையும் கேள்விக்குள்ளாக்க வேண்டும். அப்போதுதான் அதன் புரட்சித்தன்மை வீர்யத்துடன் இருக்க முடியும்' என்பாரே ரொலான் பார்த், இத்தகைய வீர்யமிக்கதே புதுமைப்பித்தனின் எழுத்தும் எனலாம்.

ஆக நான் ஏலவே சுட்டிக்காட்டிய வண்ணம் மேலைமரபின் பின்னைப் புதுமைகளும் கீழைமரபின் முன்னைப் பழைமை மூலப்படிவங்களும் சங்கமிக்கும் சங்குமுகமாக மட்டுமல்லாமல் இருப்பினைக் கேள்விக் குள்ளாக்கித் தகர்க்கும் மாற்றுமரபின் பொங்கு மாங்கடலாம் ஆழிப்பேரலைகளாகவும் ஆர்த்தெழும் ஒரு தனிக் குரலே புதுமைப்பித்த மேதைமையின் வீறு என்பேன்.

வெறும் ஐதிகங்களான மனோசக்திகள் ஆன போதிலும் அவை யதார்த்தப் பண்பைப் பெறுமுக மாகச் சித்தரிக்கப்பட வேண்டிய ஜால யதார்த்தத்தின் பண்புக் கூறும்; சோதனைச் சாதனைகள் நிகழ்த்தப் பெற்ற கதைக்களங்களின் கற்பித மாய்ம்மைப் புனைவின் படைப்பாக்க இன்றியமையாமைகளுமே அவரது குறியீட்டு

மொழி சார்ந்த ஆன்மிக மறைமெய்யியல் படைப்புக்களின் ஆதிமூலங்களும் வேதிமூலங்களும் ஆயின. என்பதனாலேயே இவைபற்றி எழுதப் புகுந்த என் பதிவினையும் இன்னவிதமாய் அமைத்திட நேர்ந்த தென்பேன்.

மட்டுமல்லாமல் மறைமெய்யியல் குறியீட்டு மொழிக்கும் அப்பால் 'நன்றாகத் தமிழ் செய்த திருமந்திரத்தின்' இன்றைக்குமான பொருத்தப்பாட்டினை எம்.வி. வெங்கட்ராம் சுட்டிக்காட்டுவதன் மூலம் இளைய தலைமுறைக்கு எடுத்துக் காட்டும் முகமாகவும் கூடத்தான். 'வாக்குக்கு எட்டாத இறைவனை வாக்குப்படுத்தி வெற்றி கண்டவர் திருமூலர். தமிழில் எந்த ஆழத்திற்கும் செல்லமுடியும் எந்த உயரத்திற்கும் வரமுடியும் என்பதைச் என்பதைச் செய்து காட்டியவர். தமிழ் மொழியை எவ்வளவு அழகாகக் கையாள முடியும் என்பதை இன்றைய எழுத்தாளர் களுக்கும் உணர்த்தி வழிகாட்டி' எனத் தம் 'என் இலக்கிய நண்பர்களில்' சுட்டிச் செல்வார்.

(25.4.06 அன்று புதுமைப்பித்தன் நூற்றாண்டு விழாக்குழு சார்பில் சென்னைப் பல்கலையில் நிகழ்த்தப்பட்ட கருத்தரங்கில் வழங்கிய என் கருத்துரையைத் தொகுத்து எழுதப்பட்ட கட்டுரை.)

'பன்முகம்' யூலை – செப் 2006

சிக்காத கடவுளே உனைச் சிக்கெனப் பிடித்தேன்!

வே..மு. பொதியவெற்பன்

'தன்னையறிந் தின்பமுற தத்தத் தரிகிடதோம்
சித்தக்கடல் முத்துக்குளி தத்தத் தரிகிடதோம்'

மூக்குநுனி நோக்கி மூழ்கி முக்குளிக்க முக்குளிக்க, மூலாதாரக் கனலாய் எழுந்தது கருநாகம். கருடஸ்தம்ப வீணாதண்டின் ஓடைக்கூடே ஊர்த்துவமுகமாய் ஊர்ந்திடலானது பிங்கலையாய். அனற் காங்கை மெய்முழுதும் காந்த நடுநின்ற கட்டழகிச் சுழிமுனையின் தாழ்விலகத் தட்டியது கருநாகம்.

'திரைபோட்ட காமாலை தத்தத் தரிகிடதோம்
பனிமூட்டந் தாழ்விலகும் தத்தத் தரிகிடதோம்'

இதயக்கனல் நாதச் சாரைவாசி இடகலையாய் ஊர்ந்தது. தொண்டைக் குழிவறள மெல்லென உள்நாக்கு அசையச் சுழன்றது உச்சியின் இயந்திரம். மணிநாவில் ஊடாடி அண்ணாக்கின் துளை வழியே மேனோக்கிப் பாய்ந்தது நாதச்சாரை.

'சுதந்தரக் காற்றினிலே தத்தத் தரிகிடதோம்
திகம்பரக் கூத்தாடும் தத்தத் தரிகிடதோம்'

நாடிநரம்பு ஒவ்வொன்றும் நடுநடுங்கி இடம்பெயர்ந்து கூடு விட்டுக் கூடுபாயலாயின. தொண்டையில் பராவி இன்னிசை பொழிந்தது நாதமகுடி. மூளைநடு உச்சியின்

மூலஸ்தானச் சிறுபள்ளப் புனலின் கனல்பாய நாதச்சாரையும் கருநாகமும் பின்னிப் பிணைந்து அரவணைய சொல்லில் தீரா அநுபூதி.

'தக்கதிமி தக்கதிமி தத்தத் தரிகிட தோம்
திக்குத்திகு திக்குத்திகு தத்தத் தரிகிடதோம்'

ஐம்பூதங்களைக் கடந்து கருடஸ்தம்பத்தின் கலசமணிகள் திரண்டன. உச்சிக்கண், நெற்றிக்கண், பிடரிக்கண் என்று எல்லாமுமாய் விழி திறந்தது குண்டலினி. அச்சூட்சுமத்துடன் சுகிக்கச் சுகிக்கத் தானென்ற மாதர்களைச் சம்போகித்து ஆல்பா அலை வீச நீக்கமற மின்னதிர்ந்து என்னுள்ளே பொழிந்தது அமிழ்தத்தாரை. சக்திக்குள் சிவமொடுங்கத் தவக்கனலின் வெண்பிணியாய் உள்ளிருந்து உச்சிக்குப் போய்ப் பிரிந்தது ஓங்காரச் சூட்சுமக் குண்டலினி, பிரபஞ்ச ரகசியங்களை ஊடுருவி எல்லையற்ற பிரபஞ் சப் பேரமைதியின் 'அனாகத' ஓங்காரம் அலையலையாய் ரீங்கரிக்க வசமானது காயசித்தி.

'பித்தலோகம்' நோக்கிக் காலத்தூடே பயணப்பட்டதென் சித்தத் தேடல். கடந்தேன்... கடக்கின்றேன்... கடந்து கடந்தேகுகின்றேன்.

அந்தகாரத்துடன் கலந்து மயங்கும் அற்புத பரிமள சுகந்தம். முண்டக்கவந்தங்கள் பொன்னென மின்னிப் புணையாகும். நெற்றிக் கண் திறந்த நந்திக் கணங்களாய்க் கரையேறும். மூட்டைப் பூச்சிகள் அபிவாதயே சொல்லும். முயல்கள் வேதம் ஓதும். நரிகள் அர்த்த சாஸ்திரம் பாரிக்கும். கட்டிலும் பேசும் அபேதவாதம். கட்டிலை விட்டிறங்காக் கதைசொல்லிநிற்கும் முப்பத்தேழாவது மோகன வல்லிப் பதுமை. தேனை மட்டும் உண்டொரு நூற்றாண்டாய் ஜீவித்திருக்கு மொரு சைவவேதாளம். மயில்தோகையாய் அளக பாரம் கவிந்து புடைசூழ மஞ்சணை பூசி மெழுகிய பலிபீட மீது வீற்றிருக்கும் பெண்சிரசு கர்ப்பகோடிகால ஜீவ ரகசியம் பேசும். நெஞ்சுக் கொடியைத் தோளில்போட்டுப் பிறந்தவுடன் சிசுவொன்று கோஷமிட்டு விரைந்தோடும். நெஞ்சங்கல்லாய் இறுகிக் கனக்க நிம்மதியாய்ச் சிலையாய்ச்

சமைவாள் அகலிகை. இனித்தங்கசிய எடுத்த பொற்பாதச் சிலைபுரள அதன் ஆலிங்கனத்தில் சிற்பிச் சாத்தனவன் ரத்தந்தோயும். கசத்தில் குதித்த சுப்பு வேளான் செத்த வயதில் அவன் வாரிசெல்லாம் வெள்ளைக் களிமண் தின்று சாகும். களிமண் சதைக் கோளமாகி ஜீவரசம் சொட்ட உயிர்த்தெழும். பூர்வ ஜென்ம ஜீவியத்தில் பூதவுடல் பெற்ற உரு சூட்சும தேகமெய்தும். பரமண்டலத்தின் சாளரமொன்றை பையத் திறந்து எட்டிப் பார்க்கும் பரமபிதா. மவுண்ட்ரோடு ரவுண்டானா மகாமசானத்தில் நாதியற்ற அனாதையாய் மரிப்பானொரு முகமதியப் பிச்சைக்காரன். கருக்கிலிருந்து நறுக்கித் தரித்த குருத்தோலை மென்னரம்பின் வெள்ளிழை இழையோடிக் கிடக்க உலோகம் போலும் ஓலைச் சுவடிகளில் கொந்தளித்துச் செல்லும் லிபிகளின் அர்த்தம் பிடிபடாமல் சுழலும் மூளையிடம் பிரபஞ்ச ரகசியம் பேசும் பிரம்ம ராசஸ். 'இன்னாப்பா வர்றியா' என விளிக்கும் ஒரு 'தொழில்' யுவதி 'பேமானி பிச்சைக்காரின்னா நெனச்சுக்கினே' என வீசி எறியும் உன்மத்த சில்லறை. கபிலச்சட்டை 'ஸ்வஸ்திகா'வின் 'வீர்' உச்சாடன வெறியில் 'ஹீல் ஹிட்லர் ஹீல் ஹிட்லர்' என விட்டில்களாகும் 'பூஹ்ரர் பிரின்ஸிப்.' பறங்கிப் புண் சுமந்துழலும் மருதியவள் துன்பக்கேணி. உடுக்கடித்துப் பாடுமொலி உருவேற்று மந்திரமாய்க் கருக்கிருட்டு மௌனங்களின் செவிப்பறை கிழித்ததிரும். மார்க்கண்டேயனுக் கப்புறமாய் மருதாயிக் கிழவியின் பொக்கைவாய் நக்கலுக்கும் குத்தலுக்கும் தாக்குப்பிடிக்கமாட்டாமல்ப் புறமுதுகிட்டோடிய யமகிங்கரனின் பாசக்கயிறு. கலைடாஸ்கோப்பின் ரூபவிசித்திரங் களாய்க் கோலமாறும் சரஸ்வதி தேவியவள் திகம்பர சொரூப உருவச் சிதைவுகள். அங்கயற் கண்ணியவள் கொங்கைக் குவட்டினிலே அதிர் கின்ற பிரம்படிகள். ஆற்றாமைகளின் அலைமோதி ஆரூயிர்க் கண்ணாளின் தாய்மடி தேடி அலைக்கழியும் ஒரு வெள்ளந்தி ஜீவனின் ஆழ்மன ரணங்களும் வடுக்களுமான ஊற்றுக்கண்கள். மின்னலைச் சிக்கெடுத்துச் சொடுக்கிவிட்ட இடிஇடித்து நானாவித நாதஅலை மோதிச் சிதற மனஇருட்டில் தோய்த்தெழுதிய பேய்க்கனாக்கள். கயிற்றரவு மாய்மால காலவெளி அலங்கோல நினைவோடைப் பிரவாகப்

பித்தஜாலங்கள். ரசனை மனோபாவ அசுணப்பறவைகளுக்குச் சாப்பறைகள். முகத்தில் அறையும் நிகழாய் ஓங்கிச் செவிட்டில் அறைந்து பொறிகலங்க நம்மை நம் அந்த இருப்புக்குத் திருப்பும் நினைவுப்பாதையின் எச்சரிக்கைச் சேகண்டி அபாயச் சங்கொலி. புதுமையும் பித்தமும் தலைமயங்கி முயங்கும் திகம்பரச் சித்தக் கூத்துக்கள். ஒழுங்கமைவைச் சீர்குலைத்துக் கலகத்தை முன்னிறுத்தும் பிரதிகள்.

அந்தரத்தில் ஒலித்தது ஓர் அசரீரி வரவேற்பு:

'அகோ வாரும் பிள்ளாய்! பித்த குமார சித்தப் பறைய பொதிகை வெற்பா! வா ராசா வா'

திருச்சிற்றம்பலக் கவிராயன் தீட்டிய வண்ணமே தீராத ஏக்கமே மாறாத பித்தமும் தீட்சண்ய பாவமுமாய் – ஏக்கங் கலந்த உன்மத்தமும் அலைகடல் தீர்க்கமான திடசித்தமும் கிழடு தட்டிய பிரமையுமாய் மடியில் புரளும் முத்துக்களாய் ஆழக்குழிக்குள் அமுதஒளி சுடரும் அந்தப் 'பிரேத மனித போரிஸ் கார்லோவ்' விழிகள். வாழையடி வாழையென .வந்த அந்த ஒரு வாசகனைக் கண்டு கொண்ட பரவசம் அந்தப் 'பார்வைக் குமிழ்'களில். வாசகர்களுக்கு ஒரு வார்த்தை: காலந்தோறும் புதுமைப்பித்தன்மீது எழுப்பப்பட்டு வரும் விமர்சனக் குரல்களை நம்முடைய குறுக்கீடுகள் ஏதுமின்றி புதுமைப்பித்தனையே சந்திக்க வைத்துப் பார்த்தாலென்ன என எனக்கு நீண்ட நெடு நாளாய் ஓர் ஆதங்கம். இதைத் தொடர்வது அந்த வித்தியாசமான செவ்வியே.

(இச்செவ்வியில் அயற்கூற்றுக்கள் எல்லாம் நேர்க்கூற்றுக்களாக மாற்றப் பெற்றதொன்றே என் கைங்கர்யம்).

பொதியவெற்பன்:

'இதோ கும்பகோணம் ஆவூர் கொழுந்து வெத்திலை ஏ.ஆர்.ஆர். வாசனை சுண்ணாம்பு மைதீன் பன்னீர் புகையிலை. திண்டுக்கல் அங்கு விலாஸ் புகையிலை மட்டை. மும்மூர்த்தி விநாயகர் சுருட்டு. அப்புறம் இது எங்க யூஸ் அண்த்ரோ சாஸே யுகத்தின் அய்ட்டங்களும் போட்டுத் தயாரித்த ஜர்தாபீடா.'

புதுமைப்பித்தன்:

அப்பபடிப்போடு சங்கதிய. இன்னம்மே கச்சேரி ஏக அமர்க்களந்தான். ஓம்ம இஷ்டதேவதைக்குப் படையல் வச்சாக்கில எல்லாம் பங்கிடாத்தான் வச்சிருக்கீரு. அதென்னவே ஜர்தாபீடா?'

பொதியவெற்பன்:

'கத்தக்காம்புச் சாறும் சுண்ணாம்புமா. சும்மா ரத்தச்சேப்பில தடவின கல்கத்தா வெத்திலை ஏலக்காய் குட்கா பான்பராக் படாபட்டி. இதுல ஜர்தாவுல கவுண்ட்ஸ் கணக்கு வேற உண்டும் ஏக்ஸோபீஸ் அவுர் தீன்ஸோன்னு...'

அட்டகாசமான பேய்ச் சிரிப்போடு தாம்பூலம் தரித்தபடி ஆரம்பமானது பேட்டி.

புதுமைப்பித்தன்:

'வேதாந்திகள் கைக்குள் சிக்காத கடவுள் மாதிரிதான் நான் பிறப்பித்து விட்டவைகளும் அவை உங்கள் அளவுகோல் களுக்குள் அடைபடாதிருந்தால் நான் பொறுப்பாளியல்ல; நான் பிறப்பித்து விளையாட விட்டுள்ள ஜீவராசிகளும் பொறுப்பாளிகளல்ல. உங்கள் அளவுகோல்களைத்தான் என் கதைகளின் அருகில் வைத்து அளந்து பார்த்துக் கொள்கிறீர்கள் என்று உங்களுக்குச் சொல்லிவிட விரும்புகிறேன்.'

சா. தேவதாஸ்:

'முழுமை பெறாமல் திடுதிப்பென உங்கள் சிறுகதைகள் முடிந்து விடுகின்றன என வாசகர்கள் நினைக்கும் இடங்கள் உண்டு அதுபற்றி...' (இந்தக் குரலுக்குள்ளே சன்னமாக இன்னொரு குரலும் கிறீச்சிடுகிறது அந்தக் குரல்: சா. கந்தசாமி).

புதுமைப்பித்தன்:

'பேரளவு துன்பத்தின் சாயை படியாது வெறும் உயிர்ப் பிண்டமாக வாழ்ந்த ஒரு வாலிபன் திடீர் என்று உலகத்தில் இயல்பாக இருந்து வரும் கொடுமைகளையும் அநீதிகளையும் சமூகத்தின் வக்கிர விசித்திரங்களையும் கண்டு ஆவேசமாகக்

கண்டதைத் தன் மன இருட்டில் தோய்த்துச் சொல்லிய பேய்க் கனவுகளாகும் எனது கதைகள். அதாவது பூர்வ கதைகளின் கரு அதுதான். அவற்றில் கதைக்குரிய கதைப் பின்னல் கிடையா. அவற்றிற்கு ஆரம்பம் முடிவு என்ற நிலைகளும் பெரும்பான்மையாகக் கிடையா. மன அவசத்தின் உருவகம் கதைகள் என்பதை ஒப்புக் கொள்வதானால் அவை கதைகளும் ஆகும். இம்மாதிரியான முறையை அனுஷ்டித்து மேல்நாட்டில் கதைகள் பிரசுரமானது சகஜம். அந்த முறையைத் தமிழில் இறக்குமதி செய்த பொறுப்பு அல்லது பொறுப்பின்மை என்னுடையதாகும்.'

தி. முருகரத்தனம்:

'அன்றிரவில் இடைவெட்டுக்களாக உரையாசிரியர்களை வாதவூரார் வரலாற்றோடு பிணைத்திருப்பது தங்கள் வரலாற்றறியாமைக்குச் சான்றாக இருக்கிறதே.'

புதுமைப்பித்தன்:

'நான் மாணவனாக இருந்த காலத்தில் தமிழ் இலக்கியம் என்றால் சமணரைக் கழுவேற்றுவதற்கும் காதைக் குறும்பியளவாய்த் தோண்டி எடுப்பதற்கும்; இடை இடையே முதலையுண்ட பாலகனை அழைத்தல், எலும்பைப் பெண்ணுருவாக்குதல் முதலிய செப்பிடு வித்தைகள் செய்வ தற்கும், தற்காலத்தில் சர்வகலாசாலைப் பண்டிதர்கள் கால ஆராய்ச்சிகள் செய்து பால் மணம் மாறாத மாணவர் தலையில் சுமத்துவதற்கும் ஏற்பட்ட சித்திரவதை செய்யும் ஸ்பானிய யந்திரம் (Spanish engines of inquisition) என்று எண்ணியிருந்தேன்.'

இரத்தின கரிகாலன்:

'உங்கள் குரல் ஒரு சைவப் பிள்ளையின் குரலே! முற்றிலும் பழைய மதிப்பீடுகளை உடைத்தெறியாமல் அவற்றை விமரிசிப்பது என்னும் நிலைபாட்டையே நீங்கள் எடுத்தீர்கள். கடவுளைச் சந்திக்கும் வாய்ப்பு பிள்ளைமாருக்குத்தான் கிடைக்கிறது. ஆனால் ஒரு தலித் கிழவிக்கு எமனைத்தான் சந்திக்க முடிகிறது...!'

புதுமைப்பித்தன்:

'திருப்பணியில் ஈடுபாடுடைய பக்தர்கள் பலருக்கு அவர்கள் ஆர்வத்துடன் செதுக்கி அடுக்கும் கல்லுக்குவியலுக்கு இடையில் அகப்பட்டு நசுங்கிப் போகாமல் அவர்களுடைய இஷ்ட தெய்வத்தை, நான் மெதுவாகப் பட்டணத்திற்குக் கூட்டிக்கொண்டு வந்துவிட்டதில் பரம கோபம். நான் அகப்பட்டால் கழுவேற்றிப் புண்ணியம் சம்பா தித்துக் கொள்ள விரும்புவார்கள். என்னுடைய கந்தசாமிப் பிள்ளையுடன் சுற்றுவதற்குத்தான் கடவுள் சம்மதிக்கிறார். இதற்கு நானா பழி?'

தி. முருகரத்தனம்:

'முக்கணான் அனைய ஆற்றல் பெற்ற முனிவரையும் முனி பத்தினியையும் மக்கள் விதி கொண்டு மதிப்பிடுவது சிறிதும் ஏலாது.'

'சொக்கன் படைப்பைப் பொறுத்தவரையில் மன வாக்கினுக்கு பரம்பொருளை மக்கட் எட்டாத பண்பளவிற்குத் தாழ்த்தி விட்டீர்களே! இவற்றிற்குச் சித்தாந்தங்கள் எந்த அளவிற்கு இடந் தருமோ?"

புதுமைப்பித்தன்:

'அம்மையப்பா! எட்ட உருளும் மண்ணுலகத்தைப் பார்த்தருள்க! அதோ கூனிக் குறுகி மண்ணில் உட்கார்ந்து ரசவாதம் செய்கிறானே! சிற்றம்பலமான அவனது உள்ளத்திலே, தேவரீர் கழலொலி என்ன நாதத்தை எழுப்புகிறது. தெரியுமா...? துன்பம், நம்பிக்கை – வறட்சி, முடிவற்ற சோகம்.'

'என்னுடன் பழக வேண்டுமானால் மனுசனைப் போல என்னைப் போல நடந்து கொள்ள வேண்டும். மனுஷ அத்துக்குக் கட்டுப் பட்டிருக்க வேண்டும்.'

கவிதாசரண்:

'இலக்கியத் தடத்தில் பிராமண வைதிகத்தை உடைத்துக் கொண்டு வெளியே வர ஒரு வழியைக் காட்டினீர்கள். ஆனால்

உங்களைப் பின்பற்றுகிறவர்கள் நீங்கள் காட்டிய பாதையை அடைத்து, திறந்தவெளி மைதானமாகக்கூட விடாமல் சுற்றுச் சுவர் வைத்த உள்ளரங்கங்களாக மாற்றுகிறார்களே. நான் இந்துவாகச் சகியேன். ஏனெனில் நான் சுத்த சைவன். நான் பிராமண வைதிகத்தை அடையாளங் கண்டுகொண்டேன் எனில் இது என் மீட்சியா? வீழ்ச்சியா?"

புதுமைப்பித்தன்:

'கவிதையில் சமயம் கூறப்படுவதால் கவிதை சமயத்தை உணர்த்துங்கருவி என நினைத்து இடர்ப்படுவது, இதனால் சைவர்களுக்குத்தான் தமிழ் என்ற அபிப்ராயம் ஏற்பட்டு உண்மை இலக்கியத்தின் நாதத்தை மறைத்து விடுகிறது. இதனால் காரணமற்ற பூசல்களும் முக்கியமாக இலக்கியத்தைப் பற்றித் தப்பான அபிப்ராயங்களும் பரவி விடுகின்றன. சைவம் மகத்தான சமயமாக இருக்கலாம். அதன் அடியார்கள் அற்புதமான கவிதை இயற்றி இருக்கலாம். அதற்காகச் சைவத்திற்குப் புறம்பாக இலக்கியம் இருக்க முடியாது என்று கூறிக் கொண்டிருப்பது பைத்தியக்காரத்தனம். இப்பொழுது இலக்கியத்தின் பேரால் நடக்கும் ஆராய்ச்சிகள், முதல் குரங்கு தமிழனாகத்தான் மாறியது என்பது முதல் கம்பன் சைவனா, வைஷ்ணவனா, தமிழ் எழுத்துக்கள் 'ஓம்' என்ற முட்டையை உடைத்துக் கொண்டு வெளிவந்த வரையிலுள்ள இலக்கியத்துக்குப் புறம்பான தொண்டுகளை எல்லாம் கட்டி வைத்துவிட்டு இலக்கியத்தை அனுபவிக்கும் முறையை உணர்த்த முன்வர வேண்டும்.'

அ. மார்க்ஸ்:

'கிறிஸ்தவப் பாதிரிகளின் இழிவுகளில் முக்கியமானதாக நீங்கள் கருதுவது அவர்கள் சிலரிடத்தில் உள்ள ஓரினச் சேர்க்கை. உங்களைப் பொறுத்தமட்டில் ஒருவன் – ஒருத்தி, கணவனுக்குப் பணிவிடை செய்யும் தர்க்க அறிவற்ற மனைவியின் சுகம் என்பதே இலட்சிய வாழ்க்கை. ஓரினச்சேர்க்கை போன்ற 'அருவெறுப்பு'களையும் 'மனவிகார'ங்களையும், இயற்கைக்கு விரோதமான இச்சைகளையும் உங்களால் சகித்துக்கொள்ள இயலாது.

இட்லர் ஒரு கொடிய பாசிஸ்டாக இருந்த போதிலும் அவன் ஒரு ஓரினச்சேர்க்கையாளன் இல்லை என்பதில் உங்களுக்குப் பரம திருப்தி. பிரம்மச்சரிய வாழ்க்கை என்பதுகூட உங்களைப் பொறுத்தமட்டில் இயற்கைக்கு முரணான ஒன்றுதான் (இல்லையா பின்னே? – பொதி)

புதுமைப்பித்தன்:

'குப்பன் பொண்டாட்டி நாலுகாசு பார்க்காமலா இருப்பாள்? அவளும் கொஞ்சம் 'தொழில்' நடத்துகிறவள்தான்... பிறகு எந்த பத்தினியா இருக்கா? அவனுக்கும் தெரியும். அவனுக்குத் தெரியும் என்பது அவளுக்கும் தெரியும். அவள் நாலுகாசு பாத்திருந்தா வீட்டுக் கவலை ஒயுஞ்சுது. இவனுக்கு அந்த நாலணா கிடைத்தால் கள்ளுக் கடைக்காச்சு.'

'இருவரும் இருளில், மறைகிறார்கள் அம்மாளும் முக்கால் ரூபாய் சம்பாதித்து விட்டாள். ஆம் புருஷனுக்குப் பால்கஞ்சி வார்க்கத்தான். என்னம்மோ கற்பு, கற்பு என்று கதைக்கிறீர்களே. இதுதான் ஐயா பொன்னகரம்..'

'ஈராயிர வருஷங்களாக மதப் பிரச்சாரமும் செய்து பழுத்து முதிர்ந்து போன ஒரு ஸ்தாபனத்தின் கோளாறுகள் அவனைத் திடீரென்று சந்தித்தன. ஒரு லட்சியமோ கொள்கையோ இல்லாதவர்களும் அல்லது அவற்றில் நம்பிக்கை யில்லாதவர்களும் பிரம்மச்சரிய விரதத்தை அனுஷ்டிக்க முயல்வதும், அனுஷ்டிக்கும்படிக் கட்டாயப் படுத்துவதும் ரொம்ப அபாயகரமான விஷயம். தீயுடன் விளையாடு வதாகும் இது. மனவிகாரங்கள் புகுத்தும் அழிப்புகள் அந்த மனிதருக்கு ஆபத்தை விளைவிப்பதுடன் நின்றுவிடாமல் ஸ்தாபன பலத்திற்கே உலை வைத்துவிடுகின்றன.

இசக்கிமுத்துக்கு ஏழாவது வகுப்பில் ஏற்பட்ட உபாத்தியாயர் அர்ச் பெர்னான்டஸ் சாமியார் விபரீத ஆசை கொண்டவர். பையனுடைய அழகு அவருடைய நேர்மையற்ற காம விகாரத்திற்கு இலக்காகியது. பையன் திடுக்கிட்டான்.'

'பலர் பல மாதிரிக் கதைப்பார்கள். ஹிட்லருடைய இச்சையே விபரீதமானது; ஆண்களைப் பின்பற்றித் திரிகிறவன் என்பார்கள். அப்படி அவதூறு செய்வதற்கு

ஆதாரமே கிடையாது.. அவனது காம இச்சைகள் அறவே அடக்கப்பட்டு, பிரசங்கத் திறமையாக தேச வெறியாகப் பரிணமித்திருக்கிறது.'

'பிரம்மச்சாரியாக, உண்மையான பிரம்மச்சாரியாக நீ இருந்து பார்த்திருக்கிறாயா? வேறு ஓர் உயர்ந்த இலட்சியம் உனது உள்ளத்தைக் கொள்ளை கொண்டு, உன்னை அப்படியே விழுங்கி விடாவிட்டால் பிரம்மச்சரியம் உன்னைக் கொன்றுவிடும். உன்னை மிருகமாக்கி உனது உள்ளத்தைப் பேயாகச் சிதற அடித்துவிடும்.'

இரா. தண்டாயுதம்:

'இந்து மதத்திலிருந்து கிறித்துவ மதத்திற்கு மதமாற்றம் நிகழ்ந்த இடங்களில் முக்கியமானது தென்பாண்டிச் சீமை. அதனாலோ அல்லது இளமையில் கிறித்துவப் பள்ளிக்கூடம் ஒன்றில் படித்ததினாலோ அல்லது திருநெல்வேலி வேளாளர்க்கே உரிய சைவப் பற்றாலோ உங்கள் பல கதைகளில் இந்த மதமாற்றத்தைக் கேலியும் கிண்டலும் செய்து நீங்கள் பலமாகச் சாடியுள்ளீர்கள்.'

அ. மார்க்ஸ்:

'உங்கள் மேட்டிமைத்தன்மைமிக்க மேற்சாதி மனப்பான்மை விளைவாகத்தான் கிறிஸ்தவ மதமாற்றத்தின் ஊழல்களை நீங்கள் பூதமாகரப்படுத்திப் பார்க்க நேரிடுகிறது.'

'உங்கள் பார்வையில் கிறிஸ்தவ பாதிரிமார்கள் மற்றும் எல்லாக் கிறஸ்தவர்களும் மூட மத வெறியர்கள், அற்பர்கள், சின்னபுத்தி உடையவர்கள்...'

புதுமைப்பித்தன்:

'கிறிஸ்தவ மதம் நான் சொல்லுவதை நம்பு; நீயாக ஆலோசிக்க உனக்கு அனுமதி இல்லை என்கிறது. ஹிந்து மதம் நீ என்ன வேண்டுமானாலும் எண்ணு; ஆனால் சமூகக்கட்டுப்பாடு என்ற வேலியைத் தாண்டாதே என்கிறது. இவற்றில் எது பெரியது?' அடுத்தபத்தி 'உமது தத்துவத்திற்குப் பதில் ஒரு கிண்ணம் திராட்சைமது எவ்வளவோ மேலானது. அதுவும் ஸைப்பிரஸ் தீவின் திராட்சை.. ஒவ்வொரு

வனுடைய மனப்பிராந்திக்கும் தகுந்தபடி தத்துவம். எனக்கு அது வேண்டாம். நாளங்காடியில் திரியும் உங்கள் கருநாடிய நங்கையும், மதுக்கிண்ணமும் போதும்.'

'சிவ! சிவ! இந்த ஜைனப் பிசாசுகள் கூடத் தேவலை, கபாலிவெறியர்கள் கூடத் தேவலை. உம்மையார் இந்த அசட்டு மூட்டையைக் கட்டிக்கொண்டு யவனத்திலிருந்து வரச் சொன்னது?'

'உம்மைப் போன்றவர்கள் இருக்குமிடத்தில் நான் இருந்தால் அர்த்தமுண்டு. எங்கள் ஜூபிட்டரின் அசட்டுத்தனத்திற்கும் உங்கள் கந்தனின் அசட்டுத்தனத்திற்கும் ஏற்றத்தாழ்வில்லை' என்று சிரித்தான் பைலார்க்கஸ்.

'பைபிளை இந்த உலகத்திற்குச் சமமான ஒரு இந்தியன் பீனல்கோடாகவே மதித்தார். சமணரைக் கழுவேற்றியதாக மார்தட்டிக் கொள்ளும் திருவாளர்கள் இருக்கிறார்களே அவர்களுக்குக்கூட அவ்வளவு இருக்குமோ என்னவோ அவ்வளவு மதபக்தி. வர்த்தகத் திற்கும் ஏகாதிபத்தியத்திற்கும் ராணுவபலம் எவ்வளவு அவசியமோ அவ்வளவு தெய்வபக்தியும் அவசியம். இந்த உண்மையை பிரிட்டீஸ் காரர்கள் மட்டும் தெரிந்து கொண்டிருக்கவில்லை, கொழும்புப் பிள்ளைமாரும் தெரிந்து கொண்டிருந்தனர்.'

'ஊர்லே தேவமாருன்னு பேரு வச்சுக்கிட்டுப் பூனையாட்டம் ஒண்டிக் கிடந்தா என்னதான் நடக்காது. புள்ளைமாருக்குத்தான் இந்த ஊரா? அப்போ நாங்க போயிருதோம். அதெத்தான் அத்துப் பேசட்டுமே...'

'புள்ளைமாருன்னா என்னா கொம்பு முளைச்சிருக்கா? பிரிட்டிஸ் ராஜ்ஜியமா என்ன? மனுசனை அடிக்கதின்னா நாய அநியாய மில்லையா? இன்னக்கி சிரிக்கவுஹ நாளக்கி வாரதையும் நெனச்சுப் பாக்கணும்..'

'எனக்குப் பிடிக்கிறவர்களையும் பிடிக்காதவர்களையும் கிண்டல் செய்து கொண்டிருக்கிறேன். சிலர் என்னோடு சேர்ந்து கொண்டு சிரிக்கிறார்கள். இன்னும் சிலர் கோபிக்கிறார்கள். இவர்கள் கோபிக்கக் கோபிக்கத்தான்,

அவர்களை இன்னும் கோபிக்க வைத்து முகம் சிவப்பதைப் பார்க்க வேண்டும் என்று ஆசையாக இருக்கிறது. ஆனால் இப்படிக் கோபிப்பவர்கள் கூட்டம் குறையக் குறையத்தான் எனக்குக் கவலை அதிகமாகி வருகிறது.'

அ. மார்க்ஸ்:

'தங்கள் சினிமா முயற்சிகள் அனைத்தும் மூன்றாம் தரப் புராணக் குப்பையின் அடிப்படையிலேயே அமைந்தன. உங்களைப் போன்ற தமிழ் மறுமலர்ச்சி எழுத்தாளர்களெல்லாம் திரைப்படங்களுக்குக் கதைவசனம் எழுதிக் கொண்டிருந்த கால கட்டத்தில் திராவிட இயக்கத்தவர்கள் இந்துத்துவ ஆதிக்கத்தையும், மூடநம்பிக்கைகளையும் எதிர்த்துத் திரைப்படங்கள் எடுத்ததை நாம் மறந்துவிட முடியாது!"

புதுமைப்பித்தன்:

'சினிமாவுக்குக் கதை வசனம் எழுதினால் என்ன? நமக்குத் தெரிந்த ஒரே தொழிலான இலக்கியத்தை உபயோகப்படுத்தவும் இடமுண்டு; பணவசதிக்கும் வருவாய்க்கும் இடமுண்டு; லட்சியம் லட்சியம் என்றுகூறி வயிற்றை இறுக்கிக் கட்ட முடியாது; இலக்கியத்தை விலை பேசாமல், விற்காமல் முடியாது. சுவர் இருந்தால்தான் சித்திரம் வரைய முடியும்.'

'பெரிய பேச்சுப் பேசி, புராணமே பிடிக்காது என்று சொல்பவர்களே திரைமறைவிலிருந்து திரைப்படங்களுக்குக் கதை வசனம் எழுதத் துணியும்போது நாம் மட்டும் ஏன் துணியக் கூடாது...?'

'எனக்கு விளையாடப் பணம் வேண்டாம்; ஆனால் வேளா வேளைக்குச் சாப்பிடவாவது பணம் வேண்டாமா?'

பிரபஞ்சன்:

'தங்களின் படைப்புகளைவிட சதக் ஹஸன் மாண்ட்டோவின் படைப்புக்கள் நூற்றி ஐம்பது மடங்கு மேலானவை என்கிறேன்'

புதுமைப்பித்தன்:

'ஏன் அது மேல்நாட்டுடன் ஒப்பிடப்பட வேண்டிய காரியமோ தெரியவில்லை. நம்மூர் நாயர் ஓட்டல் இட்டலியையும், பரமசிவம் பிள்ளை ஓட்டல் தோசையையும் ஹாண்ட்லிபாமர்ஸ் பிஸ்கோத் துடன் வெற்றிகரமாக ஒப்பிட்டுவரும் கருத்துக்களை காணப் பெரும் பாக்கியம் எனக்கு இதுவரை சித்திக்கவில்லை.'

கா. சிவத்தம்பி:

இலக்கியத்தின் தன்மை பற்றிய கருத்துத் தெளிவிலிருந்தது. உங்களிடமிருந்த அத்தெளிவு ஒரு கோட்பாடாக வளரவில்லை என்பது தான் உண்மை. உங்களிடம் காணப்பட்ட தனிமனித சுபாவமும் நம்பிக்கை வறட்சியும் அத்தகைய கருத்துப் பூரணத்துவத்திற்கு இடமளிக்கவில்லை.'

அ. மார்க்ஸ்:

'செக்கென்றுப் பார்க்காமல், சிவலிங்கம் என்றும் நோக்காமல் ஒருசேர, உங்கள் காலத்தில் எழுச்சி பெற்று விளங்கிய விடுதலை இயக்கம் மற்றும் புரட்சிகர இயக்கங்கள் உட்பட எல்லாவற்றையும் கேலிசெய்தும் மனஅவசங்களுக்கு முக்கியத்துவம் கொடுத்தும் இலக்கியம் படைத்தீர்கள். இன்றைய சமூக அநீதிகளையும் முரண்பாடுகளையும் நீக்குவதற்கான வழிமுறைகளையும் தத்துவங்களையும் பற்றிய தெளிவின்மை படைப்பாளியை நம்பிக்கை வறட்சிக்கு இட்டுச் செல்கின்றது. இதுவே தங்களுக்கும் நிகழ்ந்தது.'

'நவீன கலைகள் நம்பிக்கை வறட்சியால்தானே எனக் கேட்டவர்களை நோக்கி, வேறெப்படி இருக்க முடியும் என்று வினவினார் ப்ரெக்ட், 'பின்னால் செல்வதற்கு (மனசுக்குப் பிடித்த) வழியில்லை. நல்ல பழமையை நோக்கிச் செல்கிற பிரச்சினை அல்ல இது (மனசுக்குப் பிடிக்காத) கெட்டபுதியதிலிருந்துதான் தொடங்கியாக வேண்டும்.' வரலாறு தானாகவே முன்னோக்கிச் செல்லும் என்கிற சூத்திர வகைப்பட்ட நம்பிக்கை வாதத்தைக் காட்டிலும்,

இன்றைய இழிநிலையைச் சுட்டுவதன் மூலம் எதிர்காலப் பொன்னுலகை நினைக்க வைக்கும் நம்பிக்கை, மக்களை ஈர்க்கிறேன் என்ற பெயரில் நமது நல்விருப்பங்களினடியிலான தீர்வுகளை முன்வைப்பது வெற்றிக்கான நடைமுறைகளைத் துரிதப்படுத்துவதற்குப் பதிலாக அவசரம் காட்டாத உளநிலையை உருவாக்குமல்லவா?'

'இந்து சனாதனக் கறை படிந்த ஒரு மொழியின் விளையாட்டில் பிரக்ஞையின்றி அகப்பட்டுச் சுழன்றவர் தாங்கள்!'

(அவ்வக்காலகட்டச் சூழலுக்கேற்ப அவர் நம்பிக்கை வைக்கும் தத்துவப் பகைப்புலனின் வெளியில் நின்று தமக்குள்ளே தாம் முரணும் இக்குரல்கள் எல்லாமும் அ. மார்க்ஸ் அவர்களுடையனவே! – பொதி.)

'இலக்கியம் வாழ்க்கையின் எதிரொலி; சமூகத்தின் வளர்ச்சியைக் காட்டும் மைல்கல்; மனித இலக்ஷியத்தின் உயிர்நாடி. கலை என்பதன் நாடி ஒன்று; அதன் ரகஸ்யமும் ஒன்று. அது இதயத் துடிப்பின் பேச்சு. அழகுணர்ச்சியின் வடிவம். அழகு என்பது உலகத் தோற்றங்கள் மனித எண்ணங்களுடன் ஒன்றுபட்ட ஒற்றுமை. இவ்வித அழகுக்கு அழகு செய்யும் இருதயத்தின் பேச்சுத்தான் கலை.'

'இலக்கியம் கலைகளில் எல்லாம் உயர்ந்தது. கவிதை கலையின் அரசி. உண்மைக் கவிதைக்கு உரைகல் செவி…'

'கவிஞனின் மேதையை அறிய ஒரு வரி போதும். தமிழில் செய்யுளைப் பற்றி ஆராய்ச்சியிருக்கிறது. ஆனால் கவிதையைப் பற்றி ஆராய்ச்சி தமிழில் கிடையாது. ஒழுக்கமோ, தர்மமோ அல்லது மோட்சமோ இவற்றிற்காக எழுதப்படும் கவிதை, கவிதையாகாது. ஒழுக்கமும் தர்மமும் மோட்சமும் கவிஞனது உள்ளத்தில் இருதயத்தின் கனிவாக வெளிப்படும் இசைதான் கவிதையாகும்.'

'இலக்கியத்தைப் புரிந்துகொள்ள நாட்டின் இதய பாவம் தெரிய வேணும். கிராமத்துப் பாட்டுக்களே அதற்குச் சாதனங்கள்.'

'இலக்கியத்தைப் பற்றி விஸ்தரிக்கலாம். விவாதிக்க முடியாது, சூத்திரத்தால் விளக்க முடியாது; தர்க்கத்திற்கு அடங்கியதல்ல. சிருஷ்டி வகையே அப்படித்தான். தர்க்கத்தின் வழியாக இலக்கியத்தைப் பார்க்க முடியாது. தத்துவ சாஸ்திரி ஒருநாளும் சிருஷ்டியின் மேதையை அறிய முடியாது. என்ன இருக்கிறது என்று பிரித்துப் பிரித்து அளக்கிறான். ஆனால் எப்படி இருக்கிறது என்று அவனுக்குத் தெரியாது. தத்துவ சாஸ்திரிக்கு ஒரு கண்ணீர்த்துளி, ஒரு சொட்டு ஜலமும் சில உப்புகளும் என்றுதான் தெரியும். அந்தக் கண்ணீரின் ரகஸியத்தை அதன் சரித்திரத்தை அவன் அறிவானா? அது கலைஞனுக்குத்தான் முடியும். அவன்தான் தோற்றங்களை ஒன்றுபட்ட ஒற்றுமையில் எழுந்த அழகுடன் காண்கிறான். அவன் சிருஷ்டிக்கிறான். அதனால்தான் வாழ்க்கையின் மேதையை அவனால் உணர முடிகிறது.'

'சமூகம் மனிதக் கூட்டத்தின் பிணிப்பு. அதன் பாதுகாப்புக்கு ஏற்பட்ட வீரமரியாதை அரசியலாகி மனிதரின் உடம்பைக் கட்டுப்படுத்தியது. ராஜபக்தி என்ற பித்தமும், சமயநெறி என்ற போதையும் இதன் விளைவுகள்.

சமயத்தைப் பொறுத்தவரை அது ஆதியில் உயிருள்ள தலைவனுக்கு மரியாதையாக ஆரம்பித்து பிறகு அரசாங்கத்துக்கும், சமூகத்துக்கும் மறைமுகமான போலீஸ்காரனாகச் சேவை செய்ய முயன்றது. மனிதன் உடலைக் கட்டுப்படுத்தினாலும் ஒருவிதமாகப் பொறுத்துக் கொள்வான்; அவனுடைய மனத்தைக் கட்டுப்படுத்த முயல்வது ஆபத்தான காரியம். மேலைநாடுகளில் முன்பு மத சப்மந்தமான விஷயங்களில் சித்தத்தைக் கட்டுப்படுத்த முயன்று தோல்வியுற்றன. தற்பொழுது இருந்துவரும் சுவாரஸ்யமான அரசியல் தத்துவங்கள் எல்லாம் அதைப் போலவே சித்தத்தைக் கட்டுப்படுத்த முயன்று தோல்வியுறும்.'

'என் கதைகளில் ஒவ்வொன்றும் ஒரு விவகாரத்தைப் பற்றியதாக இருக்கும். ஆனால் என் கதைகளின் பொதுத்தன்மை நம்பிக்கை வறட்சி. எதிர்மறையான குணங்கள் இலக்கியத்துக்கு வலுக்கொடுக்குமா? என்று கேட்கலாம். அது ஏற்பவர்களின் மனப்பக்குவத்தைப்

பொறுத்ததே யொழிய, எதிர்மறை பாவத்தின வஷியத் தன்மையைப் பற்றியதல்ல.'

    மண்டும் பெரு இருட்டு
        மானுடவர் தம் நினைவில்
    கண்டும் அறியாத
        காரிருட்டு
    மேலே இருள் முகடு
        மேவி எனைச் சூழ
    நாலு திசையி னிலும்
        இருட் படலம்

    செல்லும் வழி இருட்டு
        செல்லும் மனம் இருட்டு
    சிந்தை அறிவி னிலும்
        தனி இருட்டு
    பாதம் இயங்கு வதால்
        பாதை பிறக்கின் றதுவால்
    விதி எனத்தனியாய்
        வகுத்த வழியேது மில்லை

    எங்கு எதற்கு
        ஏனென் றறியேனைத்
    தங்கு' எனக்கூற
        தனியொருவ னாருமில்லை

    நடந்தேன், நடக்கின்றேன்
        நடந்து நடந்தே குகின்றேன்!
    நடந்தேன், நடக்கின்றேன்
        நடந்து நடந்தே குகின்றேன்!

பொதியவெற்பன்:

    வேதாந்திகள் கைக்குள் சிக்காத கடவுளே நம் மூதாதைச் சித்தர்களின் லோகாயதப் பிரதிகளுக்குள் சிக்கித் தவித்து ஒடுங்கவில்லையா என்ன? தென்னாடுடைய சிவனார் மட்டுமன்றி பன்னாட்டவர்க்கும் இறையான பரமண்டலப்

பிதாவுங்கூட உம் முன்னால் மனுஷ' அத்துக்குக் கட்டுப்பட்டுக் கிடக்கலையா என்ன? அப்படித் தான்வே விமர்சகர்களின் இத்தகைய அளவுகோல்களுக்குள் அடைபடாமல் உம் லீலா வினோதப் பித்தஜாலங்கள் தொடர்ந்த போதிலும் உம்மில் 'நான்கலந்து' உட்புகுந்தால் அப்புறம் எப்படிவே நீர் தப்புவேரு

என்றாலும் இன்னமும் உமது கண்ணீரின் ரகசியமும் அதன் சரித்திரமும் உமது படைப்புலகின் சிருஷ்டிபர ஜீவகளையும் எமக்கூடாகவும் தொடர்வது நிதர்சனமே!

'சிக்காத கடவுளே யானுனைத் தொடர்ந்தே
சிக்கெனப் பிடித்தேனெங் கெழுந்தருளு வதினியே?"

முடிக்கு முன்பாக உங்களோடு ஒன்றே ஒன்று மட்டும். இச்செவ்வியில் எழுப்பப்பட்ட எந்த ஒரு கேள்வியும் புதுமைப்பித்தனின் பதிலை எதிர்பார்த்தோ; புதுமைப்பித்தனின் எந்த எழுத்தும் இக் கேள்வியை எதிர்கொள்ளு முகமாகவோ முன்வைக்கப்பட்டவையல்ல.

புதுமைப்பித்தனோடு நமக்குள்ள உடன்பாடோ முரண்பாடோ கூட இங்கு பேசப்படவே இல்லை. புதுமைப்பித்தனின் எழுத்துக்களோடு போதிய பரிச்சயமில்லாத வாசகர்கள் மத்தியில்கூட புதுமைப்பித்தனின் எழுத்தை அதற்குரிய ஸ்தானத்தில் வைத்துப் பார்க்கவும் இன்றும் தொடரும் அதன் பொருத்தப்பாட்டை எடுத்துக்காட்டவுமான எத்தனத்தின் மையப்புள்ளியே இந்த எழுத்தை இன்னவிதமாகக் கட்டமைத்தது.

புதுமைப்பித்தனின் பதில்கள் யாவும் அவரது சிறுகதைகள் கட்டுரைகள் கவிதைகள் மற்றும் புதுமைப்பித்தன் வரலாற்றிலிருந்து விமர்சனங்களை எதிர்கொள்ளுமுகமாக இங்கே முன்வைக்கப் பட்டுள்ளன.

மறுபடியும் புதுமைப்பித்தன் குரலோடேயே இதனை முடிப்போமே! 'நல்ல இலக்கியமென்றால், எத்தனை நந்திகள் வழிமறித்துப் படுத்துக் கொண்டாலும் அவை உரிய ஸ்தானத்தை அடைந்தே தீரும். பனைமரத்தில்

ஊசியைச் சொருகிக்கொண்டு சுமந்து நடந்த பரமார்த்த குருவின் சீடர்களைப்போல எத்தனையோ சுமந்து வந்தாலும் பரங்கிக்காய் குதிரை முட்டை ஆகிவிடாது!'

– 'சதங்கை' ஜன– மார்ச் 98

புதுமைப்பித்தன் சிறுகதைகளில் தொன்மங்களும் பரிசோதனைகளும்

மு. செல்வக்குமார்

தமிழ்ச் சிறுகதைகளின் செவ்வியல் காலகட்டமென 20ஆம் நூற்றாண்டின் முன்பாதியைக் குறிப்பிடலாம். இக்காலக் கட்டத்தில் சிறுகதை வடிவங்களில் பரிசோதனைகள் பலவற்றை நிகழ்த்தியவராகப் புதுமைப்பித்தன் விளங்குகின்றார். இது மட்டுமின்றி, இந்நாளைய சிறுகதைகளின் பல்வேறு போக்குகளுக்கும் புதுத்தடம் அமைத்துக் கொடுத்தவரும் அவரேயாவார். தன் சமகாலப் படைப்பாளிகள் எவரையும்விட அதிகமான நேர்முறை, எதிர்மறை விமர்சனங்களையும் அவர் எதிர்கொண்டுள்ளார். இவற்றுள், புதுமைப்பித்தன் சிறுகதைகளில் தொழிற்பட்ட தொன்மங்கள் குறித்து மாறுபட்ட விமர்சனப் பார்வைகளை முன்வைத்தவர்களாக, க. பஞ்சாங்கம், ராஜ்கௌதமன், ஜமாலன் மூவரைக் கூறலாம். மேற்குறித்த விமர்சனங்கள், முதலாமவர் தொன்மவியல் நோக்கிலும், பின்னிருவர் சமூகவியல் நோக்கிலும் விமர்சித்துள்ளனர். இவர்களின் பார்வையை மேலும் விரிவுபடுத்திக் காணுதல் இன்றியமையாததாகும். ஏனெனில் புதுமைப்பித்தனுடைய தொன்ம மறுஆக்கங்களில் தென்படும் புதிய போக்குகளையும் பரிமாணங்களையும் கண்டறிவதற்கு இது உதவக்கூடும்.

2

பொதுவில் தொன்மங்களானவை, ஆதிமனித சமூகத்தின் குழந்தைப் பருவத்திலிருந்துத் தோன்றி வளர்ந்தவையாகும். பிரபஞ்சத்தைப் புரிந்துகொள்ள முயலும் பல்வேறு அறிதல் முறைகளுக்கான மூல ஊற்றாய் நாம் தொன்மங்களைச் சுட்ட முடியும். இத்தொன்மங்கள், தொல்குடி மக்களின் புனிதமான நம்பிக்கைகள், சடங்குகள், கதைகள் போன்றவற்றிலிருந்து முகிழ்த்திருக்கின்றன. தொடக்கத்தில் இவை தூயதொன்மங்களாய் இருந்து, பின்னர் சமூகமாற்றங்களுக்கு ஏற்பத் தங்களது வடிவத்தையும் உள்ளடகத்தையும் மாற்றி வளர்ந்துகொண்டே வந்துள்ளன. இப் போக்கிற்கு இன்றைய அறிவியல்யுகமும் விதிவிலக்கல்ல. இந்தவகையில் சமுதாயத்தின் விளைபொருளாக உள்ள தொன்மமும் சமுதாய மாற்றத்தின் பல்வேறு கூறுகளையும் வெளிப்படுத்தும் ஆவணமாக உள்ளது என்பார் பெ. மாதையன் (பக்தவத்சலபாரதி 2011: 311). தொன்மங்கள் பெருமதத்தின் சட்டகத்திற்குள் மாட்டிக்கொண்ட பின்னர் அவற்றின் புனிதம் குறித்த பார்வை மேலும் கடுமையடைந்தது. இதில் சில மீறல்களும் நிகழ்ந்திருக்கக்கூடும். எனினும், நவீன இலக்கியப் பரப்பிற்குள்தான் இப்பார்வையானது தலைகீழ் மாற்றமடையத் தொடங்கியது.

தமிழின் மறுமலர்ச்சிக் காலத்தில், முற்சுட்டிய போக்கைத் தங்கள் கவிதைகளின் மூலம் தொடங்கி வைத்தவர்களாகப் பாரதியும், பாரதிதாசனும் இருக்கின்றனர். இவர்களுக்குப் பிறகு, தமிழ்ச் சிறுகதைகளில் தான் நிரம்பவும் தொன்மங்கள் மறுவாசிப்புக்கு உள்ளாக்கப்பட்டிருக்கின்றன. இதன் பிரநிதிகளாக ந. பிச்சமூர்த்தியும் புதுமைப்பித்தனும் விளங்குகின்றனர் என்பது கண்கூடு. “பொதுவாக பழங் கதையை எடுத்துக்கொண்டு அதனைத் தற்கால சமூக அமைப்பிற்கு ஏற்ப மறுஉருவாக்கம் செய்தல், அல்லது அம்மூலத்தைப் போலவே பிறிதொன்றை உருவாக்குதல் அல்லது தனது நோக்கத்திற்கேற்ப மூலக்கதையின் வடிவத்தை எடுத்துக் கொண்டு உள்ளடக்கமாகத் தனது கருத்துக்களை வைத்தல் என்பதெல்லாம் தமிழில் புதிதல்ல. புதுமைப்பித்தன்

காலத்திலும் கூட" என இதுபற்றிக் கருத்துரைத்துள்ளார் ஜமாலன் (2003:21) எனவே, புதுமைப்பித்தனை இப்போக்கின் தனிப்பெரும் முன்னோடி என நிறுவ வேண்டுமானால், அவருடைய சோதனைக்கான களங்களைப் பகுத்துக் காட்டவேண்டியது அவசியமாகின்றது. அதற்கு முன்பாக, புதுமைப்பித்தனுக்குத் தொல்கதைகளின் மீது ஏற்பட்ட ஈர்ப்பிற்கான காரணிகள் பற்றி முதலில் காணலாம்.

3

புதுமைப்பித்தன் பெரிதும் யதார்த்தவாதப் படைப்பாளியாக அறியப்படுகின்றவர். அவரது காலத்தில் பெரும் செல்வாக்குப் பெற்றிருந்த வீரகாவியப் புனைகதைகளுக்கு (romantic) எதிரான மனப்பான்மை கொண்டிருந்தவர். எனினும், அதன் காரணமாகவே அவர் ஒற்றை வகை மாதிரிக் கதைகளை மட்டும் படைத்துக் கொண்டிருக்கவில்லை. மாறாக, உரைநடை எழுத்தின் சகலவித சாத்தியங்களையும் அவர் முயன்று பார்த்திருக்கின்றார். அவரின் மன அமைப்பும்கூட மரபு அல்லது நவீனம் என ஒற்றைத்தளத்தில் சிக்கிக் கொண்டிருக்கவில்லை. ஆனாலும், காலனியக் காலகட்டம் இந்தியாவிற்கு வழங்கிய நாகரிகத்தின் புதிய சுவடுகளைக் கடும்வெறுப்புடனே அவர் நோக்கியிருக்கின்றார். புதுமைப்பித்தன் சிந்தனைகளின் பெரும் பகுதியை கீழைத்தேயச் சிந்தனை ஆளுகை செய்து கொண்டிருந்தது இதற்கு முக்கியக் காரணமாகும். இவ்வகையில், பின்காலனிய அணுகுமுறைக்கான பரந்த தளத்தை புதுமைப்பித்தனின் எழுத்துக்கள் கொண்டிருக்கின்றன. இதனால்தான், "எல்லாவற்றையும் அறிந்து தனது ஆதிக்கத்தின் கீழே கொண்டுவந்து விட்டதாக மார்தட்டிய ஏகாதிபத்தியத்தைக் கீழைத்தேய மரபையும் அதன் நம்பிக்கை சார்ந்த புதிர்களையும் கொண்டு வாயடைக்க முனைகின்றார் புதுமைப்பித்தன்" எனக் கருத்துரைக்கின்றார் ராஜ்கௌதமன் (2000 :58) அதே நேரத்தில் "அவரது படைப்புகளில் மேற்கத்திய வகைப்பட்ட அறிவின் அணுகுமுறைகுறித்து கடுமையான விமர்சனங்களும் கேலிகளும் செய்யப்பட்டிருந்தாலும்கூட

அவற்றுக்கு மாற்றாக அவர் இந்திய மரபு என்கிற சனாதன அணுகுமுறையை ஒருபோதும் வைத்ததில்லை" என்று நிழல்களைக் கொல்லும் நடுப்பகல் என்னும் தனது கட்டுரையில் விவாதித்திருக்கின்றார் ரவிக்குமார் (2010: 15). இவரின் இக்கருத்தானது புதுமைப்பித்தனுள் செயல்பட்ட 'சமநிலைத் தன்மை' என்னும் பண்பை எடுத்துக்காட்டுவதாக இருக்கின்றது. மேலும் இந்தக் கட்டுரையில் புதுமைப்பித்தனின் 'உபதேசம்' என்ற கதையை 'மேஜிக்கல் ரியலிஸம்' என்னும் பின்நவீனத்துவ வகைக் கதையாக இனம் கண்டிருக்கிறார் ரவிக்குமார்.

உலகின் அனைத்துவிதமான பிரச்சினைகளுக்கும் அறிவியல் / பகுத்தறிவு விடை பகர்ந்துவிடும் என்பதைப் புதுமைப்பித்தன் நம்பவில்லை. எனவேதான், அவரின் மனம் அதிகமாக தொல்கதையின் வடிவங்களை (இதிகாசம், புராணம், காப்பியம், நாட்டார் கதைகள்) நாடிச் செல்கின்றது. பலகூறுகளை இவற்றிலிருந்து எடுத்துத்தான் மறுபடைப்பும் செய்திருக்கின்றார். இதற்குரிய தனது நிலைப்பாடாக புதுமைப்பித்தன் கூறும் கருத்துக்கள் ஆழ்ந்த சிந்தனைக்குரியவையாகும். மேலும், இம்மறு ஆக்கங்களை அவர் தன்னுணர்வுடன்தான் செய்தார் என்பதற்கும் இக்கருத்துக்கள முக்கிய சான்றுகளாகின்றன. "மனிதன் கல்மாதிரி இருக்கும்போது, கல்தான் சற்று மனிதன் மாதிரி இருந்து பார்க்கட்டுமே! தவிரவும் பழைய கதைகளை எடுத்துக் கொண்டு அதை இஷ்டமான கோணங்களிலெல்லாம் நின்றுகொண்டு பார்க்க உரிமையுண்டு" என காஞ்சனை முன்னுரையில் அவர் கூறியிருக்கின்றார் (ப.780)

யதார்த்தவாத எழுத்துமுறை மட்டுமே கலையின் உன்னத வடிவம் எனும் கருத்தில் அவருக்கு உடன்பாடில்லை என்பதோடு, அதனைப் பகடி வேறு செய்திருக்கின்றார். இதற்கான சான்றை அவரின் கதையிலிருந்தே எடுத்துக்காட்ட முடியும். "இரண்டும் இரண்டும் நான்கு என்ற மகத்தான உண்மையைக் கவிதையாக இசைக்கும் இந்தக்காலத்தில், உள்ளது உள்ளபடியே சொல்லவேண்டுமென்ற சத்திய உணர்ச்சியும் பகுத்தறிவும் பிடரி பிடித்துத்தள்ளும் இந்தக்

காலத்திலே, அதன் தனிப்பெருமையாக ஓர் அழியாத காவியம் செய்ய என்னை எனது உள்ளுணர்வு தூண்டியது. அதன் விளையாட்டை யாரேயறிவர்! இந்தக் காவியத்தில் பச்சை உண்மையைத் தவிர வேறு சரக்கு ஒன்றும் கிடையாது. ஆதலால் பகுத்தறிவு அன்பர்களும் ஏனையோரும் படித்து இன்புறுமாறு வேண்டிக் கொள்கின்றேன்" என்று கிண்டலடித்திருக்கின்றார். (புதிய கந்தபுராணம், ப. 197) மேற்கண்ட கூற்றுகள், அவர் ஏன் அமானுடம் சார்ந்த பழங்கதை வடிவங்களின் மீது நாட்டம் கொண்டிருந்தார் என்பதை நமக்குத் தெளிவாக்குகின்றன.

4

புதுமைப்பித்தனின் தொன்ம ஆக்கத்திற்கான பரிசோதனைக் களங்கள் நான்காக அமைகின்றன.

அவையாவன:

1. இந்தியத் தொன்மங்கள்
2. தமிழ்த் தொன்மங்கள்
3. புராணச் சார்புடைய நாட்டார் தொன்மங்கள்
4. கிறித்துவத் தொன்மம்

என்பனவாகும் (இவை பெருஞ்சமயம் சார்ந்த செவ்வியல் தொன்மங்கள்). மேற்கண்டவற்றின் பலகூறுகளும் புதுமைப்பித்தன் கதைகளில் வேறுருப் பெற்றுள்ளன. இவற்றை, அவரின் கதைகளூடாகக் காண முயலலாம். புதுமைப்பித்தனின் தொடக்க கால எழுத்துக்களிலேயே தொன்மங்கள் கையாளப்பட்டதற்கு நற்சான்றாகும் கதை, ஆற்றங்கரைப் பிள்ளையார் இக்கதையில் இந்தியாவின் சமூக, சமய வரலாறுகள் பெற்ற மாற்றங்களைப் பிள்ளையார் எனும் தொன்மம்வழி உணர்த்தியிருக்கின்றார். இம்மாற்றங்களை ஏற்படுத்துகிறவர்களாக, புத்தன், ஜீனன், இயேசு, நபிகள், சங்கரன், ராமானுஜன், மத்வன் எனப் பலரும் வருகின்றனர். இக்கதையில், வரலாறும் தொன்மமும் முயங்கி ஒரு மயக்கநிலை எய்துவதைக் காணமுடியும். இந்துமதத்தின் முழுமுதற்கடவுளாக சுட்டப்படும் பிள்ளையார் எனும்

தொன்மம் பாரதப் பெருநிலம் எனும் பெருங்கதையாடலுக்கான குறியீடாக மாற்றம் பெற்றிருப்பதைக் கதை எடுத்துரைக்கின்றது.

இராமாயணத்தின் அகல்யை பாத்திரம் மூலம் கற்பு எனும் அடிக்கருத்தை தனது இரண்டு கதைகள்வழி புத்தாக்கம் செய்திருக்கின்றார், புதுமைப்பித்தன். அகல்யை எனும் முதல்கதை மனத்தூய்மைதான் கற்பு வலியுறுத்துவதாக அமைகின்றது. இக்கதையின் தன்மையை இயற்பண்பு வாதம் (naturalism) என்று மதிப்பிடுகின்றார் க. கைலாசபதி *(2000: 150)* பிற்காலத்தைய கதையான சாபவிமோசனம், அகல்யை கதையிலிருந்து பெரிதும் மாறுபட்டு நிற்கின்றது. இதில் வருகின்ற அகலிகை அறச் சீற்றமுடையவளாகப் படைக்கப்பட்டிருக்கிறாள். சீதையை ராமன் எரிமூழ்கச் சொன்னான் எனக் கேட்டவுடன்,

“அவன் கேட்டானா? என்று கத்தினாள் அகலிகை; அவள் மனசில் கண்ணகி வெறி தாண்டவமாடியது” என்று எழுதுகின்றார் புதுமைப்பித்தன் (ப. 539) இங்கு அகலிகையின் ஆவேசத்திற்கு வலுவூட்டும் பொருட்டு கண்ணகி எனும் தமிழ்த் தொன்மத்தை உள்நுழைக்கின்றார். இருவேறுத் தொன்மப் பாத்திரங்களின் இணைவால் ஒரு தளமாற்றம் ஏற்படுத்துவதை நாம் உணர இயல்கின்றது. மேலும், இந்தியத் தொன்மங்களில் ராமாயாணமே அவரிடம் பெரிய அளவில் செல்வாக்குச் செலுத்தியிருக்கின்றது. இதற்கு, நாரத ராமாயணம் எனும் படைப்பையும் சான்றாகக் காட்ட முடியும்.

இந்தியாவின் வடமரபுத் தொன்மங்களைவிட, தமிழ் அடையாளம் கொண்டவையே புதுமைப்பித்தனிடம் சிறந்த மறுபடைப்புகளாக ஆகியிருக்கின்றன. இத்தொன்மங்களிலும் வடமரபின் தாக்கம் அதிகமுண்டு. இது பற்றி, “பல தமிழ்த் தொன்மங்கள் வடமொழி செவ்வியல் தொன்மங்களின் மறுபடைப்புகள் ஆகும். ஆனாலும் அவை வேறுபட்டு நிற்கும் தனித்தன்மைகள் கொண்டவை” என்று சரசுவதி வேணுகோபால் குறிப்பிடுகின்றார் *(200.5: 51)*. "புதுமைப்பித்தன் கையாண்டுள்ள தமிழ்த் தொன்மங்களில் சிவன், பெண் தெய்வங்கள், சித்தருலக ஆற்றல்கள் போன்றவை

முக்கிய இடம்பிடித்துள்ளன. இதற்கான முக்கியக்காரணம், புதுமைப்பித்தனுக்குள் ஓடுகின்ற சைவவேளாள மரபு எனும் தத்துவ இழையாகும்" என்பார் ராஜ்கௌதமன் (2003 : 37)

அன்று இரவு கதையில் சிவபெருமான் அலகிலா விளையாட்டுடையவனாகவும் பிறவா நெறிகாட்டிய பெம்மானாகவும் காட்டப்பட்டிருக்கின்றார். எனில், கடவுளும் கந்தசாமிபிள்ளையும் கதையில் சிவபெருமானும் சைவநெறியும் பகடிக்குள்ளாகி இருக்கின்றன. தன் குழந்தையை நினைத்துக் கடவுளிடம் தயங்கும் கந்தசாமிப் பிள்ளையிடம், "சும்மா சொல்லும் இப்போ வெல்லாம் நான் சுத்த சைவன்; மண் பானைச் சமையல்தான் பிடிக்கும் பால், தயிர்கூட சேர்த்துக் கொள்வதில்லை, என்று சிரித்தார் கடவுள்" (ப. 561) என்று எழுதியுள்ளார் புதுமைப்பித்தன். இவ்விடத்தில், சிவனாரின் பிள்ளைக்கறி தின்ற திருவிளையாடல் புதுமைப்பித்தனால் அங்கதத்திற்கு உள்ளாக்கப்பட்டிருக்கின்றது.

அவருடைய தமிழ்த் தொன்மங்களின் புத்துருவாக்கத்தில், கபாடபுரம் எனும் கதை சிறப்பிடம் பெறுவதாகும். கபாடபுரமானது, தமிழர்களின் கூட்டு நனவிலியில் கடற் கோளால் அழிந்துபட்ட நிலப்பரப்பாகவும், பாண்டியர்கள் இரண்டாம் தமிழ்ச்சங்கம் அமைத்த நகராகவும் இருந்து வருகின்றது. தமிழர்களுடைய சிறப்பு வாய்ந்த இத் தொன்மம், அற்புதமான இலக்கிய வடிவம் பெற்றிருப்பது கபாடபுரம் கதை யில்தான் இதற்கு இணை சொல்லத்தக்க முன்னுதாரணமோ, பின்னுதாரணமோ இல்லை என்பதே இம்மறு ஆக்கத்தின் சிறப்பை உணர்த்துவதாகும். அவருடைய தொன்ம மறுபடைப்பாக்கத்திறனின் உச்சமும் இக்கதை மூலமே வெளிப்பட்டிருப்பதைக் காண்கிறோம். அதேசமயத்தில், இக்கதையானது பழந்தமிழ்ச் சமூக வரலாற்றை முழுதுமாக சைவமயப்படுத்தும் அபாயத்தைக் கொண்டிருக்கின்றது என்பதையும் நாம் மறுப்பதற்கில்லை.

பொதுவாக, புதுமைப்பித்தன் கையாண்ட செவ்வியல் தொன்மங்களில் காணக்கிடைக்கும் ஒத்த பண்பு ஒன்றுண்டு. அது, மனிதன் அல்லது குறை ஆற்றலுடையவை, தங்கள் நிலை மீறி புனிதமானதற்கோ அல்லது மீஆற்றலுக்கோ

விருப்புறுகின்றன. பின்னர், அவ்விருப்பம் நிறைவேறாமல் தண்டனை அடைகின்றன என்பதாகும். இத்தொன்மங்களின் உட்கருத்தானது,

'விலக்கப்பட்டதன் மீதான விருப்பு நிறைவேறாமை ஒறுப்புக்குள்ளாதல்' எனும் செயல்தன்மையாக வெளிப்படுகின்றது. இதற்கான சான்றுகளாக, காளிகோயில், ஞானக்குகை, பிரம்மராட்சஸ் போன்ற கதைகளைச் சுட்டலாம்.

'நித்தியத்துவத்திற்கு ஆசைப்பட்டு இடர்பட்டு அழிவுற்றவர்களின் எச்சரிக்கையாக இருந்தது அவன் கதை" (ப. 354) மேற்காணும் வரிகள், முற்சொன்ன தொன்மக் கருத்தினை விளக்கி நிற்கின்றன.

தொடக்ககாலத் தமிழ் நவீன இலக்கிய வடிவங்களில் செவ்வியல் தொன்மங்கள் பெருமளவில் பயன்படுத்தப்பட்டிருக்கின்றன. அதேநேரத்தில், தமிழ்நிலத்துக்கு மிக நெருக்கமான உறவுடைய நாட்டார் தொன்மங்களின் பயன்பாடு மிக அருகியே இருந்திருக்கிறது. இப்போக்கானது, வட்டார இலக்கியம் எனும் வகை நன்கு வளர்ந்த பின்பே மாறத் தொடங்கியது. மேலும், கடந்த இருபது ஆண்டுகளில் நாட்டார் தொன்மங்களானவை அதிகளவில் தமிழ்ப் புனைகதைகளுக்குள் நுழைந்திருக்கின்றன. இதற்கான பின்புலங்கள் தனி ஆய்விற்குரியனவாகும்.

மேற்கண்ட போக்கின் வளர்ச்சிக்கு, புதுமைப்பித்தனுடைய பங்களிப்பு என்ன என்பது ஒரு முக்கிய வினாவாகும்.

ஏனெனில், புதுமைப்பித்தனும் வட்டார இலக்கிய முன்னோடிகளில் ஒருவராகக் கொள்ளப்படுகின்றவர் ஆவார். இவர் சார்ந்த திருநெல்வேலி வட்டாரத்தின் நிலவியல், கொச்சை வழக்கு, சாதிக் குழுக்களின் பண்பாடு எனப் பலவற்றையும் தனது கதைகளில் நுட்பமாகப் பதிவு செய்திருக்கின்றார். இருப்பினும், அவ் வட்டாரத்துத் தெய்வங்கள் வெறும் விவரணைகளாக மட்டுமே அவரின் கதைகளில் இடம்பிடித்திருக்கின்றன. சுடலை மாடனும் (தனி ஒருவனுக்கு) பேராய்ச்சியும் (சாயங்கால மயக்கம்) அவரின்

கதைகளில் இடம்பெற்ற நாட்டார் தெய்வங்களாகும். பெருந்தெய்வத் தொன்மங்களைப் போல், நாட்டார் தெய்வகணங்களைப் புதுமைப்பித்தன் எடுத்தாளவில்லை. என்றாலும், நாட்டார் தொன்மங்களை அவர் முழுமையாகப் புறக்கணித்துவிடவுமில்லை.

புதுமைப்பித்தன் நாட்டார் தொன்மங்களின் பல்வேறுபட்ட பொருண்மைகளையும் வடிவங்களையும் கையாண்டிருக்கின்றார். இத்தொன்மங்களானவை, தூயனவாக அன்றி புராணத்தாக்கம் பெற்றவையாக இருக்கின்றன. விநாயகர் சதுர்த்தி, வேதாளம் சொன்ன கதை, காலனும் கிழவியும், செவ்வாய் தோஷம், காஞ்சனை போன்ற கதைகள் இதன் பாற்பட்டவை. இக்கதைகள், அவருடைய அமானுடம் சார்ந்த நம்பிக்கைகளின் வெளிப்பாட்டைப் புலப்படுத்துபவையாகும்.

விநாயகர் சதுர்த்தி எனும் கதை, மருத வேளார் எனும் குயவரின் குடும்பத்திற்கு ஏற்பட்ட ஒரு சாபம் பற்றியதாகும். அச் சாபத்தால் அவரின் குடும்பத்தில் நிகழும் புதிரான மரணங்கள் பற்றிக் கூறும் நவீன வாய்மொழிக் கதைவடிவமாக இது அமைந்திருக்கின்றது. வேதாளம் சொன்ன கதையில் வரும் வேதாளமானது, சமயங்களையும் கடவுளரையும் கிண்டல் செய்கின்றது. இதனை,

'முன்னே திரிபுரத்தை எரித்தாரே, இந்த சிவன், இப்போ அவராலே இந்தக் குருவிக் கூட்டைக்கூட எரிக்க முடியாது' (ப. 390)

எனும் வரிகள் விளக்குகின்றன.

காலனும் கிழவியும் கதையானது மார்க்கண்டேய புராணம் எனும் செவ்வியல் தொன்மத்திற்கு எதிரிடையாக அமைந்திருக்கின்றது. புதுமைப்பித்தன், மேற்கண்ட கதையினை நாட்டார் மரபிலிருந்து எடுத்தாண்டிருக்கிறார் (சான்று: போருக்கு முதல்வனையும் ஊருக்கு முதல்வரையும் (எமதர்ம) மகாராஜாவே நேரில் சென்று அழைத்து வரவேண்டும் என்பது சம்பிரதாயம்). உயிரை எடுக்கச் சென்ற இடத்தில் கிழவி கேட்கும் அறிவியல் பூர்வமான

கேள்விகளை எதிர்கொள்ள முடியாமல் எமதர்மன் கதையில் தோற்றோடுகின்றார்.

'உன்னாலெ என் உசிரெத்தானே எடுத்துக்கிட்டுப் போக முடியும்? இந்த உடலைக் கூட தூக்கிட்டுப் போவ உனக்கு திறமை இருக்கா? யோசிச்சுப் பாரு. ஒண்ணெ வேறயா மாத்தமுடியும்; உன்னாலே அழிக்க முடியுமா? அதெ அதெ உன்னைப் படைச்ச கடவுளாலேயே செய்ய முடியாதே அப்புறமில்ல உனக்கு" (ப. 405) என்பதான கிழவியின் கேள்விகள் மிக முக்கியமானவை. புராணங்களில் மரணத்திலிருந்து தப்பித்தல் எனும் செயல் அதீத பக்தியினாலோ, கற்பின் வலிமையாலோ மட்டுமே நிகழ்வதாகச் சொல்லப்பட்டிருக்கின்றது. ஆனால் புதுமைப்பித்தன் அறிவின்மூலம் அந்தத் தப்பித்தல் நிகழ்வதாக மறுபடைப்புச் செய்துள்ளார். இந்த ஒரு கதையில் மட்டும்தான், அவர் அறிவியல் பக்கம் நின்று வாதிடுவதைக் காணமுடிகின்றது. எனினும் இதனை அவருடைய தொன்ம நிராகரிப்புச் சிந்தனையாகக் கருத முடியாது. ஏனெனில், செவ்வாய் தோஷம், காஞ்சனை போன்ற கதைகள் மூலம் அவர் அமானுடம் சார்ந்த நம்பிக்கைகளை நோக்கித் திரும்புவதை அவதானிக்கமுடியும். மேற்கண்ட கதைகள் பேய், ரத்தக் காட்டேரி போன்றவற்றின் மீதான அச்சம் பற்றியவையாகும்.

புதுமைப்பித்தன் இந்து மதத்தின் தொன்மங்களையே பெரும்பாலும் மறுஆக்கம் செய்திருக்கிறார் என்பதை முன்பே கண்டோம். கிறித்துவத் தொன்மம் ஒன்றும் அவரால் மறுபடைப்பு செய்யப் பட்டுள்ளது என்பது கவனிக்கத்தக்கது. ஏனெனில், கிறித்துவ மதம், அதன் மிஷனரிகள், மதமாற்றம் போன்றவற்றை அவர் கடுமையாகக் கேலியும் கிண்டலும் செய்திருக்கின்றார் என்பதோடு இந்தக் கதையை ஒப்புநோக்க வேண்டியிருக்கிறது. இதற்கு கதைகளும் போதுமான சான்றுகளாகும் (நியாயம், கொடுக்காப்புளி மரம், புதிய கூண்டு). இவ்வாறு அவரால் வெறுப்புடனும் சந்தேகத்துடனும் நோக்கப்பட்ட கிறித்துவ மதத்தின் பைபிள் தொன்மம் ஒன்று மனக்குகை ஓவியங்கள் கதை மூலமாக மறுஆக்கம் பெற்றுள்ளது.

பரமண்டலத்திலிருக்கின்ற பிதாவினால் படைக்கப்பட்ட மனிதன், தன்னிடமிருந்து அந்நியனாக நிற்பதைக் கண்டு கடவுள் துயருருவதாக இக்கதை அமைகின்றது. அக்கடவுளை நோக்கி மனிதன்,

"என்னை சிருஷ்டிக்க நீர் உபயோகித்த புழுதியைவிட்டு நான் எப்படி விலக முடியும்? அதை விட்டு விலகி நான் உம்மை எப்படி வரவேற்க முடியும்? புழுதியைக் கண்டு அஞ்சும் உமக்கு அதன் மீது நிற்கும் என்னை அறிந்துகொள்ள சக்தியுண்டா?" (U. 435)

என்று கேட்கின்றான். இக்கேள்விகள், மானுட இனம் கொண்டிருக்கும் மண் மீதான நேசத்தையும் தன்னம்பிக்கை ஆற்றலையும் வெளிப்படுத்துகின்றன.

இதுவரை விவாதித்து வந்த கருத்துகள் வழியாக, சில முடிவுகளை எட்ட இயலும் எனத் தோன்றுகிறது. புதுமைப்பித்தன் தனது சிறுகதைகள் பலவற்றிலும் சோதனை செய்து பார்த்தது போல, தொன்மங்களிலும் செய்திருக்கின்றார். தொன்மங்களை ஒற்றையாகவன்றி, பலவிதப் பரிமாணங்களிலும் மறுபடைப்பாக்கம் செய்ய முனைந்திருக்கின்றார். இவ்வாக்கத்திற்குரிய பெரும்பான்மையான மூலங்கள் இந்திய, தமிழக, நாட்டார் மரபிலிருந்து எடுத்தாளப் பட்டவையாக இருக்கின்றன. யதார்த்த பாணியிலிருந்து விலகிய இக்கதைகளை, தன்னுணர்வுடனும் அரசியல் நோக்குடனும் எழுதியிருக்கின்றார். இதற்கு, அவருள் செயல்பட்ட கீழைத்தேயச் சிந்தனை மரபு நன்கு உதவியிருக்கின்றது. புதுமைப்பித்தனில் காணப்படும் மறுபடைப் பாக்கத்தின் பன்முகத் தன்மைகளை அவருடைய சமகாலப் படைப்பாளிகள் எவரிடமும் காண்பது அரிதாகும். ஏனெனில், அவருடைய மறுஆக்கம் குறித்த பரிசோதனைகள், வெறும் தொன்ம மறுவாசிப்பாக மட்டும் நின்றுவிடவில்லை. அவை உள்ளடக்கம் சார்ந்தும் வடிவம் சார்ந்தும் பலவாக வெளிப்பட்டபடியே இருக்கின்றன. புதுமைப்பித்தனின் இவ் வெழுத்துமுறையை வே.மு. பொதியவெற்பன் போன்றோர் பின்நவீனத்துவத் தன்மை கொண்டதாக இனங்காட்டி இருக்கின்றனர். இத்தன்மையானது, மாய யதார்த்தம்,

அறிவியல் புனைவு, புதிய புராணவியல் என்பதான வடிவங்களில் அவரிடம் காணக்கிடைப்பதையும் சுட்டிக் காட்டியுள்ளனர் (வே.மு. பொதியவெற்பன் 2005: 76 – 80) இக்கட்டுரையின் நோக்கத்திற்கு வலுச்சேர்ப்பவையாக மேற்காணும் கருத்துக்கள் அமைகின்றன. இன்று தொன் மங்களைப் பலவாறு மறுபடைப்பு செய்து எழுதப்பட்டுவரும் எழுத்துக்களுக்கு புதுமைப்பித்தனின் பரிசோதனைகளே புதியதடம் அமைத்துக் கொடுத்திருக்கின்றன என்பது உயர்வு நவிற்சியன்று.

துணை நூல்கள்:

- புதுமைப்பித்தன் கதைகள், 2000. ஆ.இரா. வேங்கடாசலபதி (பதிப்பாசிரியர்), முதற்பதிப்பு, நாகர்கோவில் : காலச்சுவடு பதிப்பகம்.
- கைலாசபதி, க. 2001. அடியும் முடியும். இரண்டாம் பதிப்பு சென்னை: குமரன் பப்ளிஷர்ஸ்.
- சரசுவதி வேணுகோபால் 2005 நாட்டுப்புறவியல் புதிய ஆய்வுகள் புதுச்சேரி: தாமரை வெளியீடு.
- பக்தவத்சல பாரதி. (ப.ஆ.) 2011 பாண்பாட்டியல் நோக்கில் பண்டைத்தமிழர் சமய மரபுகள்.
- புதுச்சேரி: புதுச்சேரி மொழியியல் பண்பாட்டு ஆராய்ச்சி நிறுவனம்.
- பொதியவெற்பன், வே.மு. 2005 புதுமைப்பித்தமும் பிரேமிள் சித்தமும். சென்னை: மருதா
- ரவிக்குமார் 2010. காணமுடியாக் கனவு. சென்னை: ஆழி பப்ளிஷர்ஸ்
- ராஜ்கௌதமன் 2000 புதுமைப்பித்தன் எனும் பிரம்மராக்ஷஸ். சென்னை : தமிழினி.
- ஜமாலன் 2003. மொழியும் நிலமும் ஈரோடு: புதுமலர் பதிப்பகம்.

நவீனத் தமிழ் மொழிபெயர்ப்பியலுக்கும் புதுமைப்பித்தன் தான் முன்னோடி

ஜி. குப்புசாமி

நவீனத் தமிழ் இலக்கியத்தின் முன்னோடியாகக் கருதப்படும் புதுமைப்பித்தன், அவரது சிறுகதைகளுக்காகவும் கட்டுரைகள், இலக்கிய விமர்சனங்கள், விவாதங்களுக்காகவும் அறியப்பட்டிருக்குமளவிற்கு அவரது மொழிபெயர்ப்புகளுக்காகக் கவனம் பெற்றிராதிருப்பதற்கான காரணங்களை ஆராய வேண்டிய கட்டத்தில் நாம் இருக்கிறோம். பக்க அளவில் எடுத்துக்கொண்டால் தன் சொந்தக் கதைகளைவிடச் சற்றுக் கூடுதலாகவே புதுமைப்பித்தன் மொழிபெயர்ப்புகளும் செய்திருப்பது தீவிர வாசகர்கள் பலருக்கும், வியப்பளிப்பதாக இருக்கக்கூடும். தான் மொழிபெயர்த்த நூல்களுக்கு எழுதிய முன்னுரைகளிலும் மொழி பெயர்த்த கதைகளுக்கு எழுதிய அறிமுகக் குறிப்பு களிலும் தழுவலா மொழிபெயர்ப்பா என்பது பற்றி மணிக்கொடி இதழில் நடைபெற்ற விவாதத்திலும் மொழிபெயர்ப்பு இலக்கியம் பற்றிய தீவிரமான நவீனப் பார்வையைப் புதுமைப்பித்தன் முன்வைத்திருக்கிறார்.

மேதா விலாசமும் அந்தரங்க சுத்தியும் சுதந்தரமும் கொண்ட அசலான கலைஞனாக இருந்தபோதிலும், தனது படைப்புகளில் உருவ அமைதியைக் கொண்டு வருவதில் போதிய சிரத்தை எடுத்துக்கொள்ளாதவர் என்று அவர்மீது

ஒரு விமரிசனம் இருந்துவருகிறது. 'தன்னுள்ளிருந்து கலையின் புயலைப் பரப்பி, அப்புயல் இட்டுச்சென்ற திசைகளிலெல்லாம் சுழன்ற ஒரு அசுரத்தன்மைக்கு ஆளான கலைஞன்' என்று புதுமைப்பித்தனை வருணிக்கும் சுந்தர ராமசாமி, கதையைக் கடைசிவரை நடத்திக்கொண்டு செல்வதில் பொறுமை யில்லாதவராகவும் மிகுந்த ஈடுபாட்டுடன் ஆரம்பித்த பல கதைகளில் களத்தை விஸ்தாரமாக அமைத்து, பாத்திரங்களை ஒருவர்பின் ஒருவராக எழுப்பி, பெரும் போக்காக நகர்த்தும் சிரத்தை பின்பகுதியில் சலிப்படைந்து, அதுவரையிலும் கவனமாய் இழைத்துக் கொண்டுவந்த இழைகளையெல்லாம் அவசர அவசரமாக இழை நுனிகளில் பட்பட்டென்று முடிச்சுப் போட்டு முற்றுப்புள்ளி குத்திவிடுவதை'ப் புதுமைப்பித்தனின் பீறிட்டுப் பிரவகிக்கும் மேதைமை நிகழ்த்தி விடுகிற அமைதிக்குலைவுகளாகக் காண்கிறார். இத்தகைய விமர்சனங்களுக்கும் விரக்திக்கும் மனக்கசப்பிற்கும் ஆளான கலைஞர் என்ற பெயரை அவர் பெற்றிருந்தது புதுமைப்பித்தன் தனது மொழிபெயர்ப்புகளிலும் அத்தகைய அவசரமும் அசிரத்தையான கையாளலைத் தான் பயன்படுத்தியிருக்க வேண்டுமென்று எவ்விதமான ஆய்வோ ஒப்புநோக்கலோ இன்றி உண்டாகியிருந்த ஓர் அபிப்பிராயம் ஆகியவையே அவரது மொழிபெயர்ப்புகள்மீது. போதிய கவனக்குவிப்பு இல்லாதிருந்ததற்குக் காரணிகளாக இருந்திருக்க வேண்டும். ஆனால் அவருடைய மொழிபெயர்ப்புகள் அனைத்தும் கதைக்குறிப்புகள், முன்னுரைகளோடு ஆ. இரா. வேங்கடாசலபதியால் தற்போது தொகுக்கப்பட்டிருப்பதை மறுவாசிப்பு செய்கையில், நவீனத் தமிழ் இலக்கியத்திற்கு மட்டுமல்ல நவீனத் தமிழ் மொழிபெயர்ப்பியலுக்கும் புதுமைப்பித்தன்தான் முன்னோடி என்பது தெளிவாகிறது.

இருபதாம் நூற்றாண்டின் தொடக்கம்வரை பிறமொழி ஆசிரியர்களின் கருவை, கருத்தை, கதையை, கதைமாந்தரை உள்வாங்கிக்கொண்டு மூல ஆசிரியர் பெயர் சுட்டியோ சுட்டாமலோதான் மொழிபெயர்ப்பு செய்யப்பட்டுவந்திருக்கிறது. 1930களில் மொழிபெயர்ப்பு பற்றிய நவீனப் பார்வையும் அணுகுமுறையும் தமிழ் இலக்கிய உலகில் காலூன்றத்தொடங்கின. இந்தத் தருணத்தில்தான்

அதுவரையிலான மொழிபெயர்ப்புகள் தழுவல்கள் என்றும் மூலத்திற்குத் துரோகம் செய்வன எனவும் இனங்காணப்பட்டன. நவீன இலக்கிய மொழிபெயர்ப்பு என்பதற்கு அதன் இன்றைய பொருளில் முன்னோடிகள் எனப் பாரதி, வ.வே.சு. ஐயர், மகேச குமார சர்மா, புதுமைப்பித்தன் ஆகியோர்தான் என வேங்கடாசலபதி தனது ஆய்வில் நிறுவுகிறார்.

'அமைப்பு லாவண்யங்களிலும், கையாளப்படும் அசாதாரண, வார்த்தைக்கு மீறிய அதீத விஷயங்களிலும் சிகரங்கள் எனச் சொல்லப்படும் கதைகளையும் தமிழ்நாட்டு வாசகர்களின் விருப்பு வெறுப்புகளை மதித்துக் கூடுமானவரை ஓரளவு கதைச்சத்து இருக்கக் கூடிய, ஆனால் அமைப்பு விசேஷங்களுடன் பொருந்திய கதைகளையும் தேர்ந்தெடுத்துத் தருவதே என் நோக்கம்' என்று உலகத்துச் சிறுதைகள் தொகுப்பின் முன்னுரையில் கூறும் புதுமைப்பித்தன் தேர்ந்தெடுத்த கதைகளைப் பார்க்கும்போது அவரது பரந்த வாசிப்பும் அவர் வரித்துக்கொண்டிருந்த புனைபெயருக்குத் தகுந்தாற்போலப் புதுவிதமான கதைகளை அறிமுகப் படுத்தும் ஆர்வமும் வெளிப்படுகின்றன. அத்தகைய புதுவிதமான கதைகளிலும் அன்றைய நவீன இலக்கிய உலகை உதாரணப்படுத்தும் நுட்பமான கலையம்சங்கள் கொண்ட கதைகளைத்தான் அவர் பொறுக்கியெடுத் திருக்கிறார்.

புதுமைப்பித்தன் மொழிபெயர்த்த கதைகளில் அவரது வாழ்நாளில் நூலாக்கம் பெற்ற தொகுப்புகள் உலகத்துச் சிறுகதைகள், பிரேத மனிதன், உயிர் ஆசை (அமெரிக்கக் கதைகள்) மணியோசை (ஜப்பானியக் கதைகள்), உலக அரங்கு என்ற நாடகக் கதைகள் ஆகியவையாகும். அவரது மறைவிற்குப்பின் பளிங்குச் சிலை (ருஷ்யக் கதைகள்), தெய்வம் கொடுத்த வரம், முதலும் முடிவும், பலிபீடம் போன்றவை வெளிவருகின்றன.

அச்சில் வெளிவந்த புதுமைப்பித்தனின் முதல் நூல் உலகத்துச் சிறுகதைகளே. இத்தொகுப்பில் இடம் பெற்றுள்ள ஷெஹர் ஜாதி – கதைசொல்லி, அராபிய இரவுகளின் பின்னீட்சியாக ஹென்றி டிரெக்னியரால்

புனையப்பட்ட கதை. தன் உயிரைக் காப்பாற்றிக் கொள்ள கர்ணாமிர்தமாகக் கதைகள் பொழிந்துவந்தவளுக்கு மரணபயம் நீங்கி, கணவனும் இறந்த பிற்பாடு, அவளுடைய சிருஷ்டி மனத்தில் கவிகிற வெறுமையை, விரக்தியை, காதலுக்கு ஏங்கும் தவிப்பை மிக அற்புதமாகச் சித்திரிக்கும் இக்கதையைப் புதுமைப்பித்தன் மொழிபெயர்க்கப் பயன்படுத்தியிருக்கும் நடை கவனிக்கத்தக்கது. மிகச் சிறந்த மொழிபெயர்ப்பாளன் என்பவனுக்குப் பலவிதமான நடைகளையும் பல்வேறு விதமான தொனி வேறுபாடுகளையும் படம்பிடித்துக் காட்டும் வளமையும் கைக்கொண்டிருக்க வேண்டுமென்பதற்கு உதாரணமாக இக்கதையின் மொழிபெயர்ப்பில் புதுமைப்பித்தன் தெரிகிறார். இக்கதையில் பயன்படுத்தப்படும் நடையும் கதையின் அடிநாதக் குரலும் புதுமைப்பித்தனின் 'சிற்பியின் நரகம்' சிறுகதைக்கு நெருக்கமாக இருப்பதை உணரலாம். இதில் சுவாரசிய மூட்டும் தகவல் என்னவென்றால் 'சிற்பியின் நரகம்' வெளிவந்தது ஆகஸ்ட் 1935இல். 'ஷெஹர் ஜாதி' வெளி வந்தது நவம்பர் 1935இல். படைப்பு மனம் உருவாக்கும் கதைகளின் உணர்வுத் தளம் மட்டுமல்ல அது தேர்ந்தெடுத்து வாசிப்பதும் தன் மொழியில் பெயர்த்துக் கொள்வதும்கூட அதே அலைவரிசையில் இயங்கும் படைப்புகளாகத்தான் இருக்கின்றன. 'இலக்கியப் பிரதி தனது மேற்பரப்புப் பிரதியுடன் உட்பிரதி ஒன்றையும் கொண்டிருக்கும். மொழிபெயர்க்கையில் இந்த உட்பிரதி தானாகக் கொண்டுவரப்பட்டுவிடுமா?' என்று வினவுகிறார் அய்யப்பப் பணிக்கர். அதனைக் கொண்டுவருவது தான் சவால். மொழிபெயர்ப்பின் பலமும் பலவீனமும் இங்கேதான் மையங்கொண்டுள்ளன. இதனை எதிர் கொண்டுவிட்டாலே பிரதான சவால் இல்லாது போய் விடும். இரண்டு கதைகளிலும், இருவேறு கலைஞர்கள்; கலைப்படைப்பு நிறைவடைந்ததும் சூழ்கிற வெறுமை. இரண்டிலும் கலையின் பூரணத்துவம் சூனியத்திலா முடிகிறது என்கிற ஒரே விதமான கேள்வி.

தற்போது மறுவாசிப்பு கோருகிற மற்றோர் அற்புதமான சிறுகதை எலியா எஹ்ரன் பர்க்கின் ஓம் சாந்தி! சாந்தி! (புதுமைப்பித்தன் மொழிபெயர்த்த கதைகளின்

தலைப்புகளிலும் வசனங்களிலும் சிற்சில முறை இவ்வாறான இந்திய, தமிழக, வட்டாரக் கலாச்சாரப் பாதிப்புகள் மயங்கிக் காணப்படுவது ஒரு சில்லரை இடறல்தான்) பாழ்வெளியான ஒரு பிரதேசத்தைக் கைப்பற்ற நடக்கும் ஒரு வியர்த்தமான யுத்தத்தின் மத்தியில் எதிரிகள் இருவர் ஒருவருக்கொருவர் நேருக்கு நேர் சந்தித்துக்கொள்கின்றனர். களைப்பில் ஸ்தம்பித்து, ஒருவரையொருவர் தாக்கவும் திராணியின்றி வெறித்துக் கொண்டு நிற்கின்றனர். பின் ஒருவன் தன்னிடம் இருந்த புகைக்குழலை எதிரிக்குத் தருகிறான். இருவரும் மாறி மாறிப் புகைத்து, ஆசுவாசப்படுத்திக்கொண்டு, பின் ஒருவரையொருவர் தாக்கிக்கொண்டு மடிந்துபோகின்றனர். அவர்கள் மடிந்து, மக்காகி, பலகாலம் கழித்து மனித சூன்யப் பிரதேசமாக வெறிச்சோடிப் போயிருக்கும் அப்பகுதியில் ஒன்றோடொன்று கலந்து பிணைந்திருக்கும் எலும்புக் கூடுகளுக்கும் அருகே விழுந்துகிடக்கும் புகைக்குழலுக்கும் மத்தியில் கதை தொடர்ந்து செல்கிறது. வெகு நுணுக்கமான இக் கதையை இவ்வளவு துல்லியமாக மொழிபெயர்த்திருக்க ஒரு மகத்தான கலைஞனால்தான் இயன்றிருக்கும்.

இக்கதையைப் போலவே 'ரோஜர் மால்வினின் ஈமச்சடங்கு' என்ற நாதனியேல் ஹாதார்ண்ணின் கதையிலும் மிகப் பெரிய சவாலைப் புதுமைப்பித்தன் வெற்றிகரமாக எதிர்கொண்டிருக்கிறார். துரோகம் செய்த குற்றவுணர்வில் பல வருடங்களாக இரத்தச் சுமையைத் தாங்கிக்கொண்டிருந்த ஒருவன் தன்னையறியாமல் தனக்கு விதித்துக்கொள்ளும் தண்டனையால் தன் வாழ்க்கையின் சிலுவையை இறக்கி. வைக்கிறான். இக்கதையை உணர்ச்சி விலகிய வறட்டுத் தொனியில், வெக்கையும் வியர்வையும் பிசுபிசுக்கும் வாசிப்பனுபவத்தைத் தன் நடையில் புதுமைப்பித்தன் ஏற்படுத்திவிடுகிறார்.

புதுமைப்பித்தனின் மொழியாளுமையும் நடையின் பலமும் அழுத்தமும் தெள்ளெனத் தெரிவது 'பலிபீட'த்தை வாசிக்கும்போதுதான், அலெக்ஸாண்டர் குப்ரின்னின் 'Yama the pit' நாவலின் முதல் ஒன்பது இயல்களை மட்டுமே புதுமைப்பித்தன் மொழிபெயர்க்க, அவர் மறைவுக்குப் பின்

இந்நாவலின் முதல் பாகத்தின் எஞ்சிய நான்கு இயல்களைக் க.நா.சு மொழிபெயர்த்து நிறைவுசெய்திருக்கிறார். முதல் ஒன்பது இயல்களிலிருந்த காத்திரமும் ஆழமும் எஞ்சிய பகுதிகளில் நீர்த்துப்போயிருப்பது புதுமைப்பித்தனின் மேதைமைக்குச் சான்று.

தமது மொழிபெயர்ப்புகளிலும் பல சோதனை முயற்சிகளை உட்படுத்திப் பார்த்த புதுமைப்பித்தன் ஐந்து மேலைநாட்டு 'நாடகங்களைக் கதைவடிவில் எழுதி அவை உலக அரங்கு என்னும் தொகுப்பில் வெளிவந்தன. நாடகங்களைக் கதையாக அமைத்திருப்பது பொருந்தி வருகிறதா என்பதைத் தெரிந்துகொள்ள விரும்புகிறேன். பிறநாட்டு இலக்கியப் பரிச்சயத்திற்கு அந்த முறை சிறந்ததா என்பதுதான் எனக்குத் தெரிய வேண்டும், என்று இத்தொகுப்பினை வெளிக்கொண்டு வர முயன்று கொண்டிருந்த மீ.ப. சோமுவுக்கு எழுதிய கடிதத்தில் குறிப்பிட்டிருக்கிறார். இந்த ஐந்து நாடகக் கதைகளில் மூன்று ஷேக்ஸ்பியருடையவை. மற்ற இரண்டும் மோலியரும் இப்ஸனும் எழுதியவை. கடுமையான பண நெருக்கடியில் இருந்த புதுமைப்பித்தன் உடனடியான வெளியீட்டுக்காக இவற்றை அவசரத்தில் எழுதித்தள்ளியிருப்பது அவருடைய அக்காலத்திய கடிதங்களிலிருந்து தெரிகிறது.

புதுமைப்பித்தனை முன்வைத்து நடத்தப்பட்ட மற்றொரு பெரிய விவாதம் தழுவல்கள் குறித்தது. 'மொப்பஸான் கதையின் தழுவல்' என்ற விளக்கக் குறிப்பைத் துணைத் தலைப்பாகச் சேர்த்துத் 'தமிழ் படித்த பெண்டாட்டி' என்ற கதையைப் புதுமைப்பித்தன் வெளியிட்டுள்ளார். இந்த ஒரு கதையைத் தவிர வேறெந்தத் தழுவல் கதையையும். புதுமைப்பித்தன் என்னும் பெயரில் எழுதி வெளி யிடவில்லை. மேலும் அவரது வாழ்நாளில் அவர் செய்திருந்த தழுவல் கதைகள் எதுவும் நூலாக்கமும் பெறவில்லை. அவர் எழுத்துலகில் நுழைந்த முதலிரண்டு ஆண்டுகளில் மட்டுமே இத்தகைய தழுவல் கதைகள் சிலவற்றை எழுதியிருப்பதைத் தழுவல்கள் பிரதானமாக நிகழ்ந்துவந்த காலகட்டத்தில் பொதுத்தன்மைக்கு ஆளாகிச் செய்த காரியமாகத்தான்

கருத இடமிருக்கிறது. தழுவலா மொழிபெயர்ப்பா என்ற விவாதத்தை 1937இல் தொடங்கிவைத்து தழுவியெழுதுதலை மிகத் தீர்க்கமாக எதிர்த்த அவர் 'புதுமைப்பித்தன்' என்ற பெயரில் அல்லாது வேறு பெயர்களில் இக்கதைகளை வெளியிட்டதை வைத்துப் பார்க்கையில், தன் படைப்பியக்கத்தில் கதையைக் கையாளும் வெவ்வேறு உத்திகளுக்கான பயிற்சியாகவே இத்தகு தழுவல்களை முயன்று பார்த்திருக்க வேண்டுமென்றும் தோன்றுகிறது.

சாதாரண மனிதனுக்குப் பிறநாட்டு நாகரிகச் சம்பிரதாயங்கள்மீது உள்ள சந்தேகத்துடனும் பயத்துடனும் கலந்த வெறுப்பைப் போக்கி, மற்றவர்கள் இலக்கியங்களை அனுதாபத்துடன் அளவளாவ வைக்கும் நோக்கத்தில் மட்டுமே மொழிபெயர்ப்பதாகக் கூறும் புதுமைப்பித்தன், அயல்மொழி ஆள் பெயர்கள், புறச்சின்னங்கள், பழக்கவழக்கங்கள் போன்றவற்றை அப்படியே மொழிபெயர்ப்பிலும் கொண்டு வருகிறார். பல சமயங்களில் வாக்கியத்தின் போக்கிலோ அடைப்புக்குள்ளோ அடிக்குறிப்புகளிலோ விளக்கியும் சொல்கிறார். மொழிபெயர்க்கப்படும் கதையின் கலாச்சாரத்திற்கு மொழிபெயர்ப்புப் பிரதி விசுவாசமாக இருக்கவேண்டிய அதே நேரத்தில் வாசிப்பவனுக்கும் விலகலைக் கொண்டுவந்துவிடக் கூடாதென்ற கவனத்தில் இவ்விரு நிலைகளுக்குமிடையே சில வேளைகளில் அவர் சமன்செய்ய நேர்கிறது.

'மகளுக்கு மணம் செய்துவைத்தார்கள்' என்னும் ஜப்பானியக் கதையில் அமாதராஸு என்ற பெண் தெய்வமாக வழிபடப்படும் சூரியக் கடவுளின் கோவிலைச் சூரிய தேவியின் மகாலயம் என்று மொழி பெயர்த்து அதற்கான பாடபேத விளக்கத்தையும் அடிக்குறிப்பில் வெளியிடுகிறார். எமனை ஏமாற்ற என்ற மற்றொரு ஜப்பானியக்கதையில் எம்மோ தாவோ என்ற மரண தெய்வத்தை எமதர்மன் எனப் பெயர்த்திருக்கிறார். 'பலிபீடம்' நாவலில் பல வசனங்கள் தமிழக வட்டார வழக்கிலும் ஓரிடத்தில் "அவாள வாளுக்கு

எது பிரியமோ அதுபடி..." என்றும் காணப்படுவதைப் பார்க்கிறோம்.

இத்தகைய சிற்சிறு சறுக்கல்களை அதனதற்குரிய விமர்சன மதிப்பில் நிறுத்திவிட்டு அவர் மொழி பெயர்த்த சுமார் எழுபது கதைகளில் உருவ அமைதி கூடிப்பெற்ற நுட்பமான கலையம்சங்கள் நிறைந்த, அழுத்தமான கதைகளாக 'இஷ்ட சித்தி', 'ஓம் சாந்தி! சாந்தி!', 'நாடகக் காரி', 'ரோஜர் பால்வினின் ஈமச் சடங்கு', 'சிரித்த முகக்காரன்', 'ஷெஹர் ஜாதி', 'முதலும் முடிவும்', 'மிளிஸ்', 'உயிர் ஆசை' போன்ற கதைகளைக் கூற முடியும். புதுமைப்பித்தன் என்று நாமெல்லோரும் அறிந்திருக்கும் கலைஞனின் ஆன்மா சிறிதளவேனும் பிரதிபலிக்கக்கூடிய கதைகளையே தெரிவுசெய்து வந்திருக்கிறார் என்பது 'சிரித்த முகக்காரன்', 'இஷ்ட சித்தி' போன்ற கதைகளை வாசிக்கும்போது புலப்படும்.

'சிரித்த முகக்காரன்' கதையில் காணப்படும் இந்தப் பத்தியைத் தனியாக வாசித்தால் அது புதுமைப்பித்தனின் ஏதோவொரு சிறுகதையில் இடம்பெற்றிருக்கக் கூடிய வரிகளாகவே தோன்றும்.

'ஒவ்வொரு சிறு பேச்சும் ஒவ்வொரு சிறு வம்பும் சிரிப்பைத் தூண்டும் விஷயமும் உலகத்தின் சோகத்திலேதான் பிறக்கிறது, அதுதான் உண்மை. மனிதர்கள் பரஸ்பரம் சந்தித்துக்கொள்ளுவது குதூகலமோ துக்கமோ எதுவானாலும் உலகத்தின் சோகத்திலும் சத்தியத்திலும் பிறக்கிறது.'

'நவீனத் தமிழ் இலக்கியத்தின் பரிணாம வளர்ச்சியில் பாரதி, புதுமைபித்தன், சுந்தர ராமசாமி ஆகிய மவரும் 25 வருட இடைவெளியில் விதைக்கப்பட்ட விருட்சங்கள் இவர்களின் வேர்களம் விழுதுகளும் நித்தியத்துவம் பெற்று நம் இலக்கியப் பரப்பைச் செறிவூட்டியிருப்பதுதான் அடுத்த தலைமுறையின் கன்றுகளுக்கு இம்முன்னோடிகள் ஒப்புவித்த கொடை.

'காலச்சுவடு': 109 - சன. 2009

பெண்கள் பேய்கள் தெய்வங்கள் 'காஞ்சனை' உரையாடும் கதையாடல்

- ஜமாலன்

"நான் கதை எழுதுகிறேன்; அதாவது, சரடுவிட்டு, அதைச் சகிக்கும் பத்திரிகை ஸ்தாபனங்களிலிருந்து பிழைக்கிறவன்; என்னுடையது அங்கீகரிக்கப்படும் பொய்; அதாவது - கடவுள், தர்மம் என்று பல நாமரூபங்களுடன், உலக 'மெஜாரிட்டி'யின் அங்கீகாரத்தைப் பெறுவது; இதற்குத்தான் சிருஷ்டி, கற்பனாலோக சஞ்சாரம் என்றெல்லாம் சொல்லுவார்கள். இந்த மாதிரியாகப் பொய் சொல்லுகிறவர்களையே இரண்டாவது பிரம்மா என்பார்கள். இந்த நகல் பிரம்ம பரம்பரையில் நான் கடைக்குட்டி. இதை எல்லாம் நினைக்கப் பெருமையாகத்தான் இருக்கிறது. நாங்கள் உண்டாக்குவது போல், அந்தப் பிரமனின் கைவேலையும் பொய்தானா? நான் பொய்யா?"

- புதுமைப்பித்தன் (காஞ்சனை -1943)

'வார்த்தைகளை வைத்துக் கொண்டு ஜனங்களைப் பயங்காட்டுவது ரொம்ப லேசு என்பதைக் கண்டு கொண்டேன்' என 1943 - இல் புதுமைப்பித்தனால் எழுதப்பட்ட கதைதான் 'காஞ்சனை'. வார்த்தைகளின் பொருண்மைத் தன்மையைப் புரிந்து கொள்வதற்கும்

புராணம் உள்ளிட்ட தொன்மங்கள் எழுதப்பட்ட விதமாக எழுதிப் பார்க்கப்பட்ட ஒரு கதை இது. கதை எழுதும் இரண்டாவது நகல் பிரம்மாவைப் பற்றிய கதை. இக்கதையின் மொழிதல்களை அல்லது கதைக்குள்ளான உரையாடல் தளங்களைப் பிரித்தறியும் முயற்சியே இவ்வெழுத்து.

வரலாற்றில் மனிதத் தன்மைக்கும் அமானிடத் தன்மைக்கும் உள்ள அமைவுகள் பற்றிய இயக்கத்தை அல்லது ஒரு தன்னிலை கட்டமைவிற்குக் கதையாடல் எப்படி காரணமாக அமைகிறது என்பதைச் சொல்லும் ஒரு கதைதான் 'காஞ்சனை'. வார்த்தைகள் பொருண்மைத் தன்மை வாய்ந்தவை. அதனால்தான் பைபிள் வார்த்தை மாம்சமானது என்றது. அவற்றால் ஓர் உலகைப் படைக்க முடியும். அப்படி படைக்கப்பட்ட உலகிற்குச் சில நியதிகளை உருவாக்க முடியும். அந்நியதிகளைப் பற்றியொழுகும் மனிதர்களைப் படைக்க முடியும். அம்மனிதர்களைக் கொண்டு வாசிக்கும் அல்லது கதை கேட்கும் மனிதனை இயக்க முடியும். அல்லது கேட்பவனின் தன்னிலையாக்கச் செயலைச் செய்ய முடியும் என்பதை நிகழ்த்தும் ஒரு கதை. அல்லது வார்த்தைகளால் பீய்ச்சப்படும் உணர்வுகள் ஒரு மனிதஉடலின் இருப்பை மாற்றியமைக்கும் என்பதைச் சொல்ல முயல்கிற கதை.

தெய்வத்தன்மை/பேய்த்தன்மை என்கிற இரண்டு முரண் அமைப்புகளாகத் தோற்றம் தரும் ஒரு நாணயத்தின் இரண்டு பக்கங்கள் இக்கதையாடலில் சொல்லப்படுகிறது. கதைகள் அல்லது வரலாறு மற்றும் புராணக் கதையாடல்கள் தன்னிலை கட்டமைவை உருவாக்குகின்றன. இத் தன்னிலை தமிழ் என்கிற இனத்தை இரண்டு எல்லை வரையறைகளுக்குள் கட்டமைக்கிறது. ஒன்று தெய்வநிலை. மற்றொன்று பேய்நிலை. இவ்விரண்டு எல்லைகளையும் நோக்கி நகரும் தன்னிலைகளின் இயக்கமாக மொத்த மனித அறவியலும் தமிழ்ச் சமூகத்தில் கட்டப்பட்டிருக்கிறது. குறிப்பாகச் சொன்னால் பெண்ணிற்கு இவ்விரண்டு நிலைகளே தமிழ்ச் சமூகத்தில் கையளிக்கப்பட்டுள்ளது. மேற்கத்தியத்தில் உருவான பிராய்டியம்கூட பெண்ணிற்கு

நல்ல தாய் / கெட்ட தாய் என்கிற மன அமைப்புகளையே முன்வைக்கிறது. தெய்வ நிலையின் உருவகத் துவக்கம் கருவறை என்றால் பேய்த்தன்மையின் உருவகத் துவக்கம் கல்லறை அல்லது சுடுகாடு. ஆக, தெய்வம் கரு – உயிர்ப்பு நிலையிலும், பேய் கரு – அழிப்பு நிலையிலும் நிகழ்வதான கதையாடல்களே பழங்கதைகளாகத் தமிழ்ச் சமூகத்தில் பின்னலாக்கப்பட்டுள்ளன. இத் தமிழ்க் கதையாடலின் ஆழ்தள அடுக்கின் மேல் இக்கதையானது கட்டமைக்கப்பட்டுள்ளது.

இக்கதை தமிழ்ச் சிறுகதை படைப்பியக்கம் பற்றிய ஒரு உரையாடலைத் தனக்குள் நிகழ்த்துகிறது. அது யதார்த்தவாத நேர்க்கோட்டுக் கதையாடலுக்கும், மரபான மாயத்தன்மையுடன் அமைந்த குத்துக்கோட்டுக் கதைக்கும் இடையில் நடைபெறுகிறது. கதையின் நேர்க்கோட்டில் கணவன், கர்ப்பிணி மனைவி மற்றும் வேலைக்காரி வருகிறார்கள். குத்துக்கோட்டில் வேலைக்காரி காஞ்சனை என்கிற 500 வருடங்களுக்கு முன்பான காசி (இதில் காசி என்பது இந்து இறையியல் பற்றியதான குறிப்புப்பொருளில் வருகிறது) ராசனின் மகள் – மந்திரி மகன் காதல் – மந்திரவாதி என்பதாக வருகிறது. இவ்விரண்டு தளங்களும் சந்திக்கும் புள்ளி கதாசிரியன் அல்லது இரண்டாவது நகல் பிரம்மா எனப்படுபவனின் மொழிக்குள் நிகழ்கிறது.

கதாசிரியன் வேலைக்காரி என்கிற நிகழ்கால மொழியைக் காஞ்சனை என்கிற கடந்தகால மொழியாக, தான் படித்துக் கொண்டிருக்கும் வரலாற்றின் வழியாக மாற்றுகிறான். நிகழ்கால மொழிக்குள் உறைந்திருக்கும் பகுத்தறிவின் மையம் செயலிழக்கச் செய்யப்படுகிறது. இரண்டாம் உலகப்போர், பத்திரிகை, கதாசிரியன் பற்றிய அவனது மனைவியின் கிண்டல் ஆகியவற்றால் நிகழ்காலத்தில் இயங்கும் மொழியானது மந்திரம், சூன்யக்காரன் என்று கடந்தகால மொழிக்குள் நுழைகிறது. எழுத்து மங்கித் தோற்றங்கள் வரத் துவங்குகிறது. கண்ணாடியில் கோர உருவத்தைப் பார்க்கிறான். அதன் பின் அவள் வேலைக்காரிதான் என்கிறது பகுத்தறிவின் மொழி. அவளுக்குக் காஞ்சனை

என்கிற பெயரடையாளம் தரப்படுகிறது. வேலைக்காரியும், காசிநகர் காஞ்சனையும் ஒன்றுபோலவும், வேறுவேறாகவும் ஆன தொடர்பின்மையையும், தொடர்பையும் உருவாக்குகிறது கதைமொழி. கடந்தகாலக் கதைகள் நிகழ்கால நிகழ்வுகள் வழியாக வாசிக்கப்படுவதைச் சொல்லி விடுகிறது. கதைகளுக்கான காலத்தன்மையை அழிப்பதன் மூலம் கதையின் காலம் மீறிய இடத்தன்மை உருவாக்கத்தை முன் மொழிந்து விடுகிறது.

காலத் தன்மையற்ற ஆழ்மன மொழி அடுக்குகள் பற்றியதாகக் கதைமொழி நகர்கிறது. தன்னிலை என்பது மையமற்ற பல மொழி வேர்களைக் கொண்டது. தரையில் ஊன்றப்படும் வேர் போல மண்ணைப் பற்றிக் கிளைக்கக்கூடியது. எந்த வேர் தரையில் படுகிறதோ அவ்வேர் பற்றிக் கிளைக்கும். ஒரு குறிப்பிட்ட மொழி சமூக அமைப்பிற்குள் படரும்போது அது வேர் ஊன்றிக் கொள்கிறது. வேறொரு நிலையில் வேறொரு வேர் பட்டுப் படருகிறது. அல்லது தன்னிலை ஒரு குறிப்பிட்ட மொழியமைப்பில் நங்கூரம் பாய்ச்சி நிற்கிறது. வேலை முடிந்தவுடன் நகர்ந்து விடுகிறது. உதாரணமாக, சாதாரண மனிதன் மதநம்பிக்கை என்கிற தன்னிலை ஆதிக்கம் பெற்று நங்கூரம் பாய்ச்சி நிற்கும்போது மதவெறி கொண்டு பிற மத உடலைக் கொலை செய்யும் வன்முறை மனநிலைக்கு ஆளாகிறான். பிறகு அதிலிருந்து விலகி இயல்பான தன்னிலை பெற்றுவிடுகிறான். தன்னிலையின் இந்த இயக்கமைவைக் கொண்டதாக நகர்கிறது கதை. பகுத்தறிவும், மாயத்தன்மையும் அங்கங்கு நங்கூரம் பாய்ச்சி நகர்ந்து செல்கிறது.

இந்தத் தன்னிலையின் செயல்பாடு, கதைமொழிக்குள் பயம் என்று சுட்டப்படும் விஷயத்தில் ஒரு முக்கியமான இயக்க அமைப்பாகச் செயல்படுகிறது. கதாசிரியனுக்கு பயம் என்பது மனைவிக்கு ஏதாவது நேர்ந்து விடலாம் என்பதுதான். இதன் பொருள் கதாசிரியன் காஞ்சனையின் குறி இல்லை என்பதாகக் கதைமொழி ஒரு முடிவிற்கு வந்து விடுகிறது. அதாவது, கதாசிரியன் தன்னிலை பகுத்தறிவில் நங்கூரம் பாய்ச்சினாலும், உள்ளார்ந்து கிடக்கும் மாயவாத அல்லது

பழங்கதையின் மொழியானது அவ்வப்போது அவனை அசைக்கிறது. அவனது பயம் அவனது மனைவிக்கு இல்லை. அல்லது மனைவியாகப் படைக்கப்படும் பெண்களின் தன்னிலைக்கு ஒரு நிலைத்தன்மை ஆணிய மொழியால் படைக்கப்பட்டிருப்பதே காரணம். அப்பயம் மனைவிக்கு வந்துவிட்டால் அவளது நிலைத்தன்மை குலைந்து விடும் என்று யூகித்துக் கொள்கிறது கதைமொழி. ஏனென்றால் அவளுக்குள், வேலைக்காரியாக வந்திருப்பது ஒரு மனித உயிர் என்கிற புரிதல் மட்டுமே செயல்படுகிறது. அல்லது பெண்ணின் அறிதல் ஆணால் கையளிக்கப்படுவதுதான் என்பதுவே. அல்லது பெண்ணின் குரல் வெளிப்படாமல் அமுக்கப்படுகிறது.

பொதுவாக பேய் எளிமையாகப் பற்றக்கூடிய உடல்களாக முன்வைக்கப்பட்டிருப்பவை 1. கர்ப்பிணிப் பெண்கள் 2. பருவமடைந்த பெண்கள் 3. பருவமடைந்த ஆண்கள் 4. மாதவிடாய் வந்த பெண்கள். இவ்வுடல்களுக்குள் ஓர் ஒற்றுமை இருப்பதைக் காணலாம். இவை எல்லாம் பாலியலுடன் உறவு கொண்டவை என்பதே அது. தெய்வம் மற்றும் பேய் பற்றிய கதையாடல்கள் பாலியல் உடல் தளங்களுடன் ஒரு உறவு கொண்டிருக்கின்றன. இதில் வரும் காஞ்சனையும் காதல் வேட்கையால் பாதிக்கப்பட்ட மந்திரவாதியினால் பேயாக்கப்பட்டவள் என்பதாகக் கதைமொழி ஒரு யூகத்தைக் கட்டமைப்பதில் அறியலாம். (கற்பு அல்லது திருமண நிலை) பாலியலைத் தனக்குள் ஒடுக்கிக் கொள்பவள் தெய்வநிலையும், (களவு அல்லது காதல் நிலை) பாலியல் உந்தங்களை செயல்படுத்த முனைபவள் பேய் நிலையும் அடைகிறாள். பெண் என்கிற உடலின் தேர்வுப்பரப்பும் இயக்கமும் இவ்விரு எல்லைகளுக்குள் குறுக்கப்படுகிறது. இவ்வாறாகவே, பாலியல் குறித்த அதிகாரக் கட்டமைவிற்கான கருவிகள் பழம் புராண, இதிகாசக் கதையாடல்களின் வழியாகக் கட்டமைக்கப்பட்டிருப்பதை உணரலாம்.

கதையில் அமானிடப் பெண்ணால் மானிடப் பெண்ணிற்குப் பிரச்சினை என்பதாக யூகித்துக் கொண்டு விடும் கதைமொழி, கதாசிரியனை ஒரு மேல் நிலையில்

வைத்துக் கண்காணிக்கச் செய்கிறது. அல்லது அறிவார்ந்த நிலையில் வைத்து மனைவிக்கு 'பாரா' போடும் வேலையைச் செய்கிறது. இதன் பொருள் 'கதை என்பது பொய். கடவுள் – தர்மம் என்று பல நாம– ரூபங்களுடன், உலக மெஜாரிட்டியின் அங்கீகாரத்தைப் பெறுவது' என்கிற அறவியல் கதையாடல்களைப் படைத்தளிப்பதே ஒரு கதாசிரியனுக்கான அடிப்படை என்கிற அரசியல்தான். ஆக, இக் கதையாடல் அடிப்படையில் ஒரு நிகழ்வை இரண்டு மொழிக்குள் பின்னிச் செல்வதின் வழியாக, சிறுகதை பற்றிய ஒரு உரையாடலை சாத்தியமாக்க முனைகிறது. தமிழ்ச் சிறுகதைத் தோற்றத்துடன் உருவான அற போதனைக்கு எதிரான குரல் இது எனலாம்.

அதனால், கதை உருவாகும் கதையாக ஒருவகை Meta-Fiction –ஆக வடிவம் கொண்டு விடுகிறது இக்கதை. ஆக, இக்கதையாடலானது தனது ஆழ்தளத்தில் கடவுள் – மனிதன் – பேய் என்கிற முப்பட்டகத்தைக் கொண்டிருக்கிறது. சுடும் விபூதி கடவுளின் பிரதிநிதி, கர்ப்பிணிப்பெண் மனித குலத்தின் பிரதிநிதி, காஞ்சனை பேய் உலகப் பிரதிநிதி. நள்ளிரவில் நடுவீதியில் நிற்கும் ஒருவன் யார்? காசியில் காஞ்சனையின் மீது மோகம் கொண்ட மந்திரவாதியா? அல்லது கடவுளா? அல்லது இந்த முப்பட்டக இணைவை சாத்தியமாக்கிய ஆதியில் கடவுளின் பிரதிநிதி அல்லது கடவுள் என்கிற கட்டமைப்பிற்காகக் காலகாலமாகக் கதை சொல்லிவரும் தொல்குடி மாந்திரிகனா? கதைமொழி இப்புதிரை அவிழ்க்காவிட்டாலும் ஒரு தடத்தைச் சொல்கிறது. அது சேமக்கலம். சேமக்கலம் சப்தம் கேட்டு வெளிவரும் கதாசிரியன், பின்னால் சேமக்கலம் அம்மனிதனின் கையில் இல்லை என்பதன் மூலம் கடவுள் மற்றும் மாந்திரிகன் என்கிற பிம்ப இணைவைச் சொல்லி விடுகிறது கதைமொழி. ஏனென்றால் தொல்குடி மாந்திரிகன் இல்லையேல் இன்று கடவுளும் இல்லை. கடவுள் இருக்கும்வரை கடவுளின் கதையைச் சொல்லியபடி இந்தத் தொல்குடி மாந்திரிகன் நம்மிடம் இருப்பான். இவனே பேயையும் கடவுளையும் எதிர்காலத்தையும் தீர்மானிப்பவன். காலந்தாண்டி நம்மிடம் செய்திகளைக் கொண்டு வருபவன்.

கதையில் தரப்படும் விபூதி என்பது பேய் குடிக்கும் இரத்தத்துளிக்குப் பதிலீடாகத் தரப்படுகிறது. விபூதியும், இரத்தத்துளியும் கரு உயிர்ப்பின் இரு குறியீடுகள். விபூதி என்பது வெண்ணிறக் குறியீடு ஆண்நிலையின் கரு தருவதற்கான குறியீடு என்றால் குங்குமம் என்கிற இரத்தத்தின் செந்நிறக் குறியீடு பெண்ணின் கருத்தரித்தலுக்கான குறியீடு ஆகும். கோவில்களில் இன்றுவரை இவை கரு உயிர்த்தலுக்கான ஒரு குறியீடாக வளமைப் பெருக்குடன் பின்பற்றி வருவதன் பின்னணி இதுவாகத்தான் இருக்கும் என எண்ணத் தோன்றுகிறது. கதையின் இறுதி வரி "இந்த ஆம்பிள்ளைகளே இப்படித்தான்!" என்றாள் என் மனைவி. "இதற்கு என்ன பதில் சொல்ல?" என்கிற வாசிப்பாளனிடம் ஒரு கேள்வியை முன்வைத்து முடிகிறது.

இங்கிருந்து கதையை மீள்வாசிப்பு செய்தால், எதிர்ப்படும் ஒரு பிரச்சினை, கதாசிரியனுக்குக் காஞ்சனை பேயாக வெளியேறிவிட்டாள். ஆனால், மனைவிக்குக் காஞ்சனை என்ன ஆனாள்? பிரதியின் இந்த இறுதிவரி தரும் பதில், கதாசிரியன் வேலைக்காரிக்கு இடையிலான ஒரு மறைக்கப்பட்ட சம்பவத்தைச் சொல்வதைப் போல இருக்கிறது. ஏனென்றால், கதாசிரியன் பார்வையாளனாக உள்ள வாசகரான நம்மை சாட்சியாகத் துணைக்கழைக்கிறான் "இதற்கு என்ன பதில் சொல்ல?" என. ஏனென்றால் கதையாசிரியன் வாசகனின் கண்காணிப்பில்தான் இருக்கிறான். கதைக்குள் இருக்கும் மனைவிக்கு அவனது நிலை தெரியாது. அதாவது, நேர்க்கோட்டில் கதைக்குள் இருக்கும் மனைவிக்கு, குத்துக்கோட்டில் கதாசிரியன் எடுத்துரைத்துச் செல்லும் பேய்ச் சம்பவங்கள் எதுவும் தெரியாது. அதனால், வேலைக்காரியின் மறைவு அவளுக்குக் கணவனின் செயல் விளைவாகத் தோன்றியிருக்கலாம். ஆக, கதையாடல் முன்வைக்கும் இரண்டு பெண்களில் ஒருத்தி யதார்த்தமானவள்; மற்றொருத்தி அ – மானிடத்தன்மை உள்ளவள். குடும்பப் பெண்களின் தன்னிலை கதைகளில் வரும் அ – மானிடப் பெண்களிடமிருந்து பாதுகாக்கும் பொறுப்பைக் கதையாடல் அல்லது அதன் பிரதிநிதியாகத் தன்னைக் கருதிக் கொள்ளும் ஆசிரியன் ஏற்றுக்

கொள்கிறான். அல்லது நேர்க்கோட்டுக் கதையாடல் அரசும் அதிகாரமும் விரும்பும் இத்தகைய பெண் தன்னிலைகளைப் பாதுகாக்கும், பெண்ணியத்திற்கு எதிரான ஒரு மொழியியல் தொழில் நுட்பமாகவே செயல்படக் கூடியது என்பதுதான்.

'வார்த்தைகளை வைத்துக் கொண்டு ஜனங்களை பயங்காட்டும்' கதையான 'காஞ்சனை' மனம் எனும் கட்டை வண்டியில் நடைபோட்டுப் பிறந்த கதை. மற்றொரு கதையான 'விநாயகர் சதுர்த்தி'யும், இதே வடிவமைப்பில் உருவான மனக் கட்டைவண்டிப் பயணக் கதைதான்.

தொகுப்புரையாக, பெண்களுக்குக் கையளிக்கப் பட்டிருக்கும் எல்லைகள் பேய் அல்லது பெண் தெய்வம். இவ்விரு எல்லைகளுக்குள்தான் அவர்களது உடல் இயங்குவதற்கான பரப்பு அனுமதிக்கப்பட்டுள்ளது. பெண் உடலை இந்த எல்லைக்குள் பாதுகாப்பதற்கான உடலாக ஆணும், ஆணின் பலத்திற்கு அரசு இதர எந்திரங்களும் உள்ளன. இதை மீறிப் போகக்கூடாது என்பதற்காகப் பெண் தன்னிலையைக் கட்டமைப்பதற்கான தொன்மங்களே பழங்கதையாடல்கள் வழி திரும்பத் திரும்ப எடுத்துரைக்கப்படுகிறது. கதையின் உள்ளே புதைக்கப்பட்டிருப்பது (மந்திரியுடன்) காதல் மறுக்கப்பட்ட ஆணாதிக்க அல்லது அரசு அதிகாரத்தின் (மந்திரவாதியின்) பாலியல் துய்ப்பிற்கு உட்பட மறுத்த பெண்ணின் பேயாக்கப்பட்ட உடல். இவ்வாறாக நமது பழம் புராணங்களைத் தோண்டினால் ஒடுக்கப்பட்டும் கொன்று புதைக்கப்பட்டும் உள்ள எண்ணற்ற உடல்களை அகழ்ந்து எடுக்கலாம். 'காஞ்சனை' குறித்த இந்த உரையாடல் அதற்கான முயற்சிதான்.

– 07, ஜூன் 2001

(இணையப்பதிவில் வெளிவந்தது, "நவீன தொன்மங்களும் நாடோடிக் குறிப்புகளும்" நூலில் வெளிவந்துள்ளது)

புதுமைப்பித்தன் படைப்புகள் - ஒரு மீள்பார்வை

பாலா கருப்பசாமி

"எழுத்து எழுத்துன்னு வாழ்ந்துட்டு எங்களுக்குன்னு எதுவும் சேர்க்கலையே" என்று மரணத்துக்குச் சிலநாட்களுக்கு முன் புதுமைப்பித்தனிடம் அவரது மனைவி கமலா கேட்டபோது, "நான் எழுதின நூற்றுக்கணக்கான சிறுகதைகள் என்ற சொத்தையும், புதுமைப்பித்தன் மனைவி குழந்தை என்ற அடையாளத்தையும் விட்டுட்டு போறேன். என் அடையாளமும், படைப்புகளும் உங்களைக் காப்பாற்றும்" என்று சொல்லியிருக்கிறார் புதுமைப்பித்தன். அந்த நம்பிக்கையை நாம் சிதைத்துவிடவில்லை.

இன்று தமிழ் நவீன இலக்கியத்தின் பிதாமகனாக வீற்றிருக்கிறார் அவர். நவீன இலக்கிய வாசனையற்றிருந்த காலத்தில்கூட புதுமைப்பித்தன் தான் வாழ்ந்த காலத்திலேயே கவனம் பெற்ற எழுத்தாளராக இருந்தார் என்றுதான் சொல்லவேண்டும். அவர் இறப்புக்கு முன்னரே ஐந்து சிறுகதைத் தொகுப்புகள் வெளியாகியிருக்கின்றன. அதில் ஒன்று இரண்டாம் பதிப்பும் கண்டிருந்தது. 108 சிறுகதைகள், 15 கவிதைகள், ஒரு முடிவுறா நாவல். இவை தவிர்த்து உலக இலக்கியங்களிலிருந்து 57 சிறுகதைகளை மொழிபெயர்த்திருக்கிறார். புதுமைப்பித்தன் என்ற விருப்பப்

புனைபெயர் தவிர்த்து ரசமட்டம், மாத்ரு, கூத்தன், நந்தன், ஊழியன், கபாலி, சுக்ராச்சாரி, வேளூர் கந்தசாமிப்பிள்ளை ஆகிய புனைபெயர்களோடு இயற்பெயரையும் பயன்படுத்தியுள்ளார்.

திருநெல்வேலி, சென்னை இந்த இரு நகரங்களிலேயே வாழ்நாளின் பெரும்பங்கைக் கழித்தவருக்கு எப்படி இத்தனை விதவிதமான கதைக்களங்கள் கிடைத்தன என்பது வியப்பூட்டும் ஒன்று. புதுமைப்பித்தன் படைப்புலகில் நம்மைப் பிரதானமாக ஈர்ப்பவை அவரது கற்பனை, மொழி, நடை, எள்ளல். அவரது ஆரம்பகட்ட எழுத்துக்களை வாசிப்பவர்களுக்கு அவரது வாக்கிய அமைப்பிலும், கதையிலும் மேற்கத்தியச் சாயல் இருப்பது தெரியக்கூடும். சிறுகதை என்ற வடிவம் இறக்குமதியான ஒன்று. தமிழ்மொழி அதுவரை கண்டிராத புதிய நடையை அறிமுகப்படுத்தியவர் புதுமைப்பித்தன் தான். ஒரு கதையில் எழுத்தாளர் சுஜாதா ஒரு பெண்ணின் நடையை வர்ணிக்கும்போது புதுமைப்பித்தன் நடையோடு ஒப்பிட்டிருப்பார். சுஜாதாவின் நடைகூட புதுமைப்பித்தனின் தழுவல்தான்.

"கருத்தின் வேகத்தையே பிரதானமாகக் கொண்டு வார்த்தைகளை வெறும் தொடர்பு சாதனமாக மட்டும் கொண்டு தாவித் தாவிச் செல்லும் நடை ஒன்றை நான் அமைத்தேன். அது நானாக எனக்கு வகுத்துக்கொண்ட ஒரு பாதை. அது தமிழ்ப்பண்புக்கு முற்றிலும் புதிது. இந்த முறையை நானும் சிறிது காலத்திற்குப் பிறகு கைவிட்டு விட்டேன். காரணம் அது சௌகரியக் குறைவுள்ள சாதனம் என்பதற்காக அல்ல. எனக்குப் பல முறைகளில் கதைகளைப் பின்னிப் பார்க்க வேண்டும்" ("ஆண்மை" முன்னுரை, பு.பி. 1947)

துவக்ககால கதைகளை வாசிக்கும்போது கதைசொல்லும் முறையில் ஒரு திணறல் இருப்பதைப் பார்க்கமுடிகிறது. முழுக்கவே ஜனரஞ்சக எழுத்து மையம் கொண்டிருந்த காலத்தில், அதுவே இலக்கியம் என நம்பப்பட்ட காலத்தில், இலக்கியம் என்ற வெற்றிடத்தில் அவரது கன்னிமுயற்சிகள் அவை. இந்தக் கதைகள் பெரும்பாலானவை நீதிக்கதைகள்

போல (இறுதிவரிகள்), வாசகர்களிடம் ஒரு கேள்வியை முன்வைப்பவையாகவும், கடைசியில் ஒரு திருப்பம் கொண்டும் அமைந்திருக்கின்றன. 'தமிழ் படித்த பெண்டாட்டி' என்ற கதையை 'மாப்பஸான் கதையின் தழுவல்' என்ற குறிப்புடன் வெளியிட்டிருக்கிறார். வேறு எந்தக் கதையையும் தழுவல் என்று அவர் குறிப்பிடாவிட்டாலும், தொ.மு.சி.ரகுநாதன், 'நொண்டி' என்ற கதை தழுவல் என நிறுவியுள்ளார். மேலும் கூத்தன், நந்தன் ஆகிய பெயர்களில் எழுதியவை அனைத்தும் தழுவல்கள் என்றும் அவர் கருதுகிறார். இந்தவகை விமர்சனங்கள் எல்லாம் 1937க்கு முன்வைந்த படைப்புகள் மீதுதான். இதே ஆண்டில் பு.பி.க்கும் கல்கிக்கும் தழுவி எழுதுவது குறித்து காரசார விவாதம் நடந்தது. ஏற்கெனவே கூறியதுபோல ஆரம்பகட்ட எழுத்துக்களில் சிலவற்றைத் தவிர்த்து பின் எதிலும் இந்தச் சாயலோ தழுவலோ இருப்பதை யாரும் சுட்டிக்காட்டிவிட முடியாது. ஒருமுறை ஜனரஞ்சக எழுத்தாளர் ஒருவர் உங்கள் கதை வாசித்தேன்; நன்றாக இருந்தது என்று சொன்னபோது, "என் கதை நல்லாத்தான் இருக்கும், அதைச் சொல்றதுக்கு நீயாருவே" என்று கோபப்பட்டிருக்கிறார். இதே சம்பவம் அவரது இரண்டு கதைகளில் அகஸ்மாத்தாக வருகின்றது. 1934க்குப் பின் வந்த கதைகளிலேயே அவருடைய எழுத்து ஒரு நிதானப்பட்டிருப்பதையும் கதை சொல்லும் முறையில் முதிர்ச்சியடைந்திருப்பதையும் பார்க்க முடியும்.

தமிழில் முதன்முதலாக பேச்சுவழக்கில் உரையாடல்களை அமைத்தவரும் புதுமைப்பித்தன் தான். புதுவிதமான நடையும் பேச்சுவழக்கு உரையாடல்களும் அவரது எழுத்தை தனித்துவமானதொன்றாகக் காட்டின. புதுமைப்பித்தனுக்குப் பிறகு சி.சு.செல்லப்பாதான் இந்த இயல்பான பேச்சுவழக்கைக் (வாடிவாசல்) கையாண்டவர்.

மேலேயுள்ளவை எல்லாம் வெற்றுத் தகவல்கள். இன்றைக்கு புதுமைப்பித்தன் இந்த பின்நவீன காலக்கட்டத்தில் என்னவாக இருக்கிறார்? வேறு எந்த எழுத்தாளரைக் காட்டிலும் புதுமைப்பித்தன் படைப்புகள் குறித்து ஏகப்பட்ட கட்டுரைகள், ஆய்வுகள் ஏற்கெனவே வந்துவிட்டன. எப்போது

ஒருவருக்கு அதீத மரியாதை அளிக்கிறோமோ அதற்கு இன்னொரு அர்த்தம் அவரை நாம் ஒதுக்கிவைக்கிறோம் என்பதுதான். பாரதிக்கு அப்படித்தானே 'மரியாதை' செய்து வைத்திருக்கிறோம். இந்தக் கட்டுரை எழுதும் சில நாட்களுக்குமுன் சந்தித்த சில நண்பர்களிடம் புதுமைப்பித்தனை வாசித்திருக்கிறார்களா என்று கேட்டேன். எல்லோருமே குறைந்தது 15 ஆண்டுகளுக்குமுன் வாசித்திருப்பதாகச் சொன்னார்கள். அவர்கள் தற்போது வாசிக்கும் படைப்புகளும் சிலாகிக்கும்படி இல்லை. மொழி கால ஓட்டத்தில் சீரழிந்து சொற்கள் வழக்கொழிந்து போவதுபோல, இலக்கியமும் அப்படித்தான் போகும் போலும். இன்னொரு நண்பர் கம்ப இராமாயணம் வாசிப்பதாகச் சொன்னார். 'புதிதாய் எழுதும் எழுத்தாளர்களின் படைப்புகளை வாசித்து நான் அடையக்கூடியது ஒன்றுமில்லை. இதற்கு சங்கத்தமிழை படித்தாலாவது மொழியும் கற்பனை வளமும் கண்டடையலாம்' என்றார். இந்தச் சூழலில் புதுமைப்பித்தனை மீள்வாசிப்புக்கு உட்படுத்துவது அவசியமாகத் தோன்றுகிறது.

இவ்விடத்தில் 1934 – இல் வெளியான கதைகள் பெரும்பாலானவற்றையும் அதற்குப்பின் வெளியானவற்றில் சிலதையும் நாம் தவிர்த்துவிடுவோம். அந்தக் கதைகளை விமர்சிக்கிறேன் பேர்வழி என்று செய்வது அயோக்கியத்தனமாகவே படுகிறது. 2014 – இல் சென்னை பல்கலைக் கழகம் புதுமைப்பித்தனின் துன்பக்கேணி, பொன்னகரம் சிறுகதைகளை அவை தலித்துகளை இழிவுபடுத்துகின்றன என்று பாடத்திட்டத்தில் இருந்து நீக்கியது. இலக்கிய வாசனைகூட அற்றவர்களால் மட்டுமே இம்முடிவை எடுத்திருக்க முடியும். புதுமைப்பித்தனின் ஆகச்சிறந்த கதைகளில் ஒன்று 'துன்பக்கேணி'. அதேபோல 'பொன்னகரம்'சிறுகதை ஜெயகாந்தனின் 'அக்னிப்பிரவேச'த்தைக் காட்டிலும் உயர்ந்த படைப்பு. 'அக்னிப்பிரவேச'த்தில் கற்பு என்பதன் நவீன வியாக்கியானம் முற்போக்குத்தனத்தோடு சுட்டிக்காட்டப்படுகிறது. 'பொன்னகரம்' கதையில் அப்படியெதுவும் சொல்லப்படுவதில்லை. கணவன் மீதான மனைவியின் அன்பை மட்டுமே கதை வெளிப்படுத்துகிறது.

கதாபாத்திரங்கள் வழியாகவோ, மனவோட்டமாகவோ, ஆசிரியரின் கூற்றாகவோ 'கற்பு வியாக்கியானம்' செய்யப்படவில்லை. ஆனால் இந்தக் கதையை இன்னும் சற்று விரிவாக எழுதியிருக்கலாம் என்று வேண்டுமானால் குறையாகச் சொல்லலாம். இன்று குறுங்கதைகள் எழுதத் தொடங்கியிருப்பவர்கள் எல்லாம் என்னவோ இவர்கள்தான் அதற்கு ஆதிமுதல் என்பதுபோல குதிக்கிறார்கள். அவர்கள் புதுமைப்பித்தன் எழுதியுள்ள 'பொன்னகரம்' போன்ற ஒன்னரைப் பக்கக் கதைகளை முதலில் வாசிக்க வேண்டும்.

'துன்பக்கேணி'யில் மருதியும் அவள் கணவன் வெள்ளையனும் பண்ணையாரிடம் திருப்பிச் செலுத்திவிடலாம் என்ற நம்பிக்கையில்லாமலேயே கடன் வாங்குகிறார்கள். மாடுகள் நோஞ்சானாகி விடுகின்றன. பண்ணையார் அவற்றை எடுத்துச் சென்று விடுகிறார். மறுநாள் அவரது மயிலைக் காளைகளைக் காணோமென்று வெள்ளையனைக் கட்டிவைத்து அடித்து போலிசில் ஒப்படைக்கிறார்கள். பிழைக்க வழியின்றி தேயிலைத்தோட்டத்துக்கு ஆளெடுக்கும் ஏஜெண்ட் வரும்போது இலங்கைக்கு இரண்டுமாத கர்ப்பத்துடன் கப்பலேறுகிறாள் மருதி. அங்கே கொடூரமான வாழ்க்கை. கடும் பாலியல் வதையை அனுபவித்து உடலெல்லாம் பறங்கிப் புண் வாங்கிக் கிடக்கையில் அவளைத்தேடி வரும் வெள்ளையனிடம் குழந்தையையும் சேர்த்துவைத்த பணத்தையும் கொடுத்து அனுப்புகிறாள். குழந்தையோடு வெள்ளையன் கடனையடைக்கப் பண்ணையாரிடம்தான் நேராக வருகிறான். இந்த இடத்தைக் கவனிக்க வேண்டும். கடன் வாங்கும்போது திருப்பிச் செலுத்தும் நம்பிக்கைதான் இல்லையே தவிர ஏமாற்றும் குணமுள்ளவன் இல்லை வெள்ளையன். அதேபோல பண்ணையார் குற்றம் உறுதிசெய்யப்படாமலேயே சிறைதண்டனை அனுபவிக்க வைத்தவர் (திருடு போன மயிலைக்காளைகள் என்னானது என்று கடைசிவரை சொல்லப்படவில்லை), அவன் பணத்தைக் கொடுக்கும்போது 'அதெல்லாம் வேண்டாம், புத்தியா பொழச்சுக்கோ' என்று அனுப்பி வைக்கிறார். வெள்ளையன் இன்னொரு

கல்யாணம் பண்ணிக் கொள்கிறான். அவள் குழந்தையை படுத்தியெடுப்பதைக் கண்டு திரும்பவும் வந்து குழந்தையைத் தூக்கிக்கொண்டு அதே தேயிலைத் தோட்டத்துக்குத் திரும்பச் செல்கிறாள் மருதி. அவள் மகள் வெள்ளச்சி வளர்ந்து எழுத்து வாசிக்கக் கற்றுக்கொள்வதோடு அங்கே ஆசிரியராக இருக்கும் ராமச்சந்திரனை கல்யாணம் செய்துகொள்கிறாள். தேயிலைத் தோட்டத் தொழிலாளர்களின் துயரை முதன்முதலாக எழுத்தில் வடித்தது துன்பக்கேணிதான். இந்தக் கதையைச் சாதியை இழிவுபடுத்துவதாய்ச் சொல்பவர்கள் இந்த வரிகளைக் காட்டுகிறார்கள்:

'விஸ்வாமித்திரரும் வியாசரும் மலைக்குச் செல்வதற்குக் காரணம் ஒன்று; மிஸ்டர் ஸ்டோடார்ட், ஐ.ஸி.எஸ்., மலைக்குச் செல்வதற்குக் காரணம் வேறு; ஸ்ரீமதி மருதியம்மாள் மலைக்குச் செல்வதென்றால் அதற்கும் ஒரு காரணம் இருக்கிறது. ரிஷிகளின் பூர்வாசிரமத்தைப் பற்றி ஆராய்வது நாஸூக்கில்லை என்று கூறுவார்கள். மருதியம்மாளின் மலைவாசத்தைப் பற்றியும் அப்படித்தான்.'

அதாவது என்னவோ மருதி தேயிலைத் தோட்டத்து விவகாரங்கள் எல்லாம் தெரிந்தே போகிறாள் என்பதைத்தான் பு.பி. இப்படி எழுதியிருக்கிறார் என்பது இவர்கள் வாதம். அப்படியிருந்தால் அடுத்த சில பத்திகள் தள்ளி வரும் வரிகளைக் கவனிக்க வேண்டும்:

"ஆனால், கூட வேலைசெய்யும் பெண் கூலிகளின் பேச்சும் நடத்தையும் அவர்களுக்குப் பிடிக்கவில்லை."

"அப்பொழுது தேயிலை ஸ்டோர் மானேஜர் அவளை ஆஸ்பத்திரியில் கண்டார். 'புது உருப்படி' என்பதால் அவர் 'குளித்துவிட்டு வா!' என்றதின் அர்த்தம் அவளுக்குப் புரியவில்லை. கூலிகளின் சம்பிரதாயத்தைப் பற்றி காரியம் மிஞ்சிய பிறகுதான் அறிய முடிந்தது. கிழவிக்கும் வயிற்றில் இடி விழுந்தது மாதிரி ஆயிற்று... அதற்கப்புறம் அவள் அந்தத் திசையிலேயே எட்டிப் பார்ப்பதில்லை. ஆனால் ஸ்டோர் மானேஜர் லேசானவரா? தன் வெள்ளையனை நினைத்துக் கண்ணீர் வடித்தாள் மருதி"

இதையெல்லாம் புரிந்துகொள்வதற்கு ஒன்றும் பிரமாதமான அறிவு தேவையில்லை. மனிதார்த்தமாக இருந்தால் போதும். அவரது பெரும்பாலான கதைகளில் காணப்படும் துள்ளலும் எள்ளலும் மேலே குற்றச்சாட்டுக்கு ஆளான வரிகளை தவறாகப் புரிந்துகொள்ளச் செய்திருக்கிறது. நாம் தினந்தோறும் முடிவுகளை எடுத்தபடி இருக்கிறோம். சில முடிவுகள் எளிதாக எடுக்கப்பட்டிருக்கும் ஆனால் அவை நம் வாழ்க்கையையே திருப்பிப் போடக்கூடியவையாக இருக்கும். நிறையபேருக்கு நான் சொல்வது அனுபவத்தால் புரிந்திருக்குமென நம்புகிறேன். ஒரு கட்டத்தில் எடுக்கும் முடிவுக்கு இதுதான் காரணம் என்று அறுதியிட்டுச் சொல்லிவிட முடியாது. சில நேரம் முழுமையான மனவொருங்கு இல்லாமலேயே முடிவுகள் எடுக்கிறோம். அதைத்தான் பூர்வாசிரமத்தை ஆராய்வது அனாவசியம் என்கிறார். சில கட்சிகள் போர்க்கொடி உயர்த்தின என்று ஒரு பல்கலைக்கழகம் இந்தக் கதைகளை நீக்குவதென்பது, ஆண்டுதோறும் வெளிவரும் ஆய்வு மாணவர்களையும் அவர்களது கட்டுரைகளையும் குப்பை என்று சொல்வதற்குச் சமம். புதுமைப்பித்தன் கதைகள் புறவயமானவை. அவை பெரும்பாலும் சமூகம் சார்ந்தவை. தலித்துகளை இழிவுபடுத்தும் கதைகளாக 'துன்பக்கேணி'யையும் 'பொன்னகர'த்தையும் சொல்பவர்கள் குறைந்தபட்சம் ‘நாசகாரக் கும்பல்’ கதையையாவது வாசித்திருக்க வேண்டும். ‘தனி ஒருவனுக்கு’ கதை தீண்டாமையை கடைபிடிக்கும் உங்களுக்கு சுதந்தரம் ஒரு கேடா என்ற கேள்வியை முன்வைக்கும் ஒன்று. அதேபோல ‘கடவுளின் பிரதிநிதி’ ஹரிஜன இயக்கத்தைப் பேசுகிறது. தன்னுடைய சுயசாதி மீதான கடுமையான விமர்சனங்களை, கேலியைப் பல படைப்புகளில் புதுமைப்பித்தன் வெளிப்படுத்தியிருக்கிறார்.

புதுமைப்பித்தனின் ஆகச்சிறந்த கதைகள் என்று கீழ்க்கண்ட கதைகளைச் சொல்வேன். இவற்றை வரிசைப்படி சொல்லவில்லை. அப்படிச் சொல்ல வேண்டுமென்றால் ஒரு புத்தகம் அளவு எழுதி நிறுவ வேண்டும். இன்னொரு காரணம் இந்தக் கதைகள் ஒவ்வொன்றும் வெவ்வேறு களம் என்பதோடு, அவற்றின் இலக்கிய வகைமையும்

வேறுபட்டவை. எனவே வரிசைப்படுத்தல் அர்த்தமற்றது. புதுமைப்பித்தனின் இன்னொரு குறிப்பிடத்தக்க அம்சம் குறிப்பிட்ட வகை மாதிரிக்குள் அவரது கதைகள் அடங்காமல் நிற்பது.

1. 'பொன்னகரம்', 2. 'இது மிஷின் யுகம்', 3. 'ஒரு கொலை அனுபவம்', 4. 'துன்பக் கேணி', 5. 'ஞானக்குகை', 6. 'சிற்பியின் நரகம்', 7. 'பிரம்ம ராக்ஷஸ்', 8. 'விநாயக சதுர்த்தி', 9. 'ஒரு நாள் கழிந்தது', 10. 'வேதாளம் சொன்ன கதை', 11. 'மனித யந்திரம்', 12. 'காலனும் கிழவியும்', 13. 'நாசகாரக் கும்பல்', 14. 'விபரீத ஆசை', 15. 'சுப்பையா பிள்ளையின் காதல்கள்', 16. 'மகாமசானம்', 17. 'காஞ்சனை', 18. 'செல்லம்மாள்', 19. 'கடவுளும் கந்தசாமிப் பிள்ளையும்', 20. 'கபாடபுரம்', 21. 'சிற்றன்னை.'

இவை தவிர்த்து 'நியாயம்', 'கட்டில் பேசுகிறது' இரண்டையும் சேர்க்கலாமென்றாலும் இந்தக் கதைகள் அயல்மொழிச் சிறுகதைகளை வடிவார்த்தமாகக் கொண்டிருக்கின்றன. 'அகல்யை' மற்றும் 'சாப விமோசனம்' இரண்டும் புராண பாத்திரமான அகல்யையை மையமாகக் கொண்ட கதைகள். புராணக்கதைகளை மீளுருவாக்கம் செய்ததில் இவை குறிப்பிடத்தக்கவை என்றாலும், இந்த இருகதைகளையும் பெரும்பாலானவர்கள் சிலாகித்திருந்தாலும் இவை ஒருவகையில் முற்போக்கு சீர்திருத்த வகையைச் சார்ந்தவை. மேலும் 'சாப விமோசன'த்தின் நடை புதுமைப்பித்தன் சொல்லும் 'தாவித் தாவிச்' செல்லும் நடையைவிட பெருந்தாவலைக் கொண்டிருப்பது.

மேலேயுள்ள கதைகளில் 'விநாயகர் சதுர்த்தி', 'வேதாளம் சொன்ன கதை', 'ஒரு கொலை அனுபவம்' இந்த மூன்றைத்தவிர மற்றவை பெரும்பாலானோரால் பேசப்பட்டுள்ளது. இந்த மூன்றும் அதிகம் கவனம் பெறாதவை. 'விநாயகர் சதுர்த்தி' புதுமைப்பித்தனின் எழுத்து ஆளுமைக்கு மிகச்சிறந்த சான்றுகளில் ஒன்று. இதில் கதையென்று ஒன்று கிடையாது என்பதுதான் இதன் விசேசம். விநாயகர் சதுர்த்திக்கு மாவிலைத் தோரணம் கட்டுகிறார். அவ்வளவுதான். கட்டுகிற நேரத்தில் விநாயகர் சிலை 'அவருடன்' பேச ஆரம்பிக்கிறது.

ஒரு கதை சொல்கிறது. இடையிடையே மனைவியுடன் உரையாடல். பிள்ளையாருக்கும் பு.பி.க்கும் உரையாடல். நடுவில் இந்த இடையூறுகள் இன்றி பிள்ளையார் சொல்லும் கதை விரிகிறது. சட்டென்று மனைவி தூக்கத்திலிருந்து எழுப்புகிறாள். அவ்வளவுதான். மேலே 'துன்பக்கேணி'யில் புதுமைப்பித்தன் சாதியை இழிவாகக் காட்டியுள்ளார் என்று குற்றம் சொல்பவர்களுக்கு புதுமைப்பித்தன் இடக்கு புரியாது. இந்தக் கதையில் ஓரிடத்தில் வரும் சுயபகடியைப் பாருங்கள்:

'காசுகொடுத்து வாங்கின மாவிலைகளில் 'வேஸ்டேஜ்' (கழிவு) இல்லாமலிருக்க எல்லாவற்றையும் சேர்த்து வைத்துத் தொடுத்துக் கொண்டிருந்தேன். எனக்குப் பல் முளைத்த மாதிரி அவை கோணல் மாணலாகத் தொங்கின.'

இதில் கதை இல்லை என்பதால் (கதைக்குள் கதை இருந்தாலும் அது ஒன்றும் விசேசமில்லை) அவர் கதை சொல்லும் முறை பிரமிப்பூட்டுவது. வார்த்தைகளுக்குள் நம்மை இழுத்துச் சென்று வேறொரு இடத்தின் நடுவில் நிறுத்திவிடுவார்.

எல்லோரும் பு.பி.யின் எள்ளலுக்கு 'கடவுளும் கந்தசாமிப் பிள்ளையும்' கதையைச் சொல்வார்கள். அதற்கு இணையானது 'வேதாளம் சொன்ன கதை'. வேட்டையாடுவதற்காக நண்பரிடம் துப்பாக்கி வாங்கிக்கொண்டு பாபநாசம் காட்டுக்குள் செல்கிறார். அங்கே பாதை தப்பிவிடுகிறது. மரத்தில் தலைகீழாய்த் தொங்கும் வேதாளத்தைச் சந்திக்கிறார். இவர் அது வெளவால் என நினைத்து சுடப்போக, அது பதறிப்போய், சுட்டுவிடாதே என்று பயந்து அலறுகிறது. பார்க்கக் கொடூரமாய் இருக்கிறது. பயத்தைப் போக்க பேச்சுக் கொடுக்கிறார்.

"நீர் ஏன் அப்படித் தலைகீழாகத் தொங்கிக் கொண்டிருந்தீர்?"

"நான் வேதாளம்! நாங்கள் தலைகீழாகத்தான் தொங்கவேண்டும்!"

"வெளவால்களல்லவா அப்படித் தொங்கவேண்டும்?"

“வெளவால்களும் அப்படித்தான் என்று சொல்லும். தலைகீழாகத் தொங்குவது எங்களது அசைக்க முடியாத உரிமை. எங்கள் ஜீவனுள்ள மட்டிலும் அதற்காகப் போராடுவோம்!”

அது தலையை ஆட்டிய வேகத்தில் அதன் கோரப்பற்கள் இரண்டும் கீழே விழுந்துவிட்டன.

”அதெல்லாம் அந்தக்காலத்திலே! இந்தக் காலத்து மனுஷனுக்குத்தான் பயப்படக்கூடப் புத்தியும் இல்லை, திராணியும் இல்லையே!”

“அடப் பாபமே!”

“அந்தப் பாபத்தாலேதான், ஐயா, நான் சைவனானது!... அதோ இருக்கு பாரும், தேன்கூடு அதிலிருக்கும் தேனைச் சாப்பிட்டுக்கொண்டு, சென்ற ஒரு நூறு வருஷமாக ஜீவித்து வருகிறேன்!”

“தினை மாவும் கொஞ்சம் சேர்த்துக்கொள்ளக் கூடாதோ? உடம்புக்கு நல்லதாச்சே?”

”வடக்கே இருந்து சமணன் என்றும், புத்தன் என்றும் கூட்டம் கூட்டமாக வந்தாள். அந்த முட்டாள் பயல்கள், ‘கொல்லப்படாது! பாவம் கீவம்’ என்று சொல்லி, ஆட்களைத் தங்கள் கட்சிக்குத் திருப்பிவிட்டார்கள். அந்தக் காலத்திலே யிருந்துதான் நம்ம பரமசிவன் முதற்கொண்டு எல்லாத் தேவாளும் சைவராகிவிட்டார்கள். காலம் அவாளை அப்படி ஆட்டி வைத்தது. முன்னே திரிபுரத்தை எரித்தாரே, இந்தச் சிவன், இப்போ அவராலே அந்தக் குருவிக் கூட்டைக்கூட எரிக்க முடியாது!”

இப்படி வரிக்குவரி நக்கல். நகைச்சுவை என்பது சாதாரண விஷயமல்ல. ஒன்றுமேயற்ற ஒரு இடத்திலிருந்து கற்பனையை உருவாக்கி அதை நகைச்சுவைக்குரிய கருவாக மாற்றி அதை அனுபவித்து வராமல் இவ்வாறு எழுதமுடியாது. கடவுளும் கந்தசாமிப்பிள்ளையும்' கதையில் கடவுள் கந்தசாமிப்பிள்ளையுடன் கொஞ்ச நேரம் உரையாடியபின் அகம் குளிர்ந்து புலித் தோலாடையும், சடா முடியும், மானும், மழுவும் பிறையுமாகக் கடவுள் காட்சியளிக்கிறார்.

"பக்தா !"

"ஓய் கடவுளே, இந்தா பிடி வரத்தை என்கிற வித்தை எல்லாம் என்கிட்டச் செல்லாது. நீர் வரத்தைக் கொடுத்துவிட்டு உம் பாட்டுக்குப் போவீர்; இன்னொரு தெய்வம் வரும், தலையைக் கொடு என்று கேட்கும். உம்மிடம் வரத்தை வாங்கிக்கொண்டு பிறகு தலைக்கு ஆபத்தைத் தேடிக்கொள்ளும் ஏமாந்த சோணகிரி நான் அல்ல. நான் முந்திச் சொன்னதை மறக்காமல் மனுஷனைப்போல வீட்டுக்கு ஒழுங்காக வாரும்"

'ஒரு கொலை அனுபவம்' ஒருபக்கக் கதை. தான் ஒருவனே போஸ்ட் கம்பியில் ஏறி சிரித்துக் கொண்டிருப்பவனாக, சாலையில் செல்பவனாக, எதிரே தாடியும் மீசையுமாக கத்தியுடன் வந்து தன்னையே கொல்வதாக வரும் கனவுதான் கதை. மிடாஸ் மன்னன் தொட்டதெல்லாம் பொன் ஆனதுபோல புதுமைப்பித்தன் வெறுங்காற்றைப் பிடித்தும் கதை பண்ணிவிடுவார்.

இந்த அனைத்துக் கதைகளிலும் மிகவும் உணர்வுப்பூர்வமான நெகிழவும் மனதைப் பிசையவும் செய்யும் கதை 'சிற்றன்னை'. இணையத்தில் எங்கும் இந்தக் கதையை இயக்குநர் மகேந்திரன் உதிரிப்பூக்கள் திரைப்படமாகத் தழுவி எடுத்ததைத்தான் சொல்லியிருக்கிறார்கள். 'சிற்றன்னை' சிறுகதை விபூதி பூஷன் பந்த்யோபாத்யாயின் பதேர் பாஞ் சாலியுடன் ஒப்பிடத்தக்கது. சிறு குழந்தைகளின் உலகைக் காட்டும் கதைகள் என்றாலே நமக்குள் ஒரு நெகிழ்ச்சி வந்துவிடுகிறது. அதிலும் பிள்ளைகள் மரணம் தரும் ஆழமான வலி உறையவைப்பது. இதில் சிறுவன் ராஜாவின் மரணம் பதேர் பாஞ்சாலியில் துர்காவின் மரணத்தைப் போல. அதே கனம். தாயில்லாமல் தவிக்கும் இரண்டு குழந்தைகளுக்காக இன்னொரு திருமணம் செய்துகொள்கிறார் சுந்தரவடிவேலு. என்னதான் தகப்பனும் சிற்றன்னையும் பிரியத்தைக் காட்டினாலும் நம்மையறியாமல் நமக்கும் குழந்தையின் கண்கள் வந்துவிடுகின்றன. குழந்தைகளை வெளியிலிருந்து கதைவழியாகக் கவனிக்கும் குழந்தை. ஒவ்வொரு கணமும் ஏதாவது ஆகிவிடுமோ என்று மனம்

பதறியபடியே இருக்கிறது. ராஜா செத்துப் போகிறான். புயலும் மழையுமான நாளில் அப்பா வரும் நேரமாயிற்று, பால்காரன் வரவில்லை போய்க் கூட்டிவா என்று குடை கொடுத்து அனுப்பி வைக்கிறாள் சித்தி மரகதம். எதிரே இருப்பது தெரியாத அளவு கடும் மழை. காற்றுக்கு குடை இவனை இழுக்கிறது. குடைக்கு மாடு வெருண்டு நெஞ் சில் முட்டுகிறது. வலியுடன் ஓடுகிறான். மாடு துரத்துகிறது. குடையை விசிறியபிறகு மாடு குடையை முட்டி உடைத்து சாந்தமடைகிறது. ஊமை வலி. பயந்து நடுங்கி வீட்டுக்கு ஓடுகிறான். குடையையும் தொலைத்துவிட்டு போன காரியத்தையும் முடிக்காமல் வந்திருக்கிறான். பால்காரனிடம் சொல்லி பாலை வாங்கிக்கொண்டு வந்தால்தான் வீட்டுக்குள் வரலாம் என்கிறாள். மாடு பயத்தால் தொழுவுக்கே போகமாட்டேன் என்கிறான். ராஜா ஏன் மாடு முட்டியதைச் சொல்லவில்லை?

கோபத்தோடு சுந்தரவடிவேலு ஒருவேலையைச் சொன்னால் உருப்படியாய்ச் செய்ய ஆளைக்காணோம் என்றபடி உள்ளே நுழைகிறார். இரண்டு நாட்களுக்குமுன் அவரது சட்டைப்பைக்குள் முக்கியமான ஒரு கடுதாசுக்கட்டை மரகதத்திடம் வைக்கச் சொல்லியிருந்தார். குடையைத் தொலைத்துவிட்டு வந்து நிற்கிறான் என்று அவள் பிராது வைக்க பளீர் என்று அறைகிறார். பையன் குடை தான் காரணம் என்று நினைத்துக்கொண்டு, ‘நான் போடலே அப்பா, மாடு வந்து’ தன்னை மீறிய ஆத்திரத்தில் அவன் நெஞ்சில் பூட்ஸ் காலால் மிதிக்கிறார். மரகதம் வீட்டுக்குள் சென்றுவிடுகிறாள். மாட்டு முட்டலுடன் இந்த உதையும் வர்மத்தில் விழ அழவும் முடியாமல் வலியில் முனகுகிறான். போட்டோவாக இருக்கும் அம்மாகிட்ட சொல்றேன் என்று மாடிக்கு ஓடுகிறாள் குஞ்சு. குஞ்சு கொஞ்ச நேரம் கழித்துத் திரும்ப வந்து மாடிக்குக் கூப்பிடுகிறாள். நடக்கமுடியாமல் ஊர்ந்து ஊர்ந்து செல்கிறான்.

“நெஞ்சு வலிக்குடி, அம்மாடி!”

“குஞ்சு, அப்பா வந்திட்டாங்களா?”

“குஞ்சு, கொஞ்சம் தண்ணி கொண்டாரியா”

தனது பால்புட்டியை எடுத்து அவனுக்குக் கொடுக்கிறாள்.

“குஞ்சு அப்பா வந்திட்டாங்களா? எனக்கு எப்டியெல்லாமோ வருதே!”

“இல்லியே, நான் ‘ரா ரா ரோ’ சொல்லட்டுமா, தூங்கு”

“ஆராரோ ஆரிராரோ என்னப்பன் ரா ரா ரோ! ரா ரா ரோ”

“அம்மாஞ்குஞ்சு”

போய்விட்டான். அவன் செத்துவிட்டான் என்பதை அறியாமல்,

“கண்ணெ முழிச்சிருக்காதே தூங்கு”. அவன் தலை ஒருபக்கம் சாய்கிறது.

“நல்லா படுத்துக்கடா”

“ரா ரா ரோ! ரா ரி ராரோ!” அவளும் தூங்கிவிடுகிறாள்.

யார் மீதும் மேலோட்டமாகப் பார்க்கக் குற்றம் சொல்லிவிட முடியாது. ஆனால் சிக்கெடுக்க எடுக்க பெருகுகிறது. தாய்க்கும் சிற்றன்னைக்கும் உள்ள வித்தியாசம்தான் பிரச்சினை. தாய் இப்படி பிள்ளையை கடும் மழையில் அனுப்பியிருக்கமாட்டாள். பதறியடித்து வரும் பிள்ளையிடம் என்னவோ ஏதோ என்று அவனுடைய பிரச்சினையைத்தான் கவனிப்பாளே தவிர குடையோ பாலோ முக்கியமாக இருந்திருக்காது. ஒரு தாய் பிள்ளையை அவள் பயப்படக்கூடிய பூனையை முகத்துக்கு அருகில் காட்டி ஒருபோதும் பயமுறுத்த மாட்டாள். தாய் இல்லை. அவர்களுக்கு தாய் இல்லை என்பதுதான் பெருந்துயரம். இந்தக் கதையில் அத்தனை தூரம் அன்பானவராக குழந்தைகளோடு குழந்தையாய் விளையாடக்கூடியவராகக் காட்டப்படும் அப்பா நெஞ்சில் மிதிப்பது கதாபாத்திரங்களைவிட நமக்கு அதிர்ச்சியாக இருக்கிறது. சித்தியொன்றும் கொடுமைக்காரி யில்லை. ஆனால் அடிக்கடி குழந்தைகள் தனியாக வெகுநேரம் இருப்பது சித்திரிக்கப்படுகிறது. அப்போது

சித்தி ஒரு குரல்கூட கொடுப்பதாகக் காணோம். ராஜா அவளிடம் மாடு முட்டியதைச் சொல்லியிருந்தால் அவள் வற்புறுத்தியிருக்க மாட்டாள். இவை இந்தக் கதையில் மிக அழுத்தம் மிகுந்த கட்டத்தில் நம்முள் வினவிக் கொள்பவை.

இந்தக் கதையில் மட்டுமில்லாமல் எல்லாக் கதைகளிலுமே கதை ஒரு கேமராவைப் போல நகர்கிறது. பார்வையாளர்கள் பார்க்கவேண்டியதைக் கச்சிதமாகப் படம்பிடிக்கிறது. பாத்திரங்கள் உதிரியுதிரியாய் வந்துபோகிறார்கள். அனைவரையும் கேமரா கோத்தெடுக்கிறது. ஒருசில கதைகளில் முதலில் ஒரு வேதாந்த வியாக்கியானம். அப்புறம் ஏதோ ஞாபகத்திலிருந்து விழித்தது போல ஊர் விவரணை. அடுத்து ஊர் மக்கள். அப்புறம் மைய பாத்திரம் இப்படியான தொன்ம காப்பிய மரபிலமைந்த கதைசொல்லும் பாணியையும் பார்க்கிறோம். இந்த விதமாய் கதை சொல்லும் திறன் திரைப்படத்துறையினரை ஈர்த்திருக்கலாம். அல்லது பு.பி.க்கு ஆர்வமூட்டியிருக்கலாம். எதுவாயினும் கூடுதல் வாழ்நாள் அமைந்திருந்தால் திரைப்படத்துறையில் நிச்சயம் சாதித்திருப்பார். அடுத்த தலைமுறை எழுத்தாளர்களில் நிறையபேர் திரைப்படத்துறையில் ஆதிக்கம் செலுத்தவும் வாய்ப்பாக இருந்திருக்கும்.

அந்தக் காலத்திலேயே 'விபரீத ஆசை' கதைமூலம் வரம்பு மீறல் (Transgressive) எழுத்துவகையை பு.பி. முயன்றிருப்பது ஆச்சரியம்தான். ரங்கசாமி வீட்டில் சாப்பிடுவதை பழக்கமாகக் கொண்ட அவன் நண்பன் (பு.பி. கதையை தன்மையில் விவரிப்பதாக அமைத்திருப்பது குறிப்பிடத்தக்கது) அவனது மனைவியிடம் காமவயப்படுகிறான். ரங்கசாமி நோயில் விழுந்து படுத்த படுக்கையாகிறான். அவன் நண்பனே உதவுகிறான். அவன் உதவுவதற்குக் காரணம் ரங்கசாமியின் மனைவி மீது அவன் கொண்ட மோகம். நண்பன் மரணத் தறுவாயில் இருக்கையில், பாதி குளியலில் பதறிப்போய் அவன் மனைவி வந்து நிற்க தனது இச்சையைத் தீர்த்துக்கொள்கிறான் நண்பன். ரங்கசாமி அதேநேரம் இறந்துபோகிறான். இறப்பைப் பார்க்கும்போது அதன் நினைவுகள் வரும்போதெல்லாம் இவனுக்குக் காம இச்சை

துளிர்க்கிறது. இது கிட்டத்தட்ட Necrophilia. அந்த வகை இல்லையெனினும் ஒருவேளை ஆங்கிலத்தில் ஏதாவது பெயர் இருக்கலாம். தெரியவில்லை. அதாவது நண்பன் ஆபத்தில் இருக்கும்போது அவன் மனைவியிடம் இச்சையைத் தீர்த்துக் கொண்டதுவரைகூட கதை சாதாரணமான ஒன்றுதான். பிணத்தைப் பார்க்கும்போதெல்லாம் காம இச்சை வருகிறது என்ற இடத்தைத் தொடும்போதுதான் கதை வேறொரு தளத்தில் போய் நிற்கிறது. நடந்த சம்பவங்கள் அதன் தீவிரத்தை, அதுவரையிலான அவன் மனத் தகிப்பைக் காட்டுவனவாக நிற்கின்றன.

புதுமைப்பித்தனுக்கு எழுத்தைப் பொறுத்தவரை கற்பனையும் சமூகவுணர்வும் இருகண்களாக இருந்தன. இந்தக் கற்பனை என்ற சமாச்சாரத்தை கொஞ்சம் விரிவாகப் பார்ப்போம். சமீபத்தில் முகநூலில் ஒரு வாதத்தைப் பார்த்தேன். அதாவது புதுமைப்பித்தன் எழுதியதெல்லாம் மிகையாடல் (Fantasy) கதைகள். அவை மேஜிகல் ரியாலிசம் (மாய யதார்த்தம்) அல்ல என்பது ஒருவரது வாதம். இந்தக் குளறுபடிக்குக் காரணம் மாய யதார்த்தத்துக்கும் மிகையாடலுக்கும் வேறுபாடு தெரியாமையே.

மாய யதார்த்தம் என்பதன் அர்த்தம்: "யதார்த்த உலகில் உள்ளோட்டமாக மாயம் அல்லது மிகையாடலைக் கொண்டிருப்பதாகும். மாய யதார்த்தம் யதார்த்தவாத வகைமையில் ஒன்றாகும். அதாவது மிகையாடல் இருப்பதால் அது மிகையாடல் அல்ல. அது நிகழ் வாழ்வில் நடப்பதாகக் காட்டப்பட்டிருக்க வேண்டும். தேவதைக் கதைகளில் வருவதைப் போல மாயவுலகுக்கும் யதார்த்த உலகுக்குமான இடைவெளி மங்கலாக்கப்பட்டிருக்க வேண்டும். இதில் சாமானிய மக்கள் சாமானிய உலகில் சாமானிய வாழ்வை நடத்துவது கவனப்படுத்தப்பட்டிருக்க வேண்டும்." மிகையாடல் என்பது, "யதார்த்த உலகில் அல்லாது வேறொரு உலகில் கதை நிகழ்வது. இது தனக்கான உலகையும் தொன்மத்தையும் கதைக்குள் உருவாக்க இடம்தருகிறது." இந்த வரையறைகளின்படி அனைத்துக் கதைகளுமே யதார்த்த உலகில் மையம்கொண்ட புதுமைப்பித்தனின் கதைகள்

எவ்வகையிலும் மிகையாடல் வகையைச் சார்ந்தமையல்ல என்று உறுதியாகச் சொல்லலாம்.

சரி, புதுமைப்பித்தனின் சில கதைகளை ஏன் மீபுனைவு (metafiction) வகையாகச் சொல்லமுடியாது? அவரது நிறைய கதைகளில் ஒரு எழுத்தாளராகவே வருகிறார். தன்மையிலேயே கதை விவரிக்கப்படுகிறது. மீபுனைவு என்பது, ஒரு புனைவில் எழுத்தாளர் சுயபிரக்ஞையுடன் செயற்கைதன்மைகளை அல்லது இலக்கியத்தன்மையை பகடிசெய்வது அல்லது புனைவு மரபிலிருந்தும் மரபான கதை சொல்லும் உத்தியிலிருந்தும் விலகுவதைக் குறிக்கும். எழுத்தாளர் வாசிப்பவருக்கு வாசிப்பின் இடையில் வந்து பேசுவது, நேரடியாக கதைக்குள் கதை சொல்வது, அது ஒரு புனைவு என்று அறிவுறுத்துவது, எழுத்தாளரே உண்மையான பெயரில் கதைக்குள் நடமாடுவது போன்றவை இந்த வகை புனைவுகளின் குணாம்சங்கள். புதுமைப்பித்தன் இப்படியாக சில கதைகளில் வந்திருக்கிறார். கதைகளில் வருவது முக்கியமல்ல. சமயங்களில் உண்மை அனுபவங்களை விவரிப்பதாக ஒரு கதை சென்றால் அது வெறுமனே தன்மையில் எழுதப்பட்ட அனுபவம் சார்ந்த கதையாக மட்டுமே எடுத்துக்கொள்ளப்படும். அதை புனைவு என்று வாசகர் உணரத்தக்க வகையில் சம்பவங்கள் அமைந்திருக்க வேண்டும். 'ஒரு கொலை அனுபவம்' கதையை மீபுனைவாகச் சொல்ல இயலாது. கதையில் மூன்று பாத்திரங்கள் வருகின்றன. மூன்றுமே ஒரே நபர்தான் (இதில் நான் என்பது புதுமைப்பித்தனா பெயரற்ற ஒருவனா என்பது கேள்விக்குறி). ஆனால் அது ஒரு கனவு. எழுத்தாளரே கண்ட கனவாக இருக்கலாம். அது புதுமைப்பித்தன் அல்லது விருத்தாச்சலம் என்று எங்கும் குறிப்பிடப்படவில்லை. 'நிசமும் நினைப்பும்' கதையைச் சேர்க்கலாமென்றால் அதில் வரும் பிரதான பாத்திரம் வி.பி. என்றழைக்கப்படுபவர், புதுமைப்பித்தன் அல்ல. 'விநாயகர் சதுர்த்தி' கதையில் இதற்கு இடமிருக்கிறது. முதல் பத்தியில் 'எனக்கு பல் முளைத்த மாதிரி அவை கோணல்மாணலாகத் தொங்கின' என்றொரு வரி வருகிறது. சுயபகடியாக எழுதப்பட்ட இந்தவரியில் எனக்கு என்று

எழுதுகையில் அது நிச்சயம் எழுதுபவரையே குறிக்கிறது என்று நம்பலாம். அப்போதுதான் அது பகடியாக பூர்த்தியாகும். ஆனாலும் இந்தக் கதையில் மாய யதார்த்தமே பிரதானமாக உள்ளது. எனவே புதுமைப்பித்தன் கதைகள் எவையும் மீபுனைவைச் சார்ந்தவையல்ல என்று துணியலாம்.

ஏற்கெனவே 'விநாயகர் சதுர்த்தி' கதையில் பிள்ளையார் பேசுவதைப் பார்த்தோம். மாய யதார்த்த வகைமைக்கு தமிழில் இன்றுவரை உள்ள மிகச்சிறந்த உதாரணங்களில் ஒன்று பு.பி.யின் கபாடபுரம். கன்னியாகுமரியில் கோவிலுக்குள் ஓர் இரவு தங்கியிருக்கையில் கடல் அதீதமாய் உள்வாங்கி கடலுக்குள் தூரத்தில் ஒரு மணற்குன்று தெரிகிறது. அதன்மேல் ஒரு கோவில். கடலுக்குள் நடந்து கபாடபுரத்துக்குள் நுழைகிறான் 'அவன்'. அப்புறம் என்னென்னவோ நடக்கின்றன. பலிபீடத்தில் தலைமட்டும் தனியாக இருக்கிறது; பேசுகிறது; முண்டங்கள் தனியாக அலைகின்றன; பல்வேறு சீவராசிகள் வாழ்கின்றன; தபஸ்விகள் வாழ்கிறார்கள்; மனம்போன திக்கெல்லாம் கதை நுழைந்து வெளிவருகிறது. புதுமைப்பித்தனின் கற்பனை வளத்துக்கு சிறந்த முன்மாதிரி கபாடபுரம்.

எந்த குறிப்பிட்ட வகைமைக்குள்ளும் அடைபடக்கூடாது என்பதில் அவர் தெளிவாக இருந்திருக்கிறார்.

"இவர் இன்ன மாதிரிதான் எழுதுவது வழக்கம், அதைப் பாராட்டுவது குறிப்பிட்ட மனப்பக்குவம் தமக்கு இருப்பதாகக் காட்டிக்கொள்ளும் கௌரவம் என்றாகி, என்னைச் சட்டம் போட்டுச் சுவரில் மாட்டிப் பூப்போட்டு மூடிவிடுவதுதான் என் காலை இடறி விடுவதற்குச் சிறந்த வழி. அந்த விளையாட்டெல்லாம் என்னிடம் பலிக்காது. விமரிசகர்களுக்கு ஒரு வார்த்தை. வேதாந்திகள் கைக்குள் சிக்காத கடவுள் மாதிரிதான் நான் பிறப்பித்து விட்டவைகளும். அவை உங்கள் அளவுகோல்களுக்குள் அடைபடாதிருந்தால் நானும் பொறுப்பாளியல்ல; நான் பிறப்பித்து விளையாட விட்டுள்ள ஜீவராசிகளும் பொறுப்பாளிகளல்ல; உங்கள் அளவுகோல்களைத்தான் என் கதைகளின் அருகில்

வைத்து அளந்து பார்த்துக் கொள்ளுகிறீர்கள்" ('காஞ்சனை' முன்னுரை, பு.பி. 1943)

காலா என் காலருகே வாடா, சற்றேயுனை மிதிக்கிறேன் என்ற பாரதி வரிகளின் அதே திமிர்.

24/11/2020 முகநூற் பதிவு

புதுமைப்பித்தன் மீது புழுதிவாரித் தூற்ற முயன்ற நோக்கும் போக்கும்

தொ.மு.சி.ரகுநாதன்

1987 ஆம் ஆண்டில் வெளிவந்த 'புதுமைப்பித்தன் படைப்புக்கள் – தொகுதி 1' (புதுமைப்பித்தன் கதைகளின் மொத்தத் தொகுப்பு) என்ற பெருநூலுக்கு, 'புதுமையும் பித்தமும்' என்ற தலைப்பில் 62 பக்கங்களில் நீண்டதொரு முன்னுரை எழுதிய க.நா. சுப்பிரமணியம் அதில் பின்வருமாறு எழுதியுள்ளார்.

"தமிழில் சிறுகதை என்ற இலக்கியத்துறை வளர்வதற்குப் புதுமைப்பித்தன் தெரிந்து, அதிசயமாகவே செயல் பட்டிருக்கிறார். மணிக்கொடி காலத்தில் அந்தத்துறை வளம் பெற்று, தரம்பெற்று, உரம்பெற்று, உருவம் பெற்றுக்கொண்டிருந்த காலத்தில் அவர்களில் பலரையும்விட அதிகமான விஷயங்களை நேருக்குநேர் பார்த்து எழுதும் தெம்பு அவருக்கு இருந்தது. பரப்பினாலும் ஆழத்தினாலும் அவர் கவனத்தைக் கவர்ந்த விஷயங்கள் இன்றும் வாசகர்களின் கவனத்தைக் கவருவதாக இருக்கின்றன; புதுமை நிறைந்தவையாக இருக்கின்றன. பிரச்சாரகராக அல்லாமல், 'கலையை உய்விக்க வந்தவன் அல்ல நான்' என்று அவரே சொன்னாலும், கலை உய்ய, இலக்கியம் ஓங்க வந்தவர்தான் அவர் என்பது நமக்கு நிதர்சனமாகத் தெரிகிறது"

“புதுமைப்பித்தன் படைப்புகளில் புதுமை ஐம்பதாண்டுகளுக்குப் பிறகும் நிறைந்துதான் இருக்கிறது. பித்தமும் நிறைந்தேதான் இருக்கிறது. இரண்டுக்கும் அப்பால் இன்று தெரிந்து கொள்ளக்கூடிய, படித்த மாத்திரத்தில் ஏற்றுக் கொள்ள கூடிய இலக்கியத்தன்மை நிறைந்ததாகவும் இருக்கிறது. இந்த இலக்கியத் தன்மை பேராசிரியர்களோ, இலக்கண ஆசிரியர்களோ சொல்லுகிற அளவில் வரிந்து கட்டிக் கொண்டு செயற்கையாக உற்பத்தி செய்யப்பட்டது அல்ல. இது இயற்கையாகவே புதுமைப்பித்தன் என்கிற சொ. விருத்தாசலத்தின் தனித்துவமாக அமைந்து இன்றும் அவரைப் படிக்க நம்மைத் தூண்டுகிறது. அவர் எழுத்துக்களை மற்றவர் எழுத்துக்களிலிருந்து வித்தியாசப்படுத்திக் காட்டுகிறது. அந்தக் காலக்கட்டத்தில் பலரும் எழுதினார்கள். சிலர் மிகவும் சிறப்பாகவும் எழுதினார்கள். அப்படிச் சிறப்பாக எழுதியவர்களில் முன்னணியில் நின்றவர் என்று புதுமைப்பித்தனைக் காலமும் விமர்சகர்களும் கணிப்பதைத் தவிர்க்க முடியவில்லை என்பது உண்மை.”

மேற்கண்ட வரிகள் புதுமைப்பித்தனைப் பற்றிய ஒரு சரியான மதிப்பீட்டையே, அவருக்கு உரிய அங்கீகாரத்தையே வழங்கியுள்ளன என்று கூறத் தோன்றுகிறது. இல்லையா? ஆனால், ‘காலமும் விமர்சகர்களும் கணிப்பதைத் தவிர்க்க முடியவில்லை என்பது உண்மை’ என்ற அந்தக் கடைசி வார்த்தைகளில் கரந்து மறைந்து, இருக்கின்ற உண்மை என்ன? நாம் எத்தனையோ முறைகளில் எவ்வளவோ பாடுபட்டும், இவ்வாறு கணிக்கப்படுவதை இறுதியில் தவிர்க்க முடியாமல் போய்விட்டதே என்ற அங்கலாய்ப்போடு, க.நா.சு. தமது தோல்வியைத் தாமே ஒப்புக்கொள்ள நேர்ந்துவிட்ட பரிதாபத்தையே இந்தக் கடைசி வார்த்தைகள் நமக்குப் புலப்படுத்துகின்றன என்பதே அந்த உண்மை.

புதுமைப்பித்தன் தமக்கே உரிய வைரம் பாய்ந்த சொல்லாட்சித்திறன், எழுதும் கதைகளின் காலம், களம் பாத்திரங்கள் ஆகியவற்றுக்கேற்பக் கையாளுகின்ற மொழிநடை, கதைக்கருக்களைத் தேர்ந்தெடுப்பதில் ஒரு தனித்தன்மை, சமுதாயச் சிறுமைகளுக்கும் கொடுமைகளக்கும்

எதிராகச் சாட்டையடிபோல் எழுப்பும் கலகக் குரல், அங்கதத்திறன், வாழ்க்கையை எதார்த்த பூர்வமாகவும், விமர்சனப் பார்வையோடும் சித்திரிக்கும் பாங்கு, கதையின் வடிவ அமைப்பில் பலப்பல புதுமைகள் முதலிய பல்வேறு சிறப்புக்களால், தமது காலத்தைச் சேர்ந்த ஏனைய சிறுகதை ஆ சிரியர்கள் அனைவரிலிருந்தும் வேறுபட்ட, மாறுபட்ட, ஈடிணையில்லாத தனிச்சிறப்பு வாய்ந்தவராக விளங்கினார் என்பதை விருப்பு வெறுப்பற்ற பாரபட்சமற்ற கதாசிரியர்களும், விமர்சகர்களும், வாசகர்களும் ஒப்புக் கொள்ளவே செய்வர்.

ஆனால் க.நா.சு.வும், அவரது சகபாடிகள் சிலரும், புதுமைப்பித்தனின் இந்தத் தனிச்சிறப்பைப் புரிந்து கொள்ளவும் ஏற்கவும் முன்வராமல், முப்பதுகளில் எழுதிவந்த சிறுகதை ஆசிரியர்களில் புதுமைப்பித்தனைக் காட்டிலும் திறமை மிகுந்த, அதிகமான சாதனைகள் புரிந்த சிறந்த கதாசிரியர்கள் சிலர் இருக்கவே செய்தனர் என்று வலியுறுத்தி, விமர்சனம் என்ற பெயரால் விஷமத்தனங்கள் புரிந்து, புதுமைப்பித்தனைப் பற்றிய சரியான மதிப்பீட்டையும், அவருக்கு உரிய அங்கீகாரத்தையும் வழங்குவதைத் தவிர்க்க முயன்றே வந்துள்ளனர் என்பதை அவர்களது எழுத்துக்களே நமக்குப் புலப்படுத்துகின்றன.

அது மட்டும் அல்ல. புதுமைப்பித்தனை ஒரு தழுவல் இலக்கிய கர்த்தா என்று முத்திரை குத்தும் முயற்சியையும் இவர்களில் சிலர் மேற்கொண்டு வந்தனர். குறிப்பாக இந்த முயற்சிகள் புதுமைப்பித்தனின் மறைவுக்குப் பின்னரே அதிகமாயின. 1934 இல் காரைக்குடி இராய. சொக்கலிங்கம் நடத்திவந்த 'ஊழியன்' வாரப் பத்திரிகையில் உதவியாசிரி யராகப் புதுமைப்பித்தன் பணியாற்றி வந்த காலத்தில், அதில் தமது சொந்தக் கதைகள் சிலவற்றை எழுதியதோடு, வாராவாரம் பத்திரிகையின் பக்கங்களை நிரப்ப வேண்டிய நிர்ப்பந்தம் காரணமாக, 'புதுமைப்பித்தன்' என்ற பெயரில் எழுதாமல், நந்தன், சொ.வி.முதலிய வேறு பெயர்களில் பிரபலமான பிரஞ்சுக் கதாசிரியர் மாப்பஸானின் சிறுகதைகள் சிலவற்றை, அவற்றின் தலைப்புக்களைக்கூட அவர் மாற்றாமல்,

அப்படியே தழுவி எழுதி அவற்றை ஊழியனில் வெளி யிட்டிருந்தார். புதுமைப்பித்தன் உயிரோடு இருந்த காலத்தில் அவர் தேர்வு செய்து கொடுத்திருந்த அவரது எந்தவொரு சிறுகதைத் தொகுதியிலும் இந்தக் கதைகள் இடம் பெறவே யில்லை. புதுமைப்பித்தனின் மறைவுக்கு ஐந்தாண்டுகளுக்குப் பின்னர் அவரது படைப்புக்களைத் தொகுத்து முறையாக வெளியிடத் தொடங்கிய சென்னை ஸ்டார் பிரசுரம் 1953 இறுதியில் 'புதிய ஒளி' என்ற கதைத் தொகுதியில் இத்தகைய கதைகளையும் சேர்த்து அவர் பெயரால் தவறுதலாக வெளியிட்டுவிட்டது. இவ்வாறு அத்தொகுதியில் இடம் பெற்றுவிட்ட மாப்பஸான் கதைகளின் தழுவல்கள் சிலவற்றை, கால் நூற்றாண்டுக் காலத்துக்குப் பின்னர் 1979 இல் இனம் கண்டறிந்த காரைக்கால் கிருஷ்ணமூர்த்தி என்பவர், இதனைக் கொண்டே புதுமைப்பித்தனை ஒரு தழுவல் இலக்கிய கர்த்தா என்று முத்திரை குத்த முயன்றார். (இந்தத் தழுவல் கதைகள் பற்றிய விவரங்களையும், உண்மை நிலைகளையும் இந்நூலில் பின்னர் பார்ப்போம்.) இவ்வாறு கிருஷ்ணமூர்த்தி எழுதியதை ஆதாரமாகக் கொண்டு, புதுமைப்பித்தனோடு சேர்ந்து மணிக்கொடிப் பத்திரிகையில் எழுதி வந்தவர்களில் ஒருவரான 'சிட்டி' என்ற பெ.கோ. சுந்தரராஜனும் புதுமைப்பித்தன் மீது இதே முத்திரையைக் குத்த அரும்பாடு பட்டார். இவ்வாறு புதுமைப்பித்தன் மீது தழுவல் இலக்கிய கர்த்தா என்ற முத்திரையைக் குத்தும் முயற்சியை நியாயப்படுத்துவதற்காக, புதுமைப்பித்தன் சுயமாக எழுதிய சொந்தக் கதைகள் சிலவற்றின்மீதும், விமர்சனம், ஆராய்ச்சி என்ற பெயரால் விஷமத்தனங்கள் புரிந்து, இதே முத்திரையைக் குத்தச் சிலர் முயன்று வந்தனர்; இத்தகைய விஷமத்தனங்களில் சிட்டிக்கு மட்டுமல்லாமல், க.நா.சு. உள்ளிட்ட வேறு சிலருக்கும் பங்குண்டு.

இவ்வாறு புதுமைப்பித்தனின் தனிச்சிறப்பை ஏற்றுக் கொள்ளாமலும், முப்பதுகளில் எழுதிவந்த சிறுகதை ஆசிரியர்களில் அவரது சாதனைகளை ஏனையோரின் சாதனைகளைக் காட்டிலும் குறைவானதே என மதிப்பிட்டும், அவர் சுயமாக எழுதிய கதைகள் சிலற்றின்மீதும் தழுவல் முத்திரை குத்தப் பாடுபட்டும், விமர்சனம் என்ற

பெயராலும், ஆராய்ச்சி என்ற பெயராலும் புதுமைப்பித்தன் மீது புழுதிவாரித் தூற்ற முயன்று விஷமத்தனமாக எழுதிவந்த போக்கு எப்போது தொடங்கியது/ என்னென்ன நோக்கங்களோடு தொடங்கியது, இத்தகைய போக்கும் நோக்கமும் இவ்வாறு எழுதி வந்தவர்களின் எழுத்துக்களிலும் கூற்றுக்களிலும் எவ்வாறு நேர்முகமாகவும், இலைமறை காய்மறையாக நாசூக்காகவும், நயவஞ்சகத்தனமாகவும் பிரதிபலித்தன என்பதையெல்லாம், தமிழ் வாசகர்களுக்கு, குறிப்பாக, புதுமைப்பித்தனின் எழுத்துக்களில் ஆர்வமும் அக்கறையும் கொண்ட இலக்கிய ரசிகர்களுக்கு இனம் காட்டி உண்மை நிலைகளை எடுத்துரைப்பதே எனது இந்நூலின் நோக்கமாகும்.

'புதுமைப்பித்தன் கதைகள்:
சில விமர்சனங்களும் விஷமத்தனங்களும்'

சம்சார பந்தத்தில்...

கமலா புதுமைப்பித்தன்

புதுமைப்பித்தன் அவர்கள் நம்மை விட்டுப் பிரிந்து பதினோரு ஆண்டுகள் மறைந்துவிட்டன. அவர் குடும்ப வாழ்க்கை எந்தெந்த ரீதியில் சென்றது என்பதை அறிவிக்க வேண்டுமெனப் பலர் என்னிடம் கேட்கின்றார்கள்.

'சம்சார பந்தத்தில் மனிதன் எப்படி நடந்துகொள்கிறான் என்பதைப் பரிபூர்ணமாகத் தெரிந்துகொள்வதற்கு ஒருவருக்குத் தான் முடியும். அம்மி மிதித்து அருந்ததி பார்த்து ஊரறிய ஒரே தலை அணையில் தலை சாய்க்கச் சம்மதித்துக்கொண்ட ஜீவனுக்குத்தான் அன்று தொடங்கிய ஒழுங்கு எந்தக் கதியில்.... எந்த நியதியில் செல்லுகிறது என்பதைப் பரிபூரணமாகத் தெரிந்து கொள்ளச் சௌகரியம் உண்டு'

என்று புதுமைப்பித்தன் 'சித்தி' என்ற சிறுகதையில் சொல்கிறார். ஆகவே தான் பலரும் அவரது குடும்ப வாழ்க்கையை. நான் அறிவிக்க வேண்டுமென எதிர்பார்க்கின்றார்கள்.

அன்று 1932 ஜூலை பதினாலாம் தேதி அவர் கைத்தலம் பற்றியதிலிருந்து 1948 ஜூன் முப்பதாம் தேதி இரவு அவர் கடைசிமூச்சு அடங்கும் வரை, அவரைப் பற்றி – அவர் குடும்ப வாழ்க்கையைப் பற்றி – எத்தனையோ நிகழ்ச்சிகள்.

ஆனால் அவற்றில் பெரும்பகுதியும் துன்பம் நிறைந்த, வசதி குறைந்த இல்லற வாழ்க்கை.

விவாகமான ஒன்று, இரண்டு ஆண்டுகளுக்குள் வீட் விட்டுத் துரத்தப்பட்ட நாங்கள் வாழ்வின் வழி தேடி பல இடங்கள் அலைந்துவிட்டுச் சென்னையில் குடி புகுந்தோம்.

சிறு பிராயத்தில் தாயை இழந்த அவர் யாருடைய அன்பிலும் அரவணைப்பிலும் இல்லாமல் 'எப்படியோ யார் யாரோ வளர்த்தார்கள்' என்று புதுமைப்பித்தனே சொல்வார்.

அன்பு என்ற அந்தப் புனிதமான வார்த்தையே கேட்காதபடி வளர்ந்த அவர் கல்யாணத்திற்குப் பிறகு, அதை மிகவும் சந்தோஷமாக அனுபவித்தார் என்றே சொல்வேன். ஆகையினால் தான் அவர் என்னிடம் அளவற்ற ஆசையும் அன்பும் வைத்திருந்தார். சில சந்தர்ப்பங்களில் தாங்க முடியாத வறுமை, கஷ்டம் ஏற்படும் போது, நானாவது சிறிது சௌகரியமாக இருக்கட்டும் என்று என்னை என் வீட்டிற்கு அனுப்பிவிடுவார்.

அவருடைய பிடிவாதமான வேண்டுதலை மீற முடியாமல் நானும் அநேக நாட்கள் பிறந்த வீட்டிலேயே இருக்க நேர்ந்து விடும்.

இதற்கு அவர் சொல்லும் காரணம், "என்னைச் சுற்றி வளைக்கும் தீ நாக்குகள் உன்னையும் பொசுக்கிவிடக் கூடாதே என்ற பயம் தான் எனக்கு" என்பார்.

பிறர் துன்பப்பட காணச் சகியாத உள்ளம் படைத்தவர். தனிமையில் இருக்க விரும்பமாட்டார். என்றாலும் விதி எங்கள் இருவரையும் சேர்ந்து வாழவிடாது.

நான் ஊரில் இருக்கும்போது, எனக்கு உடல்நலக் குறைவு ஏற்பட்டால் கூட என் கடிதமில்லாமல் எப்படியோ அவர் அதை அறிந்து விடுவார். உடனே அந்தத் தேதியைக் குறிப்பிட்டு என்னை எழுதிக் கேட்பார். அது சரியாகவே இருக்கும்.

இதை எப்படி அறிந்துகொள்ள முடிகிறது என்பதுதான் எனக்குப் புரிவதில்லை.

இந்த மாதிரி சந்தர்ப்பத்தை ஒரு சமயம் அவர் எனக்கு எழுதின கடிதத்திலிருந்து தெரிந்து கொள்ளலாம்.

"இன்று பகல் முழுவதும் மனச் சோர்வும் சுழற்சியும் சொல்லி முடியாது; நீ மனக் கவலையாய்ப் புத்தி பேதலித்துப் போய் என்னைத் தேடிக் கொண்டு சென்னையின் தெருக்கள் வழியாகத் தன் நினைவு இல்லாமல் நடந்துகொண்டிருப்பது போல ஒரு நினைப்பு – என்னை இன்று பலமுறை அடிக்கடி வாட்ட, என்னை அறியாமலே ஆபீஸில் பல முறை வாசலுக்கு வந்து, நிற்பதும் தெருக்களை ஆராய்ந்து பார்ப்பதுமாக இருந்தேன். இன்று சாயங்காலம் வரை அதே ரீதியில் மனம் சுழன்றது.

இந்த மாதிரி எனக்கு ஏதேனும் புரியாத விபரீதங்கள் ஓடினால், எனக்கு அங்குள்ள நிலைமை சம்பந்தமாகத்தான் பயம் ஏற்படுகிறது.

இன்று உனக்கு எப்படி இருந்தது? ஏதாவது தேகத்திற்குச் சுகக்கோடா, மனத்திற்குக் கவலை தரத் தக்க சம்பவமோ ஏற்பட்டதா?

நான் இன்று எனக் குறிப்பிடுவது 4ஆம் தேதி; இந்தக் கடிதாசி ஐந்தாம் தேதி இடப்பட்டாலும் நான்காம் தேதி இரவில் தான் எழுதப்படுகிறது.

இந்தத் தேதியில் அங்கு உனக்கு என்ன நேர்ந்தது என்பதை உடனே எழுது.

இனி நீ இங்கு என்னுடன் வந்து வாழும்பொழுது எப்படி யெல்லாமோ வைத்திருக்க வேண்டும் என ஆசைப்படுகிறேன்.

களங்கமற்ற பாசத்தின் நிலைக்களமான ஒரு ஜீவன் (குழந்தையின் மறைவு) எனக்குச் சொப்பனம் போலத் தோன்றி மறைந்துவிட்டது. அந்தச் சொப்பனாவஸ்தையின் மகிழ்ச்சியை இனியும் நீடிக்க முயல்வது உன்னைக் கொண்டுதான்!.

என் சொல்லாலும் செயலாலும் என்னால் கட்டுப்படுத்த முடியாத விதியின் போக்காலும் உனக்கு இம்மியளவு. சந்தோஷத்தைக் கூடக் கொடுத்ததில்லை. அதற்குப் பதிலாக நான் உன்னைத் தள்ளிய துன்பக்கேணியின் ஆழம் எட்டிப் பார்ப்பதற்கு எனக்கே பயமாக இருக்கிறது.

அப்படி இருந்தும், நீ என் மீது காட்டும் வாத்சல்யம் எனக்கு இன்னும் அதிக பயத்தையே ஊட்டுகிறது. பக்கத் திலிருந்து பேசி பரஸ்பரம் துன்பத்தை ஆற்றிக்கொள்ள சீக்கிரம் வசதி செய்ய முடியாத பாவி நான்.

சில சமயம் என் மீது ஏற்படும் 'தனி-வெறுப்பு' நானே பயப்படும்படியாகவும் எனது உறுதியைக் குலைத்துவிடும் படியாகவும் இருக்கிறது; நான் ஏதும் அசட்டுத்தனமான முடிவை ஏற்படுத்திக் கொள்ளுவேனோ என்ற பயத்திலேயே, இப்பொழுது வேலை கொடுக்கும் சித்தாந்த அரசியல் சிக்கல்களில் மூளையைச் சிக்கவிட்டுப் பார்க்கிறேன்.

ஆனால், புத்தி மறுபடியும் மறுபடியும் பின் பாய்ச்சலில் அபாயகரமான எல்லையில் தாவுகிறது. காலம் என்ற வைத்தியனின் சிகிச்சையும் உன் வரவு என்ற 'நர்ஸ் வேலையுமே' என்னைக் குணப்படுத்த வேண்டும்.

நீ இங்கு வந்த பின்பே, எனக்கு மனத் தெளிவும் நாளாவிருத்தி காரியங்களில் லயிப்பும் ஏற்படவேண்டும்!"

இப்படியே நான் பக்கத்தில் இருந்தால் தான், அவருக்கு வேலைகள், சரியாக ஓடும் என்றே அடிக்கடி சொல்வார்.

தாம்பத்திய வாழ்க்கையில் சாதாரண நிலையை விட்டு ஓர் இலட்சியக் கணவராகவே திகழ்ந்தார்.

மனைவிக்கு ஓர் அளவுக்கு மேல் சுதந்திரம் கொடுக்கக் கூடாது; எப்போதும் அவள் கணவனுக்குத் தொண்டு செய்யும் அடிமை யாகத்தான் வாழ வேண்டுமென்ற மனப்பான்மையைச் சிறிதளவு கூட அவரிடம் காண முடியாது.

வாழ்வில் தனக்கு ஒரு நியதி, மனைவிக்கு ஒரு நியதி என்ற வித்தியாசம் அவரிடம் கிடையாது.

'தாராளமாகச் செலவு செய்ய கையில் பணமில்லையே! அவர் ஆசைப்பட்ட பொருள்களை வாங்கி எனக்குக் கொடுக்க முடியவில்லையே' என்று தான் கவலைப்படுவார்.

அவர் நோக்கமறிந்து நான் எதையும் கேட்டுத் தொந்தரவு கொடுக்கமாட்டேன்.

அவராகவே ஏதாவது வாங்க நினைத்தாலும் "வேண்டாம்; பிறகு பார்த்துக் கொள்ளலாம்" என்றே சொல்வேன்.

சில சமயங்களில் என்னைக் கேட்காமலே எனக்குத் தேவைப்படும் சில பொருள்களை வாங்கி வந்துவிடுவார்.

"ஏன் இப்படி நிலைமை தெரியாமல் நடந்து கொள்கிறீர்கள்? எதற்காக இவற்றை வாங்கி வந்தீர்கள்?" என்றால் அவருக்குக் கோபம் வந்து விடும்.

தான் ஆசையோடு வாங்கி வரும் எந்தப் பொருளானாலும் அதைச் சந்தோஷமாகப் பெற்றுக்கொள்ள வேண்டும்.

ஆனால் வீட்டுக் குடித்தனத்தில் அவர் ஒரு பச்சைக் குழந்தைக்குச் சமம்.

வாக்கு வழியாக ஒரு காய்கறி சாமான் கூட வாங்கி வரத் தெரியாது.

ஏதோ சில சமயங்களில் அவரே வாங்கி வர நேர்ந்து விட்டால், எந்த எந்தக் காய்கள் என்ன என்ன அளவு என்பதைச் சீட்டில் எழுதிக் கொடுத்தால், அதன் படி வாங்கி வருவார்.

சதா புத்தகங்கள் படிப்பதும் எழுதிக்கொண்டிருப்பதும் தான் அவர் வேலை.

பேச்சென்றால் அவருக்கு ரொம்பவும் பிடிக்கும். ஓரிரு சமயங்களில் இரவு இரண்டு மணி வரை கூட நாங்கள் பேசிக் கொண்டிருப்போம்.

அவரோடு பேசிக்கொண்டிருந்தால் பொழுது போவதே தெரியாது.

குடும்ப விஷயத்திலிருந்து புத்தகங்கள், எழுத்தாளர்கள், அவர் களுடைய இலக்கியங்கள், கவிதைகள், கதைகள் என்ற பல விவரங்களும் பேச்சில் வந்து போகும்.

எதைப் பற்றிப் பேசினாலும் சுவைபடப் பேசுவார். கதை எழுத உட்கார்ந்தால் ஒரே மூச்சில் அதை எழுதி முடித்த பிறகே மற்ற வேலை எதுவானாலும் அவர் கவனம் செலுத்துவார்.

என்னைக் கூட எப்போதும் ஏதாவது கதை எழுது என்று சொல்லிக்கொண்டே இருப்பார்.

வீண் வம்புப் பேச்சுகள் பேசிப் பொழுதைப் போக்கடிப்பதை அவர் விரும்பமாட்டார்.

நான் ஊரில் இருக்கும்போது கூட எனக்கு இதைத்தான் எழுதுவார்.

அவர் கடிதத்தில்,

'மனசை குமைய விட்டுக்கொண்டிருக்கக் கூடாது; உன் மனதைத் கவரும்படி வேறு ஏதாவது புத்தகங்கள் எடுத்து அனுப்பவா?

நீ படிக்காத புத்தகங்கள் இங்கே நிறையக் கிடக்கின்றனவே? அல்லது வேறு என்ன வேண்டும்? நீ எழுதிக்கொண்டிருந்தால் நலம். அதில் தான் மனசுக்கு ஆறுதல்!

நாம் இரண்டு பேரும் ரொம்பக் கஷ்டப்பட்டுவிட்டோம். ஆனால் கஷ்டம் மனத்தில் வடு ஏற்படுத்தலாம்; ஆறாத புண்ணாகி விடக்கூடாது; வடு மாறாமல் செய்ய நமது மனசு மிகவும் பண்பட வேண்டும்.

அப்படிப் பண்பட்டுவிட்டால், நாம் இரண்டு பேரும் ஞானிகளாகி விடுவோம். ஆனால், அந்த நிலை ஒன்றும் நமக்கு வேண்டாம்.

சாதாரண மனிதர்களாகவே இருப்போம். வாழ்வோம்; நடப்போம்; இப்படிப்பட்டவர்களுக்கு எழுதும் திறமை இருந்தால், இந்த வடுக்கள் பெருத்த உபயோகமாகின்றன.

மனத் தெளிவுடன் உலகத்தை ஒரு திடமான அபிப்பிராய அடிப்படையில் பார்க்கும்படிச் செய்கின்றன.

அப்படிப் பார்ப்பதால் நல்ல நல்ல நிஜமான சாகாத கதைகள் எழுத முடியும்! நீயும் இந்த விஷயத்தில் என் கூடத் தொடர்ந்து வர வேண்டும்; என்னுடன் சரிசமானமாக இருக்க வேண்டும் என்று தான் ஆசை.

அதனால் தான் உன்னை எழுது, எழுது என்று தொந்தரவு செய்கிறேன். உன் புத்தியில் எனக்கு ரொம்ப நம்பிக்கை. நீ மனசு வைத்தால் நடக்காத காரியம் கிடையாது. இப்படி இருக்கையில், ஆறுதலுக்கும் வழியுள்ள இந்த வழியை என் வார்த்தைக்காக மட்டுமாவது மேற்கொள்.

நான் என்னதான் எழுதிக் குவித்தாலும் நீயும் ஒத்தாசை செய்தால் தானே எனக்கு திருப்தி, மகிழ்ச்சி!

நம்மைப் போல அமைந்த ஜதை இங்கோ அங்கோ யார் இருக்கிறார்கள்?

நீயும் என்னைப் போல நிறைய கதைகள் எழுத வேண்டும்.

உனக்குப் பாராட்டு அளிக்க வேண்டிய விஷயம் ஒன்று.

அதாவது, எதிர்பாராத இடத்திலிருந்து உன் கதைகளுக்குப் பாராட்டு வந்திருக்கிறது.

முதலில் எஸ்.பி. ராஜா எனக்கு வந்து சொன்னார். இன்னும் ஒருவர், அவரை உனக்குத் தெரியாது; அவரும் உன் கதைகளுக்கு முதன்மை ஸ்தானம் அளித்தார்"

இப்படியே அவர் பல தடவைகள் எனக்குக் கொடுத்த உற்சாகத்தாலே நானும் ஏதோ ஒரு சாதாரண எழுத்தாளராக இருக்க முடிந்தது.

இல்லற வாழ்க்கையில் பணவசதிக் குறைவைத் தவிர, அவர் மிகவும் திருப்தியாகவும் சந்தோஷமாகவும் வாழ்ந்தார்.

பிறர் முன்னிலையில் கூட என்னிடம் அன்பாக பேசிப் பழகுவார்.

அவர் என்னோடு தாராளமாகப் பேசிப் பழகுவது அவர் உறவினர்களுக்குப் பிடிக்கவில்லை.

"இவ்வளவுக்கு அவன் அவளிடம் என்ன விசேஷத்தைக் கண்டான்?" என்று சொல்லிக்கொள்வார்கள்.

இவற்றைக் கொஞ்சங் கூடப் புதுமைப்பித்தன் பொருட்படுத்த மாட்டார்.

"நீங்கள் ஏன் அவர்கள் முன்னிலையில் என்னிடம் பேசிப் பழக வேண்டும்" என்று கேட்டால், "அது என் இஷ்டம்; என் விருப்பம்.

மனைவி என்றால் அவர்கள் வீட்டுப் புழக்கடையில் கிடக்கும் கிள்ளுக்கீரை என்று நினைத்துக்கொள்வார்கள். தன் உடம்பின் நேர் பாதி என்பதை உணரவில்லை!" என பதில் சொல்வார்.

இதற்கு மேல் அவரிடம் எதைப் பேசுவது? அவர் சொல்வதெல்லாம் சரி என்று ஒப்புக் கொள்வதை விட வேறு வழி இல்லை.

இம்மாதிரி காரணங்களாலேயே அவர் பெற்றோரிடமிருந்து எனக்குக் கிடைத்தது வெறுப்புத்தான்.

புதுமைப்பித்தன் அவர்களே எதிர்பாராத விதமாக சில சமயங்களில் என் மீது வீண் பழி விழும்படியும் செய்துவிடுவார்.

நாங்கள் அவர் தந்தை வீடு சென்றிருந்தோம். அப்பாவும் பிள்ளையும் பேசிக்கொண்டிருக்கும்போது, "டே, நீ சென்னை திரும்பும் போது உனது சகோதரர்களில் ஒருவனை அழைத்துச் செல். அவனைப் படிக்கவைத்து நல்ல நிலைக்குக் கொண்டு வரவேண்டிய பொறுப்பு உன்னைச் சேர்ந்தது" என்றார்.

என்ன நினைப்பிலோ, ஏனோ புதுமைப்பித்தன். பதில் சொல்லவில்லை.

மறுநாள் காலையில் இதே கேள்வியை அவர் தந்தை மறுபடியும் கேட்டார்.

உடனே புதுமைப்பித்தன் "பையனை அழைத்துச் செல்வதில் ஆட்சேபணை இல்லை. ஆனால் ஒவ்வொரு மாதமும் மூன்றாம் தேதிக்குள் ரூபாய் நூறு அனுப்பி வைத்துவிடுங்கள்" என்றார்.

"ஏது, நேற்று கேட்டதற்குப் பேசாதிருந்தாய்; இன்று இப்படிப் பதில் சொல்லுகிறாய்; தலைகாணி மந்திரமா?" என்றார் தந்தை.

நேற்றே இதே பதிலைச் சொல்லி இருக்கக் கூடாதோ?

இந்த மாதிரிச் சந்தர்ப்பங்களை அவரே ஏற்படுத்தி விடுவதுடன், எனக்குக் கெட்ட பெயரும் கிடைத்துவிடும்,

அதே சமயம் தந்தையும் மகனும் பேசிக்கொண்டிருப்பதைப் பார்த்தால், அவர்களுக்குள் சிறிதளவேனும் மனக்கசப்பு இருப்பதாகவே பிறருக்குத் தெரியாது.

ஆனால் தந்தையானால் கூட தனக்கு நியாயமில்லை, சரி இல்லை என்று தோன்றுகிற விஷயம் எதுவானாலும் யாரானாலும் எடுத்தெறிந்து பேசி பதில் சொல்லிவிடுவார்.

விவாகமாகி ஆறு ஆண்டுகளுக்குப் பிறகு தான் எங்களுக்கு மக்கள் பேறு கிடைத்தது. முதல் குழந்தை பிறந்து உடனே இறந்து விட்டது.

பின்பு இரண்டாண்டுகள் சென்று ஒரு பெண் குழந்தை மூன்று மாதங்கள் இருந்து இறந்துவிட்டது. சகிக்க முடியாத வேதனை அடைந்தோம்.

உடல் நலமில்லாதிருந்த குழந்தைக்கு மருந்து வாங்கிக் கொடுப்பதற்குக் கூடக் கையில் காசில்லாது திண்டாடினோம்.

அவர் சென்னையில் இருந்தார். இறந்த குழந்தையை அடக்கம் செய்யவும் பணமில்லை. இவற்றை நினைத்த புதுமைப்பித்தன் உள்ளம் எப்படி வாடி வதங்கித் தவித்தது என்பதை அவர் சென்னையிலிருந்து எனக்கு எழுதின கடிதத்திலிருந்து தெரிந்து கொள்ளலாம். சுமார் இருபத்தெட்டுப் பக்கங்கள்.

அந்தச் சந்தர்ப்பத்தில் குழந்தையின் சாவைவிட, அவர் கடிதமே என்னைக் கலக்கி மறித்தது என்றே சொல்லவேண்டும்.

மறுபடி ஆறு ஆண்டுகள் சென்றபின், புதுமைப்பித்தன் விட்டுச் சென்ற ஒரே வாரிசு தினகரி.

குழந்தை பிறந்திருக்கிறது என்ற தந்தி கிடைத்ததும், மறுநாளே புறப்பட்டு வந்துவிட்டார்.

அவருக்குக் குழந்தைகள் என்றால் மிகுந்த பிரியம். அதிலும் பெண் குழந்தை என்றால் மிக மிக ஆசை. விதவிதமாக அலங்கரித்துப் பார்க்கலாம் என்பார்.

தினகரியின் மீது அவருக்கிருந்த ஆசை அளவிட முடியாது.

அவளோடு கொஞ்சிக் குலாவக் கொடுத்து வைக்கவில்லை.

குழந்தை பிறந்த நாலாவது மாதம் பூனா சென்றவர், அவளுடைய இரண்டாவது வயதில் பயங்கர நோயோடு திரும்பினார்.

தகப்பன் இல்லாமல் குழந்தை வளர முடியும்; தாயில்லா விட்டால் குழந்தை சீரழிந்து போகும் என்று அடிக்கடி சொல்வார்.

தினகரி பிறந்த வேளையோ, விதி கொடுத்த பாதையோ, அவர் சொல்லிக்கொண்டிருந்தபடியே அவள் பொறுப்பை என் வசம் விட்டுச் சென்றுவிட்டார், அந்த எழுத்துலக மேதை திரு புதுமைப்பித்தன் அவர்கள்.

நன்றி : 'உமா' 1960

வே.மு.பொதியவெற்பன் நூல்கள் பட்டியல்:

1. புதுமைப்பித்தன் கதைகள்: அகலமும் ஆழமும் – 1976, 2006, 2012 – பொன்னி பப்ளிகேசன்

2. சூரியக்குளியல் – புரட்சிப்பண்பாட்டு இயக்கம் –1986

3. நிகழ்கலை அனுபவமாகும் கவிதையின் இன்னொரு பரிமாணம் – சிலிக்குயில் –1989

4. பெரியார் பரம்பரையும், ஜெயமோகச் சுயமோகமும் – பிரமிள், பொதி – கலைநிலா – 2003

5. வாழ்வாங்கு வாழும் கலை – மனோரா – 2005

6. புதுமைப்பித்தமும் பிரமிள் சித்தமும்*

7. சொல்லின் மந்திரமும் சொல் ஓய்ந்த மௌனமும் – இரு நூல்களுமே மருதா நவ. 2005 – மார்ச் 2023*

8. மனமிறக்கும் சாகாக்கலை – மனோரா – 2006

9. சமகாலக் கவிதைகளும் கவிதைக் கோட்பாடுகளும் – வம்சி புக்ஸ் – 2008 – புதுச்சேர்க்கைகளுடன் இரண்டாம் பதிப்பு – அக். 2003*

10. திராவிட இயக்க ஒவ்வாமை நோயிலிருத்தல் – கருப்புப் பிரதிகள் – 2012, 2022*

11. கருமை செம்மை வெண்மையைக் கடந்து.. – NCBH 2015*

12. தமிழின் நிறமும் ஆரியவர்ணமும் – விஜயா பதிப்பகம் – 2016. – பரிசல் பதிப்பகம் 2023

13. வானத்தின் மீது மயிலாடக் கண்டேன் – அன்னம் – 2018*

14. சமயச்சார்பின்மை – Madras Review – 2022*

15. கண்டறியாதன கண்டேன் – மணல்வீடு –2022*

16. வியூகத்தில் சிக்கிக் கொண்ட வீர அபிமன்யுவின் கதை – நன்செய் பிரசுரம் – 2022*

17. பெரியாரும் தமிழியல் ஆய்வறிஞர்களும் – கருப்புப்பிரதிகள் –2022*

18. தொ.ப.வின் புனா ஒப்பந்தம்: அதன் மீதான என் வாசிப்பின் பிரதியும், எதிரீடும் மறுமொழியும் – தமிழறம் பதிப்பகம் – 2023*

தொகுப்பு நூல்களும் சிறப்பு வெளியீடுகளும்

1. சிலிக்குயிலுக்கு ஓர் செங்கவிதாஞ்சலி – சிலிக்குயில் – 1980
2. இலங்கையிலிருந்து ஓர் இலக்கியக்குரல் – சிலிக்குயில்: பாவெல் பதிப்பக இணைவெளியீடு – 1983
3. பறை–1990 – தொகைநூல்– சிலிக்குயில்
4. வேர்மூலம் – ருத்ரா– 2000
5. பொதிகை –2000 (பொதியவெற்பன் பொன்விழா மலர்) இராசாராமன் அறக்கட்டளை
6. புதுமைப்பித்தனின் சம்சாரபந்தம் – கமலா புதுமைப்பித்தன் – 2005 – பரிசல்
7. மணிக்கொடிகாலம்: முற்றுப்புள்ளிகளும், காற்புள்ளிகளும்... – அனன்யா – 2008 – எதிர் வெளியீடாக மீளச்சில்
8. பறை –2015 – தொகைநூல் – மணல்வீடு – 2016
9. தோழர் பொதியவெற்பனின் அரைநூற்றாண்டுப் பயணம் – பேரா வீ. அரசு NCBH – சிறுநூல் வரிசை – 2018. – 2022
10. பொதியவெற்பன் நூல்கள்: ஆற்றுப்படை மதிப்பீடுகள் – புதுமலர் பதிப்பகம்–2023*

*இக்குறியிடப்பட்ட நூல்கள் மட்டுமே கிடைக்கக்கூடியன.